የአገልግሎት

ሌጋሲ

እግዚአብሔርን ማገልገል ከንቱ ያለመሆኑ ማስረጃዎች

መጋቢ አመሉ ጌታ

፳፻፲፫ ዓ.ም

አርትዖት
ግርማቸው ሐብቴ በላይ

የሽፋን ንድፍ እና ሌይአውት

ግርማቸው ሐብቴ በላይ

የኮምፒውተር ጽሐፍ
እህት ፍሬዘር ለሜሳ

ምስጋና

በዚህ ዘመን የምንገኝ ወንጌል አማኞያን ለጌታ ኢየሱስ ባለን ፍቅር ላይ ተመሥርተን፤ የወንጌል አገልግሎትን ከልብ በመሰጠት፤ የሚያስከፍለውን ዋጋ ሁሉ በመክፈል መከወን እንችል ዘንድ ልባችንን የሚያነሳሳ ከእኛ በፊት የነበሩትን ቀደምት ኢትዮጵያዊያን የወንጌል አገልጋዮችን - የአገልግሎት ሌጋሲና የልጆቻቸውን በጎ ፍሬ ከአገልግሎት ምንነት አንጻር እንድጽፍ ከበዙ ጊዜ በፊት እግዚአብሔር በልቤ ያስቀመጠውና ያከበደው አሳብ፤ "ስለ በጎ ፈቃዱ መፈለግንም ማድረግንም በእናንተ የሚሠራ እግዚአብሔር ነውና"(ፊሊ..2፥13) ፤ በጊዜው ደግሞ ወደ ክንውን አምጥቶታልና ክብር ሁሉ ለልዑሉ እግዚአብሔር ይሁን።

ከመጋቢነት አገልግሎቴ ጋር ተያይዞ በሚፈጠሩ የጊዜ ውጥረቶች ላይ ይህን መጽሐፍ ለማሰናዳት የተጨመረው የጊዜ ውጥረት ከውድ ቤተሰቦቼ ጋር በማሳልፈው የቤተሰብ ቀን ላይ የራሱ የሆነ ተጽዕኖ ቢኖረውም ውዱ ባለቤቴ ሲስተር ምንታምር ሮቤሊና የእግዚአብሔር በረከቶቻችን የሆኑት ልጆቻን መከሊትና ዲቦራ አሜሉ የአገልግሎቴን ባሕርይ ተረድተው ከጎኔ በመሆን መጽሐፉ ለኅትመት ብርሃን እንድትበቃ በማስቻላቸው እግዚአብሔር ይባርካቸው።

የመጽሐፉ ሁለተኛውን ክፍል ለማሰናዳት የባለ ታሪኮቹን ልጆች በአካል ማግኘትና ከእነሱ ጋር በቃለ ምልልስ ጊዜ መውሰድ ነበረብኝ። ሁላቸውም በትልልቅ የሥራ ኃላፊነትና የጊዜ ጥበት ውስጥ የሚያልፉ ቢሆንም ከልባቸው ተስፕተው፤ ጊዜአቸውን ከእኔ ጋር ደስ ብሏቸው ስላሳለፉ እነሱን አለማመስገን ንፉግነት ነው። ስለዚህም፤ዶ/ር ቀለሙ ደስታ፤ ፕሮፌሰር ተከተል ዮሐንስ፤ ዶ/ር ኢያሱ ኤሊያስ ፤ ወ/ሮ ሌንሳ ጉዲና እንዲሁም ኢንጅነር ጌታሁን ሔራም የአገልግሎት ሌጋሲ በእናንተ ቀናት ብሎም ሙሉ ድጋፍ ለኅትመት በቅታለች። የአባቶቻችሁ በረከት በእናንተ ላይ እንደበዛችውና እንደተትረፈረፈችው ሁሉ፤ የእናንተም በረከት ለልጆቻችሁ፤ ለልጅ ልጆቻችሁ እንዲሁ ትሆን ዘንድ አምላኬ እንደ ባለጠግነቱ መጠን መባረክን ይባርካችሁ።

መጽሐፉን በማንበብ ገንቢ አሳብ እና አስተያየት በመስጠት ቀዳሚ የሆናችሁት፤ ፓስተር ዶ/ር ስለሺ ከበደ፤ ፓስተር ሽፈራው ፈይሳ፤ ወንድም ቴዎድሮስ በየነ፤ ፓስተር አቢ እምሻው፤ ወንድም ሳሙኤል ኃይሉ፤ እህት ሚሻሜ ዮሐንስ፤ ሽዋንግዛው ወ/ጹዲቅ (አስተማሪ) ከልቤ አመሰግናለሁ።

ወንድም አካሉ ሽኩር እና ወንድም ግርማቸው ሐብቴ በላይ በአርትያቱ ሥራ ላይ

ላሳዩት ትጋት፣ እንዲሁም የጽሑፉን ሥራ በትጋት በመሥራት ከአገልግሎቴ ጎን የቆሙትን እህት ፍሬዘር ለሜሳን ላመሰግናቸው እወዳለሁ።

በአንድም በሌላ መልኩ በዚች መጽሐፍ ላይ አሻራችሁን ያስቀመጣችሁና ስማችሁን ያልጠቀስኳችሁ ወገኖች ሁሉ ጌታ ኢየሱስ ይባርካችሁ።

አክብሮት

ዘላለማዊ የሆነው፤ የማይሞተው፤ የማይታየውና ብቻውን አምላክ የሆነው ንጉሥ ከዘላለም እስከ ዘላለም ከብርና ምስጋና የተገባው ልዑል እግዚአብሔር ወድዶና ፈቅዶ የሰጠኝን አገልጋይ መሪዎች እንድናከብር በሕያው ቃሉ በኩል አመላክቶናል።

በወንጌል አገልግሎት፤ ቤተ ክርስቲያንን በመምራትና በተለያየ መልኩ በእግዚአብሔር መንግሥት መልካሙን አስተዋፅዖ በማድረግ ምሳሌ የሆኑ መንፈሳዊ አባቶችን ተተኪው ትውልድ እንዲያውቃቸውና ፈለጋቸውን እንዲከተል ማድረግ፤ ቀጣዩ ትውልድ በመከሩ ሥራ ለሚያበርከተው አስተዋፅዖ ከፍተኛ መነሳሳትን ይፈጥራል።

በኢትዮጵያ ወንጌላዊው ክርስትና በጎውን አሻራ ላስቀመጡልን አባቶች አክብሮቴን ለመግለጽ በዚች መጽሐፍ ስማቸውን በማስፈር፤ እግዚአብሔር በእነርሱ አልፎ የሠራውን ሥራ አውቀን ምስጋናውን ለእርሱ እንድንሰጥና እነዚህን አባቶች የሚገባቸውን ከብር እንዲያገኙ በማሰብ ለቄስ ዶ/ር ቶሎሳ ጉዲና እና ለሐዋርያው ዳንኤል መኮንን አክብሮቴን በዚሁ መጽለፅ እወዳለሁ።

ቄስ ዶ/ር ቶሎሳ ጉዲና

ምዕራብ ወለጋ ደንጎር ዲሲ መንደር የተወለዱት የእድሜ ባለጸጋ የሆኑት ሰባኪ፤ ቄስ ዶ/ር ቶሎሳ ጉዲና በኢትዮጵያና ከዚያም አልፎ በዲያስፖራው ዘንድ በሚገኙ ወንጌላውያን ክርስቲያኖች ዘንድ የተወደዱ፤ ለብዙዎች መንፈሳዊ አርአያ የሆኑ አባት ናቸው።

ከልጅነት ዕድሜያቸው ጀምሮ "ሰውን በክርስቶስ አውቃለሁ" በሚል መፈክራቸው የሚታወቁት፤ ብሔርተኝነትን ከመቃወም አልፎ አከራሪ ብሔርተኞችን በአደባባይ በመገሰጻቸው በመንፈሳዊውያኑ ዘንድ በእጅጉ ይከበራሉ። የከፍተኛ ሁለተኛ ደረጃ ትምህርታቸውን በደብረ ዘይት አጠናቀው፤ ለተወሰኑ ጊዜአት ሻሸሜኔ በአስተማሪነት ያገለገሉ ሲሆን፤ በወለጋ ጊምቢ መካነ ኢየሱስ እንግዳ ማረፊያም በኃላፊነት ሠርተዋል። ለወንጌል በከበራቸው ሻክም ጥሪና አገልግሎት ምክንያት በ1966 ዓ/ም ወደ መካነ

የኢየሱስ ሥነ-መለኮት ሴሚናሪ ገብተው የሥነ መለኮት ትምህርታቸውን ተከታትለዋል፡፡

በሴሜናሪው ቆይታቸውም አብረዋቸው የነበሩት አገልጋዮች በመንፈስ ቅዱስ እንዲሞሉና ለወንጌል አገልግሎት እንዲነሳሱ እግዚአብሔር ተጠቅሞባቸዋል፡፡

ሴሚናሪ በነበሩበት ወቅት ማርየን ከምትባል ስዊድናዊት ጋር ተዋውቀው በጋብቻ የተጣመሩ ሲሆን፤ በ1970 ዓ/ም ትምህርታቸውን እንደጨረሱ ከባለቤታቸው ጋር ወደ ስዊድን ሀገር አቅንተዋል፡፡ አብረዋቸው ከተማሩት መካከል አንዱ "በደርግ ዘመን ያለውን መከራ፤ ስደትና እንግልት እንደ ጓደኞቻቸው ሳይቀበሉ ሚስታቸው እንደ መርከብ ሆና ወደ ስዊድን ወሰደቻቸው" በማለት ከኮሚኒስቱ የደርግ መንግሥት እንዴት እንዳመለጡ ተገርመው ይናገራሉ፡፡

በሲውዲን ሀገር ትምህርታቸውን እየተማሩ በዚያውም ያገለግሉ ስለነበር ለብዙዎች በረከት ሆነዋል፡፡ ከሲዊዲን ወደ አሜሪካን ሀገር በማቅናትም በካሊፎርኒያ በሚገኘው ፉለር ቲዎሎጅካል ሴሚናሪ በዶክትሬት ኦፍ ሚሲዮሎጅ የሥሩና ፤ በዚያውም በአሁኑ ወቅት በዋና መጋቢነት የሚመሩት አትላንታ የኢትዮጵያ ወንጌላዊት ቤተ ክርስቲያን እንዲያገለግሉ ባቀረቦችላቸው ጥሪ መሠረት ቤተ ክርስቲያኗን ተቀላቅለው በአገልግሎት ቀጥለዋል፡፡

ቄስ ቶሎሳ ጉዲና ወደ አገልግሎት ከገቡበት ጊዜ አንስቶ እስካሁን ድረስ በሁሉም ወንጌል አማኞች ዘንድ በሚባል ደረጃ በመልካም የአገልጋይነት መንፈሳቸውና አባትነታቸው ተወድደው የዘለቁ፤ ከበርካታ የዲያስፖራ አብያተ ክርስቲያናት መተከልም ሆነ በአገልግሎት መሳካት ጀርባ የሚገኙ ከመሆናቸውም በላይ፤ በኢትዮጵያም ሆነ በዲያስፖራው አብያተ ክርስቲያናት ከዓመት - ዓመት እየተዘዋወሩ አገልግሎታቸውን ይሰጣሉ፡፡

በኢትዮጵያ ያሉትን የአብያተ ክርስቲያናት መሪዎች እና ቅዱሳንን በማስተባበር ታላላቅ መንፈሳዊ እንቅስቃሴዎችን ያከናውኑ ሲሆን፤ ሀገራዊ የንስሐ ፕሮግራም፤ የበረከት፤ የአእምሮ ለውጥ መልእክት ይዘው ምድሪቷ እንድትፈወስ የመሪዎች ሥልጠና በመስጠት፤ የሜዳና የስታዲየም ኮንፈረንሶችን ለበርካታ ዓመታት አድርገዋል፡፡

የአዲስ አበባ ስታዲየም ክስፖርት ማዘውተሪያነቱ ውጭ የደርግ መንግሥትም ሆነ

ኢህአዴግ ለፖለቲካዊ ዓላማዎች ይጠቀሙበት ስለነበር ይሔንን ቦታ ለወንጌል አገልግሎት ለምን እንድንጠቀምበት አናደርገውም? በሚል መንፈሳዊ ቅናት፤ ከአሜሪካን አገር በሚመጡበት ወቅት እዚያው አቅራቢያ በሚገኘው ኢትዮጵያ ሆቴል እያረፉ፤ "ስታዲዬሙን ለወንጌል ሥራ እንድንጠቀምበት እግዚአብሔር በአገር መሪዎች ፊት ሞገስ ሥጠን" በማለት ሰባት ጊዜ ያህል ስታዲዬሙን እየዞሩ ይፀልዩ ነበር። ያንን የእምነት ጸሎታቸውን ተከትሎ የመንግሥት አካልን ሕጋዊ በሆነ መንገድ ጠይቀው በተገኘው ፈቃድ፤ በአዲስ አበባና አካባቢው የሚገኙ በተለያዩ ቤተ እምነት ውስጥ የሚገኙ ወንጌል አማኞች በአንድነት ሆነው፤ መስከረም አንድ ዓመቱን በምስጋና የሚጀምሩበት፤ ታህሳስ ሃያ ዘጠኝ የጌታ ኢየሱስ ልደት በዓል መታሰቢያን እንዲሁም በፋሲካ በዓል ትንሳዔውን በማሰብ እግዚአብሔርን በነብረት ለማክበርና ለማምልከ፤ ሌሎችንም በወንጌል ለመድረስ ምክንያት ሆነዋል።

ቄስ ዶ/ር ቶሎሳ ጉዲና በኢትዮጵያና በዲያስፖራው አብያተ ክርስቲያን፤ በትሕትና፤ በእምነት፤ ዘረኝነትን በመጸየፍ፤ በጸሎት ሕይወት፤ ሀገራቸው ኢትዮጵያን በመውደድ፤ ታጋሽ በመሆን፤ ለእግዚአብሔር አሳብ ብቻ በመኖር፤ ጌታን በመውደድ፤ ለእግዚአብሔር በመታዘዝ ላሳዩት ግማሽ ክፍለ ዘመን ለዘለቀው አርአያነት ላለው ስብእናቸው በዚህ መጽሐፍ አክብሮቴን ለመግለጽ ግድ ተሰኝቻለሁ።

በአሁኑ ወቅት አትላንታ የኢትዮጵያ ወንጌላዊት ቤተ ክርስቲያን በዋና መጋቢነት እየመሩ በተጨማሪም ዓለም አቀፍ የኢትዮጵያ መጋቢዎችና ሚስቶቻቸው ኮንግረስ መሥርተው በየዓመቱ በሚያካሂዱት ኮንፈረንስ ለብዙዎች በረከት ሆነዋል።

"ቅን ኢትዮጵያ" የሚል ትውልዱን ወደ ቅንነት ለመመለስ ያለመ ተቋም በኢትዮጵያ መሥርተው፤ ታላቅ አገራዊ ፈውስና ለውጥ ለማምጣት እንቅስቃሴውን አስጀምረዋል።

ቄስ ቶሎሳ፤ ለብዙ ጥለኞች መታረቅ ምክንያት በመሆን፤ አባታዊ ምክር በመለገስና በፍቅር በማቀራረብ አርአያነት ያለው ተግባር ይከውናሉ። ስለ ኢትዮጵያ በመጸለይ፤ በመማለድ፤ ትንቢታዊ አቅጣጫ በመስጠት፤ በመገሰጽ አባታዊ አደራቸውን ይወጣሉ። በመሆኑም የ "የአገልግሎት ሌጋሲ"ን ለቄስ ቶሎሳ ጉዲና፤ አክብሮትና እውቅና አበረክቻለሁ።

ሐዋርያው ዳንኤል መኮንን

ሐዋርያው ዳንኤል መኮንን በ1942 ዓ.ም በአዲስ አበባ ከተማ ተወልደው እንደማንኛውም ከተሜ በትምህርት ቤት ሕይወት ውስጥ እያለፉ በነበረበት አፍላ ወጣትነት እድሜአቸው፡ አንድ ጓደኛቸው፡ "ዐይነ ሥውር ሰው በጸሎት ተፈወሰ" በማለት ያሰማቸውን ዜና፡ "ይህ እንዴት ይሆናል? የተፈወሰበት ቦታ በኣካል ሄደን ዐይተን እናምናለን" በማለት በነገሩ ተስበውና ተደንቀው ተአምር ለማዬት ወንጌል አማኞች ወደሚሰባሰቡበት ጉባኤ አቅንተው በሰሙት የወንጌል ቃል በዚያኑ ቀን ጌታ ኢየሱስን ተቀብለው እንደተመለሱ ይነገራል።

በ1960 ዓ/ም ወደ አገልግሎት የገቡት እነህ ስም ጥር አገልጋይ በኢትዮጵያ የመጀመሪያው የነብረት መዘምራን የሆነውን የጽዮን ነብረት መዘምራንንም መርተዋል።

ወላጅ እናታቸው የኦርቶዶክስ እምነት ተከታይ ቢሆኑም፡ እሳቸውን ከመውለዳቸው በፊት ለእግዚአብሔር አገልግሎት የተለየ ልጅ መሆኑን በሕልም ተረድተው ስለነበር፡ ሐዋርያው ዳንኤል ወጣት አገልጋይ ሆነው በእድሜ ግን ታላላቆቹን ሲያስተምር የተመለከቷቸው እናቱ "ልጄ አንተ ገና ወጣት ሆነህ የሚከተሉህ ግን ትላልቆቹ ናቸው፡ አገልጋይ ከሆንክ ደህና ትምህርት ሳትማር ማገልገል የለብህም" በማለት ወደ እንግሊዝ ሀገር ልከው የሥነ-መለኮት ትምህርታቸውን በራሳቸው ወጪ አስተምረዋቸዋል።

ሐዋርያው ዳንኤል መኮንን በ1960ዎቹ መጨረሻና በ1970ዎቹ መጀመሪያ ላይ በኢትዮጵያ ምድር ላይ ለተቀሰቀሰው የመንፈስ ቅዱስ እንቅስቃሴ እግዚአብሔር አምላክ ምክንያት ካደረጋቸው አገልጋዮች አንዱ ናቸው። በዚያም ወቅት በአሎምፒያ መሠረተ ክርስቶስ ቤተ ክርስቲያን በመንፈስ ቅዱስ ኃይል ድንቅና ተአምራት በአገልግሎታቸው እየተከወነ ለብዙ ነፍሳት መዳንና ለብዙዎች ተአምራዊ ፈውስ ምክንያት በመሆናቸው በብዙዎች ዘንድ የዚያን ዘመን አገልግሎትና የመንፈስ ቅዱስ አሠራር ሲነሳ ግንባር ቀደም ሆኖ ስማቸውና አገልግሎታቸው ይነሳል። የዓይነ ሥውሩን የፈውስ ምስክርነት ለማረጋገጥ ሄደው ጌታን የተቀበሉት ሰው፡ በኋለኛው የአገልግሎት ዘመናቸው ለብዙ ዓይነ ሥውራን ማየት ምክንያትም ሆነዋል። በአሎምፒያ መሠረተ ክርስቶስ ቤተ ክርስቲያን ከነበራቸው ቁሚ ፕሮግራሞች ባሻገር በሐዋሳና በጅማ እንዲሁም በተለያዩ ቦታዎች በመዘዋወር

በእሳቸው በኩል ጌታ እያለፈ ታላላቅ ተአምራትን አድርጓል፡፡

በመለኮታዊ ምሪት በ1973 ዓ/ም ወደ አሜሪካን ሀገር በመጓዝ የወንጌል አገልግሎታቸውን በዲያስፖራው ዘንድ የቀጠሉና ከአገልግሎታቸው ጎን በሳይኮሎጂ፤ በሶሲዮሎጂና በሶሲዮ ኢኮኖሚ ልማት ትምህርታቸውን ተከታትለዋል፡፡

አሥራ ሁለት ዲያስፖራዎችን ይዘው የጀመሩዋት የዋሽንግቶን ዲሲ የኢትዮጵያ ወንጌላዊት ቤተ ክርስቲያን ከዲያስፖራ ቤተ ክርስቲያን ታላቋና ግንባር ቀደሚ ስትሆን፤ ይቸው አጥቢያ በአሜሪካን አገር ለበርካታ አጥቢያ ቤተ ክርስቲያን መተከልም ምክንያት ናት፡፡ ቤተ ክርስቲያኗን በዋና መጋቢነት እየመሩ በነበሩበት ዓመታት በተቀበሉት ራዕይ "የወንጌል ብርሃን አገልግሎት" የሚል ሚኒስትሪ መሥረተው በተለያዩ የአሜሪካን ስቴቶችና የአውሮፓ አገሮች ተዘዋውረው እያገለገሉ ከቆዩ በኋላ በ1990 ዓ/ም ወደ ኢትዮጵያ ተመልሰው ፤ የወንጌል ብርሃን ዓለም አቀፍ ቤተ ክርስቲያንን በመትከል ፤ በዚሁ ቤተ እምነት ሌሎች አጥቢያዎችም በተለያዩ የኢትዮጵያ ከተሞችና ገጠሮች በመትከል ለብዙዎች ወደ ጌታ መምጣት ምክንያት ሆነዋል፡፡

ሐዋርያው ዳንኤል የአገልግሎታቸው አጋር ከሆኑት ባለቤታቸው ወ/ሮ ሐና ዮሴፍ ጋር በኢትዮጵያና በዲያስፖራው አብያተ ክርስቲያናት እየተዘዋወሩ በማገልገል ላይ የሚገኙ እና ለብዙዎች የእምነት መነሳሳት፤ ፈውስና የመንፈስ ቅዱስ ሙላት ምክንያት የሆኑ አባት ናቸው፡፡

የመንፈስ ቅዱስ ሙላትንና አሠራርን በተመለከተ በነበረው ግርታ መጽሐፍ ቅዱስና ተጨባጭ የሆነውን የአገልግሎት ልምምዳቸውን ዋቢ አድርገው "መንፈስ ቅዱስ" የተሰኘ መጽሐፍ ለንባብ በማብቃትም በኢትዮጵያ ወንጌል አማኞች ዘንድ ግንባር ቀደምት አገልጋይ ናቸው፡፡ በዚህም ሥራቸው ሆነ በመንፈስ ቅዱስ ሥጦታ አገልግሎትና ልምምዳቸው ለኢትዮጵያ ወንጌላዊው እና ፔንቤኮስት ክርስትና ያበረከቱት አስተዋፅዖ ቀላል የሚባል አይደለም፡፡

ሐዋርያው ዳንኤል መኮንን፤ በኢትዮጵያና በዲያስፖራው ማንበረሰብ ለሚገኙት ወንጌል አማኞች ላመጡት የአገልግሎት መነሳሳት፤ በመንፈስ ቅዱስ ሙላት ተሰጥቶ የማገልገል ውብት ፤ ይቸን መጽሐፍ ለአክብሮትና እውቅና እንሆ ብያለሁ፡፡

አስተያየት

በመጋቢ አመሉ ጌታ የተጻፈውን "የአገልግሎት ሌጋሲ" በሚገባ አንብቤው ተባርኬበታለሁ። በመጽሐፉ የምናገኘው የአገልግሎት ምንነትና የሚያስገኘው በረከት አሁን ከምናገለግለው የበለጠ ለማገልገል እንድንነሳ ያደርገናል። አገልግሎት ለሚያገለግለው ሰው ብቻ ሳይሆን ምን ያህል ለቤተሰቦቹ የሚተላለፍ ትልቅ ሌጋሲ መሆኑን ያሳያል።

በተለይ ያለፉትን አባቶች ታላቅ የአገልግሎት ተጋድሎ ስናነብ መጽሐፉ በእጅጉ የሚስብ ብቻ ሳይሆን የልጆቻቸውን በረከት እንድናደንቅ ያደርጋል። "እግዚአብሔር የማንም ባለ ዕዳ አይደለም!" የሚለውን አሳብ እንድንረዳ ያደርገናል። ቅዱስ ቃሉም፣ "እግዚአብሔር፣ ቅዱሳንን ስላገለገላችሁ እስከ አሁንም ስለምታገለግሉአቸው፣ ያደረጋችሁትን ሥራ ለስሙም ያሳያችሁትን ፍቅር ይረሳ ዘንድ ዓመፀኛ አይደለምና"(ዕብ.6፥10) ይላል።

በአገር ውስጥና በውጭ በጽድቅ ያገለገሉ አገልጋዮች ፍሬያቸው የበዛ እንደሆን መጽሐፉ በሚገባ ያብራራልናል። የወንጌላዊ ደስታ፣ የወንጌላዊ ዮሐንስ፣ የወንጌላዊ ኤሊያስ ፣ የቄስ ጉዲናና የወንጌላዊ ሔራም ታሪክ መሳጭ ነው። እግዚአብሔር ደግሞ ምን ያህል ልጆቻቸውን እንደባረከና ከቤተ ክርስቲያንም አልፈ ለአገር ጠቃሚ ሆነው እንደተገኙ ማንበብ በራሱ የግል የአገልግሎት መነሳሳትን ይሰጠናል።

ወንድሜ መጋቢ አመሉ ጌታ ይኼንን መጽሐፍ ለማዘጋጀት የደከመውን ድካም እያደነቅሁ አለማመስገን አይቻለኝም። ቀጣዩን ቅጽ ሁለት ለማንበብ የበለጠ ጕጉቻለሁ።

መጋቢ ሽፈራው ፈይሳ

አገልግሎት ትልቅ እድል ነው፣ ከዳንንበት ዓላማም ጋር ትልቅ ግንኙነት አለው። የእስራኤል ልጆች ከግብፅ ባርነት ነፃ እንዲወጡ ሙሴና አሮን ወደ ፈርኦን ሄደው ያሉት እንዲህ ነበር፦"የእስራኤል አምላክ እንዲህ ይላል፦ በምድረ በዳ በዓል ያደርግልኝ ዘንድ ሕዝቤን ልቀቅ"። በአዲስ ኪዳን ጴጥሮስ አማኞች በክርስቶስ ያገኙትን አዲስ ማንነትና የዳኑበትን ዓላማ ሲገልጽ የሚከተለውን ያቀርባል፦ "እናንተ ግን ከጨለማ ወደሚደንቅ ብርሃኑ የጠራችሁን የእርሱን በጎነት እንድትነግሩ የተመረጠ ትውልድ፣ የንጉሥ ካህናት ቅዱስ ሕዝብ ለርስቱ የተለየ ወገን ናችሁ።" 2ጴጥ 2፥9-10 አማኝ ሁሉ ለማገልገል ተጠርቷል።

በ6ኛው ክፍለ ዘመን የተሃድሶ መሪዎች አንደኛው የተሐድሶ ዐምድ የነበረው "የአማኞች

ሁሉ ክህነት” የሚለው ነበር። ይህ የተሐድሶ እርምጃ መጽሐፍ ቅዱሳዊ የሆነውን አስተምሮ ከተሸፈነበት ገልጦ ገሐድ አደረገው። በአዲስ ኪዳን ሁሉም አማኝ አገልጋይ ነው ብለን ብንቀበልም አማኞችን ለቅዱስ አገልግሎት የሚያዘጋጁ ጌታ ለቤተ ክርስቲያን የሰጣቸው አገልጋዮች አሉ። ይህንን በኤፌሶን 4፥8-11 ላይ እንመለከታለን። “ወደ ላይ ከፍ ባለ ጊዜ ምርኮን ማረከ ስጦታንም ለሰዎች ሰጠ” ይለናል። ይህን ስጦታ በቁጥር 11 ላይ እንደምንመለከተው ስጦታ የተባሉት ሰዎች ናቸው። እነርሱም የተለየ ችሎታና ጸጋ ከጌታ ተሰጥቷቸዋል። “እንዳንዶችን ሐዋርያት፤ ሌሎችን ነቢያት፤ ሌሎችን ወንጌል ሰባኪዎች፤ ሌሎችን እረኞችና አስተማሪዎች እንዲሆኑ ሰጠ” ይለናል።

እነዚህ አገልጋዮች የተሰጡበትን ዓላማ ከቁጥር 12-16 እንመለከታለን፦
- ለቅዱሳን አገልግሎት ምዕመናንን ለማነሳሳትና ለማስታጠቅ

- ቤተ ክርስቲያንን ከሐሰት ትምህርት ለመጠበቅ

- ቤተ ክርስቲያን የተባረች፤ የተያያዘች ትሆን ዘንድ ነው።

የአገልግሎት ሌጋሲ እግዚአብሔርን ማገልገል ከንቱ ያለመሆኑ ማስረጃዎች በሚል ርእስ በመጋቢ አመሉ ጌታ የተፃፈው መጽሐፍ አብዛኛውን ሕይወታቸውን በአገልግሎት ላይ ያሳለፉ አባቶች፤   አገልግሎታቸውና ሕይወታቸው የብዙ ምዕመናንን ሕይወት እንደለኮሰ፤ ብዙዎችን የጌታ ታላላቅ አገልጋዮች እንዳደረገ፤ ከእነርሱ አብራክ የወጡ ልጆቻቸውም በማኅበራዊና በመንፈሳዊ ዘርፍ ተፅእኖ አምጪ እንደሆኑ የሚመሰክር ነው። በዚህ መጽሐፍ ስለ አገልግሎት ምንነት ስለአገልጋዮች አገልግሎት የቀረበው ዘገባ አገልግሎት በከንቱ የሮጥንበት፤ የምንማረርበት ሳይሆን ትሩፋት ከጌታ የምንቀበልበት እንደሆን በግልፅ ያሳየናል።
ሌጋሲ አንድ ግለሰብ ወይም ማኅበረሰብ በሕይወቱ መጨረሻ ትቶት የሚሄደው አሻራ ነው። በአሁኑ ጊዜ በግለሰብም ሆነ በማኅበረሰብ ደረጃ የምንዘራው ዘር በሚቀጥለው ትውልድ ላይ ፍሬው ይታያል። የሚቀጥለው ትውልድ የሚያመሰግነንም የሚረግመንም አሁን በምናደርገው ድርጊት ነው።

ሌጋሲ በሚለው መጽሐፍ ውስጥ የተጠቀሱት ባለታሪኮች ለሁላችንም ሕያው ምስክሮችና ምሳሌዎቻችን ናቸው። የእነርሱ ታሪክ፤ የሠሩአቸው ሥራዎች፤ የአገልግሎታቸው ፍሬ በዝርዝር ቀርቧል። በመጨረሻ የአገልግሎታቸውን ውጤት ስንመለከት በእውነት ጌታ አገልጋዮችን አይጥልም፤ ጅማሬአቸውን የባረከ ፍፃሜአቸውንም ባርኳል እንላለን፦ ከዚህ የተነሳ በድፍረት እግዚአብሔርን ማገልገል ከንቱ አይደለም እንላለን። ይህን ሌጋሲ

የሚለውን መጽሐፍ ሁሉም ምእመናን እና አገልጋይ እንዲያነበውና በግል እንዲኖረው አበረታታለሁ::

ፓስተር ዶ/ር ሰለሺ ከበደ
ከኢትዮጵያ ጉንት ቤተክርስቲያን

ፓስተር አመሉን ጥቂት በማይባሉ የመፅሐፍት ሥራዎቹ እናውቀዋለን ሆኖም ይህቺ መፅሐፉ ግን በውስጥዋ ከያዘችው መሠረታዊ ፣ ወቅታዊና፣ ረቂቅ መፅሐፍ ቅዱሳዊና ታሪካዊ ቁም ነገሮች የተነሳ የራሱ የፓስተር አመሉ የአገልግሎቱ "ሌጋስ" አካል ትሆናለች ብዬም አስባለሁ::

መፅሐፉ ገና ከመንደርደሪያው መሠረታዊ የአገልግሎት ምንነትን ሙሉእ ትርጓሜ በመስጠት ተወንጭፋ ሰፈውን የአገልግሎት ዓለምን ምህዳር በቃሉ እውነት ዛቢያ አየዞረች ግንዛቤን ፣ ምክርን፣ ተግሳፅንና ድንቅ መርሆዎችን ካስነበበች በኋላ በዘመናችን አገልግሎት ላይ የሚታዩ አራት መልኮችን በመተንተን እንደገና ወደ ምድር ትመለሳለች:: የርዕሷ ቅይጥ ቋንቋ "አገልግሎት" አማርኛ ፤ "ሌጋሲ" እንግሊዝኛ መሆኑን ማለቴ ነው ፤ የሚያስገነዝበን አንድ ቁም ነገር ቢኖር "ሌጋሲ" ለሚለው ቃል ልብ የሚያረካና ፅንሰ አሳቡን በሙልአት የሚገልጥ ተመጣጣኝ የአማርኛ ፍቺ መታጣቱ ይመስለኛል:: የዚህም ምክንያቱ ደግሞ ይህ የ "ሌጋሲ" ፅንስ አሳብ የቋንቋ መፈጠር ምንጭ በሆኑት በምድራችን ማኅበራዊና መንፈሳዊ መስተጋብሮችና አሳቤዎች ውስጥ እምብዛም ስፍራ እንዳልነበረው ነው::

በሕይወትና በአገልግሎት ፍሬ የሌጋሲን ነገር ማሰብ የሚቻለው አሁን አየሥራን ያለንበትን ዘመንና አገልግሎት ከአባቶቻችን የወረስነው ብቻ ሳይሆን ከልጆቻንንም የተዋስነው እንደሆን ከመረዳት የሚመነጭ እንደሆን ስናስተውል ነው :: በዚህ አሳቤ አገልግሎት ሲቃኝ ከአባቶች የወረስነው ነውና እናከብረዋለን ፤ ከልጆቻችንም የተዋስነው ነውናም ጠንቅቀን እንጠብቀዋለን ፤ እንከባከበዋለን አልፎም እናበዛዋለን:: መፅሐፉም በሁለተኛ ክፍል ይዘቲ መሬት ወርዳ ይህንን አሳብ ለማስረዳት የምድራችንን ቀደምት አባት አገልጋዮች ሌጋሲዎችን በዝርዝር ታስነብበናለች::

የወንጌላዊ አባባ ደስታን የአግልግሎት ሌጋሲ ከልጆቹው ከዶ/ር ቀለሙ ደስታ ሕይወትና አገልግሎት ጋር አሰናስላ እየተረከች በማስደመም ታስጀምረንና በወንጌላዊ አባባ ዮሐንስ

ሌጋሲ ለጥቃ፤ ከዚያም ምጥቀቷን በመጨመር ብዙም ያልተዘመረላቸውን አውራውን የወንጌል አርበኛና ሰማእት የቄስ ጉዲና ቱምሳን የአገልግሎት ሌጋሲ ከልጆቻቸው ተፅእኖ ፈጣሪ ሕይወትና አገልግሎት ጋር አሰናስላ እያስነበበች ጉዞዋን በመቀጠል የብዙ ድንቅ አባቶችን የአገልግሎት ሌጋሲ በዝርዝር ትተርካለች። በማጠቃለያም አሁንም በመንግሥቱ ወንጌል ሥራ ወገቤን ያላሉ ከወጣቱና ከነልማሳው አገልጋይ ባልተናነስ የሚሮጡ የዘመናችንን ጉምቱ አባት አገልጋዮችን አንስታ የወንጌሉን ቅብብሎሽ ቀጣይነት አስረግጣ በማሳየት ሳትሰለችና ሳትጠገብ አሳቧን ትደመድማለች።

ፓስተር አመሉ ለዚህ ጽሑፍ ሥራ ብዙ እንደተጋህና እንደለፋህ የመፅሐፉ ግሩምና ሙሉእ ይዘት ያሳብቅብሃል ቢሆንም ለአሁኖቹና ለመጪው ዘመን አገልጋዮች የማይተካ ከቡር ስጦታ አበርክተሃልና የረዳህን ጌታ ልታመሰግን ይገባሃል። ይህች መፅሐፍ የሚነቢትን ቅዱሳን ሁሉ ከማነጽዋ በዘለለ በአብያተ ክርስቲያናት የአገልጋዮች ስልጠናና በስነ መለኮት ትምህርት ቤቶችም ጭምር እንደ መማሪያና ዋቢ መፅሐፍም ሆና ማገልገል የሚችል አቅም ስላላት በሙልኣት እንጠቀምባት በማለት አንባቢዎችን በፍቅርና በትህትና እየመከርኩ አስተታየቴን በዚህ እቋጫለሁ።

ፓስተር አቢ እምሻው
በወንጌል አማኞች የምርጦቹ 7000 ቤተክርስቲያን ዋና መጋቢ

አገልግሎት በአንዳንዶች ዘንድ በአቋራጭ መንገድ የመበልጸጊያ መንገድ፤ በሆነበት በዚህ ዘመን ፀሐፊው አገልግሎት ለራስ ከብር የማንሮጥበት፤ ምድራዊ ነገር የምንጋብስበት፤ ከሌሎች በልጠን የምንታይበት ሳይሆን፤ በክርስቶስ ለተደረገልን ነገር የምንመልሰው የፍቅር ምላሽ እንደሆነ ቁልጭ አርጎ በፅሑፉ ያሳየናል። በዓለም ላይ ትልቅ እድል ተደርገው የሚወሰዱ፤ የሚያገኙዋቸውንም ሰዎች "እድለኛ ነው" የሚያስብሉ፤ ትልቅ ቦታ የሚሰጣቸው፤ ጥቂቶች ብቻ የሚያገኙዋቸው ዕድሎች አሉ። ታዲያ በዚህ መልክ ዕድለኛ ሆነው ለተገኙ ሰዎች ብዙ ሰው "እንኳን ደስ አላችሁ" በማለት፤ የተሰማውን ደስታ ይገልጻል። ዓለም ላይ ካሉ ትልቅ ከሚባለው እድል በተለየ ሁኔታ፤ ለጥቂት ሰዎች ሳይሆን ቀለምን፤ ዘርን፤ ዕውቀትን፤ ሀብትን ሳያይ በክርስቶስ ያመኑትን በሙሉ እግዚአብሔር እንዲያገለግሉት ስለጠራ፤ ፀሐፊው ጌታን ማገልገል ተራ ነገር ሳይሆን ዓለም ላይ ካሉ ከማናቸውም ነገር ይልቅ ትልቅ እድል እንደሆን በመነገር ይምዋገተናል። 1ዜና 28፥10 "ለመቅደስ የሚሆን ቤት እንድትሠራ እግዚአብሔር የመረጠህ መሆኑን አሁንም አስብ፤ በርትተህ ሥራ።" በማለት፤ ዳዊት በመጨረሻ ሰዓት ሰለሞንን እንደመከረው፤ አገልግሎት

- 13 -

እድል ከሆነ፥ ይህን ያገኘነውን ምርጥ እድል እንደተራ ቆጥረን ሳናባክን፤ ለእግዚአብሔር ክብር፤ ለሰዎች ጥቅም በሚገባ እንድንጠቀምበት ይማጸነናል፡፡

አንድን ነገር "ከንቱ ነው" ልንል የምንችለው ያ ነገር ባሰብነው አቅጣጫ ጥቅም እንዳልሰጠን ስናውቅ ነው፡፡ ምናልባት እንዳንዶች አገልገሎትን ሲያስቡ፤ እነርሱ እንዳሰቡት ከምድሩ አንጻር የጠቀማቸው ነገር እንደሌለ በማሰብ፤ ማገልገል ከንቱ እንደሆነ ሊናገሩ ይችላሉ፦ ነገር ግን ፀሐፊው ጌታን በእውነት ማገልገል በምድር የሚስከፍለው ዋጋ ከባድ ቢሆንም፤ መንፈሳዊ ዓለም ላይ ትርፉ እጅግ ታላቅ እንደሆነና ታላቅ ብድራት ወደፊት እንዳለው በማሳየት ዋጋችንን እዚህ ጠብቀን "ከንቱ ነው" እንዳንል ያስጠነቅቀናል፡፡ ይሄም ብቻ ሳይሆን በትልቅ መከራ ውስጥ ወንጌልን በብዙ ያገለገሉ አባቶችን በማንሳት፤ በዘመናቸው ጌታ ኢየሱስን በመውደድ፤ ትኩረታቸውን ሰማያዊው ነገር ላይ በማድረግ በምድር ላይ ዋጋ በመከፈል ቢያገለግሉም፤ ሌጋሲያቸው ለልጆቻቸው በመተላለፉ፤ ተተኪ ትውልዳቸውን እንዴት አድርገ እግዚአብሔር እንደባረከ በማሳየት እግዚአብሔርን ማገልገል በትውልዳችን ላይ ሳይቀር የሚያሳድረው ተጽዕኖ ከፍተኛ እንደሆነ በማሳየት ጌታን ማገልገል ከንቱ እንዳልሆነ ይጠቁመናል፡፡

ኤር.2፥20 "ከጥንት ጀምሮ ቀንበርሽን ሰብሬአለሁ እስራትሽንም ቆርጫለሁ አንቺም፡፡ አላገለግልም አልሽ" እንደሚል፤ የእስራኤል ትልቅ ችግር የነበረው፤ የተደረገላት ነገር ታላቅ ሆኖ፤ እግዚአብሔር የጠበቀባትን የአገልግሎት ምላሽ ለመመለስ ዳተኛ መሆንዋ ነው፡፡ በዚህ ዘመንም በክርስቶስ ሥራ በመማመን ከእስራት ተፈተን፤ ጨለማችን በርቶ፤ ዘላለማዊ ሕይወትን አግኝተን እያለ፤ ነገር ግን ለተደረገልን ነገር የአገልግሎትን ምላሽ ሳንሰጥ፤ ዝም ብለን እያኖርን ላለን ሰዎች ይህ መጽሐፍ ከዚህ በኋላ ያለአገልግሎት በከንቱ የሚባክን ጊዜ እንዳይኖረን ከባድ የማንቂ ደውል ነው፡፡ ይህም ብቻ ሳይሆን ደሞ እያገለገልን ላለን ሰዎች የአገልግሎታችን ትኩረት ምን ላይ ሊሆን እንደሚገባ የቀደሙ አባቶች ለምን እንደኖሩ፤ ለምንስ እንደ ሞቱ በማሳየት መንገድን ስተን ከሄድንበት ልንዘምን አርነ ወደ ትክክለኛው መንገድ እንድንመለስ ይገራናል፡፡ ስለዚህ መጽሐፉን እንድታነቡት፤ አንብባችሁም ከሕይወታችሁ ጋር በማዋሃድ ተግባራዊ እንድታረጉት አበረታታችኋለሁ፤ ምክንያቱም ደግሞ እኔ አንብቤው ተጠቅሚያለሁኝና፡፡

ሸዋንግዛው ወ/ጼድቅ(መምህር)
ከቦሌ አማኑኤል ጎብረት ቤተ ክርስቲያን

ማውጫ

ክፍል አንድ

ምዕራፍ ፩

ምዕራፍ ፱

ምዕራፍ ፲

ክፍል ሁለት

ምዕራፍ ፲፩

ምዕራፍ ፮

መቅድም

ዓለማቀፉን የከርስቶስ ቤተ ክርስቲያን አንድ የሚያደርጋት የብሉያትና የአዲስ ኪዳን የቃሉ የበላይነት፤ በከርስቶስ ኢየሱስ ቤዛዊ መሥዋዕትነትና ትንሳኤውን በማመን ድነትን ማግኘት፤ እስከ ክርስቶስ በክብር መገለጥ ንጽሕትና ድንግል ሆና ለአንድ ሙሽራ ተዘጋጅታ መገለጡን በናፍቆት መጠባበቁ እና አንዱ መንፈስ በሁሉም አገር፤ ቋንቋና ዘሮች መካከል ከተገኘበት ማንነት በሚልቅ አንድነት መተሳሰራቸው ጥቂቶቹ ናቸው። አንደ የምንኖርበት አገር አውድና ባህል እቼው አንዱ ቅድስት ቤተ ክርስቲያን በአሠራር፤ በአምልኮ ሥነ - ሥርዓቶቿ፤ በአገልግሎት አደራረጓና ለአገልግሎትና ለአገልጋዮች ከኑሮዋቸው እስከ አልባሳቶቻቸው የምትስጣቸው ትርጉሞችና የአኗኗር ዘይቤዎች ይለያያሉ።

ወንጌልን ወደ ኢትዮጵያ ይዘው ለመጡት ሚሽነሪዎች ምስጋና ይድረሳቸውና በኢትዮጵያ ወንጌል ከተሰበከ እና የወንጌለውያኑ አብያተ ክርስቲያናት ወንጌል ይዘውልን እንደመጡ ሚሽነሪዎች የኑሮና የአገልግሎት ዕይታዎቻቸው፤ የነሱ ዐውድ በሆነው ሥነ -መለኮት ቤተ ክርስቲያን ከተቋቋመችና አንደ ሚሽነሪዎቹ አስተሳሰብና ባህል መባዘት ከጀመረች አንድ ከፍለ ዘመን ቢደፍንም በምድሪቱ ከነበሩ ነገሥታቶች በኋላም የኮሚንስት ሥርዓቱ የተነሳ ኢትዮጵያ የራሷን ዐውዳዊ የአገልግሎትና የአገልጋዮች ወጥ የሆነ ሥነ - ሥርዓቶችም ሆነ፤ በጥናት ላይ የተመሰረቱ ችግር ፈቺ የደቀ መዝሙርና "ሎሌ" አገልጋይ ማፍሪያ ትምህርቶች አሉ ብሎ አፍን ሞልቶ መናገር አይቻልም።

አስከ አሁን ድረስ መጽሐፍ ቅዱሰን በቅጡ እንድንረዳ፤ ወጥ የሆነ ደቀ መዝሙርም ሆነ አገልጋዮችን ማሳደጊያና ማበልጠጊያ ትምህርቶች ማስተማሪያ ተቋም ሃምሳ ዓመት ከደፈነው ከመካነ ኢየሱስ ሴሚናሪዮም ውጭ ከሦስት አሥርት ዓመታት የዘለለ በአገራችን የለንም። ስለዚህም ሁሉም የምናነባቸው መጽሐፍቶችና ቴክስቶቻችን የሥነ መለኮት ትምህርት ካሪኩለሞቻችን በውጭዎቹ አካል ቤተ ክርስቲያናት ዐውድ ላይ የተንጠለጠሉ በመሆኑ በትንሹ ከተውልዶች የሚተላፉ መርገሞችንም ተጎጂ ስለመሆናችን ይሁን የምንጠቀምባቸው የአባቶቻችን የምርቃትና የመልካም ተግባራቸው በረከቶች ተጠቃሚ ስለመሆናችን ያለን መረዳቶች ላይ በብዙ ኹንቱርቱር የሆነ አይታዎች ነው ያሉን።

ስለዚህ "መርገም ወይም በረከት ብሎ ነገር የለም!" ከሚለው ዕይታ የተነሳ እንኳን መጽሐፍ ለመጻፍ ይቅርና ለመስበክና ማስተማርም የሚታለፈውን መከራ የኖረበት ብቻ ያውቀዋል::

መጋቢ አመሉ ጌታ "ሆ" ብሎ መጽሐፍ የጀመረው በሕይወትህና በኑሮህ ተባርከህ ውጤታማ ለመሆን "አባትና እናትህን አክብር" ከሚለው መጽሐፉ ጀምሮ "አስራት" በሚለው መጽሐፉ የእግዚአብሔርን ወደ እግዚአብሔር ጎተራ ያለመመለስ የሚያመጣው መባረክና ኪሳራን ያስቃኘበት፣ "ቅድም ጋብቻ ጥቤብ" በሚለው መጽሐፉ ከጋብቻ በፊት በከፍተኛ ደረጃ ሊደረጉ የሚገባው ጥንቃቄዎች ፈቃደ እግዚአብሔርን ከማወቅ ቀጥሎ የእያንዳንዳቸውን ተጣማሪዎች የቤተሰብ መርገሞች መስበር እንደሚገባቸው፣ "ድንገ ጋብቻ ጥበብ" በሚለው መጽሐፉ ሁለቱ አንድ ሆነው ከተጣመሩ በኋላ ልጆቻቸው ላይ ከሚያሳርፉት አሻራዎች ውስጥ መልካምና በጎ ተጽእኖ አሳዳሪ ከመርገም የጸዳ ተተኪ ትውልድ ስለማፍራት፣ "የድሆችና የችግረኞች ጩኸት ወጣ" በሚለው መጽሐፉ በታሪካችን ከነበረው የባሪያ አሳዳሪ ሥርዓቶች ጀምሮ በቤታችን ሊረዱን ስለምንቀጥራቸው በቤት ሥራ የሚረዱን ሰዎች የተደረገ ግፍና መከራ በምድሪቱ ጩኸም ያመጣውን መርገም በንስሐ ስለማደስ ያነሳበት ትልቅ አሳብ፣ "ከብዙ ሞት አዳነኝ" በሚለው መጽሐፉ ከአስተዳደግ እስክ ጦር ሜዳ ውሎው የራሱን ውጣ ውረዶችና በማንሳት በአገልጋይ ሕይወት ውስጥ የሚኖሩ ውጣ ውረዶችን በማንሳት የሄዳቸው ጉዞዎች ነፍሱ የምትጮኽበትን ትውልድን የማሻገር ብርቱ ናፍቆት ያሰረዳሉ::

አሁንም በሰባተኛው መጽሐፉ "የአገልግሎት ሌጋሲ" በንዑስ ርዕስ እግዚአብሔርን ማገልገል ከንቱ አለመሆኑን ባነሳበት መጽሐፉ አንድ የምድርና የትውልድ ጉዳይኅትን የሚናፍቅና ውስጣዊ ጩኸት እንዳለበት ሰው አገልጋዮችንና ምዕመናንን በማስረጃ ጩኸም የሚሞግትበት መጽሐፍ ሆኖ አግኝቼዋለሁ:: በመጀመሪያዎቹ አምስት ምዕራፎች አገልግሎት የምንለው ራሱ ምን እንደሆነና የምናገለግለውን እግዚአብሔርንና ሰዎችን በሚገባ እንዴት እንደምናገለግልና የአገልግሎት ምርጫዎቻችንን በተመለከተ፣ በአጽንኦትም እግዚአብሔርን ማገልገል ከንቱ እንዳልሆነ፣ የአገልግሎት ትሩፋቶቹን፣ አገልግሎት ውስጥ ዘልቆ ከመግባት በፊት ሊጠየቅ የሚገባውን ጥያቄና ለተግዳሮቶቹ ግንዘቤ መጨበጥ እንደሚገባ በዘመናችን በአገልግሎትና አገጋዮች ነን ብለው ላገልግሎት ደፉ ቀና በሚሉቱ ሊወገዱ የሚገባቸውን ዋና ዋና ነገሮች በስፋት ያነሳል::

ይበልጥ ግን ይህን አገልጋዮችን በቃሉ በሚያርቅበትና በሚሞግትበት መጽሐፉ በደማቁ

በሚያስደስት ሁኔታ አገልግሎት ብድራቶችን የጸፈበት መንገድ በብዙ መከራና እንግልት፤
"ዋጋ ያስከፍላል እና ክርስትና፤ መቼ ምኑ ተያዘና" ብለው እየዘመሩ ለወንጌል የተጋደሉ
አባቶችና ለልጆቻቸው የተረፈውን የበረከት ቱርፋቶችን በሚታወቁ ማስረጃዎች የጸፈበት
ምርጥ መጽሐፍ ሆኖ አግኝቼዋለሁ::

መጋቢ አመሉ ፤ ሩቅ እንዳንሄድ ያደረገንን የትውልድ እንቅፋት እባካችሁ አብረን እናንሳ
እየተደነቃቀፍን አንኑር የሚል ጨኸቱንና የልቡን አምሮቱን የጸፈበት ይህ መጽሐፍ ብዙ
ቅያዎች ሊቀጥልበት የሚችል መሆኑን አያያዙ ያሳያል::

መጋቢ አመሉ ናፍቆትህ እውን ሆኖ፤ የኢትዮጵያ ከፍታ ተረጋግጦ፤ በያንዳንዱ ገጠርና
ከተማ የትውልዱ እንቅፋት ተጠርጎ እግዚአብሔርን በእውነትና በመንፈስ የሚያመልክ
ትውልድ ያሳይህ እያልኩት፤ አንባብያን አንብበው የሚያልፉት ጉዳይ ብቻ ሳይሆን
ከቤተሰብ እስከ አጥቢያ ቤተ ክርስቲያን የሚወያዩበትና እንደ እግዚአብሔር ቃል ወደ
አንድ መረዳት የሚመጡበት እንዲሆን ምኞት ብቻ ሳይሆን ብርቱ የጸሎቴ ነው::

ሳሙኤል ኃይሉ
ከ24/7 ምልጃ ማዕከል

መግቢያ

ቤተ ክርስቲያን ከምሥረታዋ አንስቶ ወደ እሷ የሚቀላቀሉትን ወንጌል አማኝያን ደቀ መዛሙር በማድረግ ሂደት ከምትሰጣቸው ትምህርቶች አገልግሎት/አገልጋይ ዋነኛውና መሰረታዊው ሲሆን ይኼንን በተመለከተም የቤተ ክርስቲያን ራስ የሆነው ጌታችን ኢየሱስ ክርስቶስ፤ "የሰው ልጅ እንዲያገለግሉት ሳይሆን፤ ለማገልገልና ነፍሱንም ለብዙዎች ቤዛ አድርጎ ለመስጠት መጥቶአልና"(ማቴ.20፥28) በማለት አገልግሎት፤ የተከታዮቹ ተቀዳሚ ተግባር መሆኑን አመላክቷል።

ሐዋርያቱም ቢሆኑ ይኼንን በትምህርታቸውና በሕይወታቸው ያስተጋቡ ሲሆን፤ በዘመናት ሁሉ አገልግሎትን አስመልክቶ ስፍር ቁጥር የሌላቸው መጻሕፍት ተጽፈዋል፤ ተሰብኸል። ስልጠና ተሰጥቷል። ይሁንና ከጊዜ ወደ ጊዜ አገልጋይነትን አስመልክቶ በሰዎች መንፈስ እየሠረጸ ያለውና የሚስተዋለው ከቅዱሳት መጻሕፍት አስተምህሮ የተፋታና ጌታ ኢየሱስ ክርስቶስ፤ "የአሕዛብ አለቆች ተብለው የሚታሰቡት እንደሚገዙአቸው፤ ሹሞቻቸውም በእነርሱ ላይ ሥልጣናቸውን እንደሚያሳዩ ታውቃላችሁ፤ በእናንተ ዘንድ ግን እንዲህ አይደለም፤ ከመካከላችሁ ታላቅ መሆን የሚፈልግ ሁሉ አገልጋይ ይሁን፤ ፊተኛ ለመሆን የሚፈልግ ሁሉ፤ የሁሉ ባሪያ ይሁን"(ማር.10፥42-43)። በማለት የተናገረውን እውነታ በሚጻረር መልኩ በመተግበራቸው ምክንያት፤ የአገልጋይነት መንፈስ ከብዙ ወገኖች እየራቀ ስፍራውን የገዢነትና የጭፍለሰኔት መንፈስ ሲወረው የሚመለከቱ፤ በነቢዩ ሚልክያስ ዘመን እንደነበሩት አይሁዶች "እግዚአብሔርን ማገልገል ከንቱ ነው" በማለት በየስፍራው የሚያጉተመትሙና ከአገልጋይነት መንፈስ ራሳቸውን የሚያቆቡ እየተበራከቱ እንደሆነ ለመመልከት የተለየ እውቀትና ጥናት አልያም መገለጥን የሚጠይቅ አይደለም።

በዚህ ሁኔታ ከቀጠለና ትውልድ እግዚአብሔርን በጽድቅ ማገልገል የከበረና ራሱን እንደ እድለኛ አድርጎ ካልቆጠረ ወደፊት አገራችን የአገልጋይ ረሃብ እንዳይገጥማት በማሳሰብና የተጻፈውን እውነት ተረድቶ ሳላገለግል መኖር አልችልም የሚል ትውልድ እንዲነሳ፤ አገልግሎትን አስመልክቶ ያለው ጤናማ ያልሆነ አካሄድና ብዥታ በቅዱሳት መጻሕፍት አስተምህሮ ተመርኩዞ ማጥራትና፤ በቅጡ አንድ ከፍለ ዘመን ባልዘለቀው የኢትዮጵያ ወንጌላዊው ክርስትና ውስጥ ስለ አገልግሎት የጠራ መጽሐፍ ቅዱሳዊ መሠረት የነበራቸውና በታማኝነት የሚወድዱትን አምላካቸውን፤ ቤተ ክርስቲያንን እና

ትውልድን አገልግለው ያለፉ አገልጋዮችን - የአገልግሎት ሕይወት በመዳሰስና የእነሱን የአገልግሎት ትሩፋት በልጆቻቸው ሕይወት ይዞት የመጣውን በረከት በማስረጃ አሰደግፎ ማቅረብ ለአሁኑና ለተተኪው ትውልድ የአገልጋይነትን መንፈስ በጤናማው መንገድ ለማነሳሳት ጠቃሚ ስለሚሆን ታሪካቸውን - ከባለ ታሪኮቹ ልጆች ጋር አካትቻለሁ፡፡

ለበርካታ ዓመታት የአሁኑንና የሚመጣውን ትውልድ ሳስብ በልቤ ውስጥ ያለ ሻከም በመሆኑ ፤ በዚች መጽሐፉ ውስጥ የክርስቶስ ተከታዮች የሆኑ ሁሉ፣ እግዚአብሔርን ማገልገል ከንቱ እንዳልሆነ አውቀው፣ የአገልግሎትን ምንነት ተረድተው፣ በየትኛውም ደረጃ ጌታን የማገልገል ዕድል ያገኛ ሁሉ ዝቅ ብለው በትሕትና እንዲያገለግሉ እና አገልግሎትን ቸላ ማለት ደግሞ በሕይወታችን የሚያስከትላቸውን መንፈሳዊ ኪሳራዎች እንዳሉ ለማስገንዘብ "የአገልግሎት ሌጋሲ - እግዚአብሔር ማገልገል ከንቱ ያለመሆኑ ማስረጃዎች"ን አገልግሎትን ለእግዚአብሔር ክብር፣ ለሰዎች ጥቅምና ለልጆቻችን በረከት እንዲሆን አስበን እንድንከውነው በዚች መጽሐፍ አበረታታለሁ፡፡

በዚህ ዘመን የአገልግሎት እውነትን ባለመረዳት ባልሆነ አቅጣጫ በመጓዝ መንፈሳዊ አገልግሎትን ለማል ትርፍ መጠቀሚያ ያደረጉ አገልጋዮች እንዲታቀቡና በእነርሱ ያልተገባ ሕይወት ሌላው ተበክሎ ከመንገድ እንዳይወጣና እውነትን ተረድተው እንዲጸኑ ለማድረግ ውቅር አሳቦችንም ይዟል፡፡

በኢትዮጵያና በዲያስፖራው አብያተ ክርስቲያናት የሚስተዋለው ጤናማ ያልሆነ የአገልግሎት እሳቤ፣ ከቀደሙት ኢትዮጵያውያን የወንጌል አገልጋዮች ታሪክ በማማር አርአያነታቸውን ተከትለን፣ በጽድቅና በእምነት ማገልገል እንድንችል የቀደሙትን አገልጋዮች የአገልግሎት ሌጋሲና የልጆቻቸው እንዲሁም የሁለተኛው ትውልድ አባቶችና የልጆቻቸው ትሩፋት የሚያሳይ ማስረጃ አዘል ታሪኮችን እንዲካተቱ አድርጌአለሁ፡፡

ይህ መጽሐፍ ትውልድ ለአገልግሎት ቅድሚያ እንዲሰጥና በጽድቅ ማገልገል እንዲችል ትልቅ አስተዋጽኦ ያደርጋል የሚል እምነት አለኝ፡፡ እንግዲያውስ እናንተም እያነበባችሁ ሌሎችም እንዲያነቡት እንድታበረታቱ የቤተ ክርስቲያን ራስ በሆነው ጌታችን ኢየሱስ ክርስቶስ ፍቅር አበረታታለሁ፡፡

ፓስተር አመሉ ጌታ
የቦሌ አማኑኤል ጉብረት ቤተ ክርስቲያን መጋቢ

ክፍል አንድ

መንደርደሪያ

አገልግሎት ምንድን ነው?

በወንጌላዊው ክርስትና የክርስቶስን አዳኝነት ከመቀበል ቀጥሎ ትኩረት ከሚያገኙት ዋነኛ ነገሮች አንዱ አገልግሎት ነው።

አገልግሎት ሰፊና ጥልቅ ትርጓሜ ያለው ከመሆኑ ጋር ተያይዞ የማይዳስሰው የሥራ፣ የሙያ፣ የስልጣን ክፍል ባይኖርም በወንጌላዊው ክርስትና አገልግሎት "አምልኮት" ጭምር ነው። በክርስቶስ ዳግም ልደት ያገኙ የኢየሱስ ደቀ መዛሙርት የሆኑት ሁሉ ፣ "እግዚአብሔር አብን በእርሱ እያመሰገናችሁ፣ በቃል ቢሆን ወይም በሥራ የምታደርጉትን ሁሉ በጌታ በኢየሱስ ስም አድርጉት።"(ቆላ.3፥17) የተባሉትን ሲፈጽሙ፣ በሁለተናዊ ነገራቸው ለአምላካቸው ክብርና ምስጋና ይሰጣሉ፣ ለእርሱ ተገዢነታቸውን ያሳያሉ። "እስራኤል የበኩር ልጄ ነው፤ ይገዛልኝ ዘንድ ልጄን ልቀቅ አልሁህ፤"(ዘጸ.4፥23)።

ዳግም ልደት ያገኘ ሰው፣ በክርስቶስ ኢየሱስ በኩል የእግዚአብሔር ልጅ መሆኑን ተከትሎ ለአገልግሎት ጭምር ጥሪ ደርሶታል ማለት እንችላለን። ጌታችን ኢየሱስ ክርስቶስ እርሱን መከተል ለማግልገል እንደሆነ ሲያስገነዝብ፣ "የሚያገለግለኝ ቢኖር

የአገልግሎት ሌጋሲ

ይከተለኝ፤ እኔም ባለሁበት አገልጋዬ ደግሞ በዚያ ይሆናል፤ የሚያገለግለኝም ቢኖር አብ ያከብረዋል"(ዮሐ.12፤26) በማለት ተናግሯል።

እግዚአብሔር በሙሴ በኩል እስራኤላውያንን ከፈርዖን የባርነት ቀንበር ነጻ ሲያወጣቸው ለፈርዖን ከስምንት ጊዜ በላይ ደጋግሞ የሰጠው ማስጠንቀቂያ "እንዲያገለግለኝ ሕዝቤን ልቀቅ"(ዘጸ.7፤16) የሚል ነበር።

ከላይ ከተመለከትናቸው የኢየሱስ ንግግርም ሆነ ለፈርዖን ከተሰጠው "የሕዝቤን ልቀቅ" ማስጠንቀቂያ ፤ የሰው ልጅ ከውድቀት በፊት የተፈጠረበት ዓላማ እግዚአብሔርን ለማገልገል እንደሆነ ግልፅ ያደርግልናል።

ስለዚህ አገልግሎት ገና ከፍጥረት መጀመሪያ እግዚአብሔር በአምሳሉ የፈጠረው ሰው ለአምላኩ ፈቃድ በመገዛት፤ፈጣሪውን ለማክበር የሚያደርገው ወይም ማንኛውም በአምላክ ስም የሚፈጽመው ተግባር ነው። አስቀድሞ እግዚአብሔር ሰውን በመልኩ ሲፈጥር ከሰው ምላሽ እንዲሆን የፈለገው እርሱን ማምለክ፤ እርሱን ማገልገል ነው፤ ስለዚህም አገልግሎት የተፈጠርንበት ዓላማ ነው።

አገልግሎት፤ ሰው ለአምላክ ለመታዘዝና እግዚአብሔርን ለማምለክ በተለያየ መንገድ የሚሰጠው የፍቅርና የመገዛት ምላሽ ነው። እግዚአብሔርን ማምለክና ማገልገል የማይነጣጠሉና ከእርሱ ጋር ኅብረት የማድረጊያ መንገዶች ናቸው።

መጽሐፍ ቅዱስ:- "እግዚአብሔር አስቀድሞ ያዘጋጀልንን መልካም ሥራ እንድንሠራ በክርስቶስ ኢየሱስ የተፈጠርን የእግዚአብሔር እጅ ሥራዎች ነን።"(ኤፌ.2፤10) ይላል። ይህ መልካም ሥራ አገልግሎት ነው። በማንኛውም መልኩ ሌሎችን ባገለገልን ቁጥር፤ በእርግጥም እግዚአብሔርን እያገለገልን ነው።

ሰዎችን በሚያስፈልጋቸው ነገር መርዳት፤ ማገዝ፤ መንከባከብና ሌሎችን መጥቀም ማገልገል ነው። ሌላውን ሰው በእግዚአብሔር ስም መርዳት እግዚአብሔርን እንደማገልገል ነው። ምክንያቱም እግዚአብሔርን አገለግላለሁ ማለት እርሱ ጉድለት ኖሮት መርዳት ወይም ማገዝ ሳይሆን (እግዚአብሔር በማንም ስለማይገለገል) በእርሱ ስም ለሌሎች የምናደርገው እርሱን እንደማገልገል ይቆጠራል።

"ዓለሙንና በእርሱ ያለውን ሁሉ የፈጠረ አምላክ እርሱ የሰማይና የምድር ጌታ ነውና

- 32 -

እጅ በሠራው መቅደስ አይኖርም፤ እርሱም ሕይወትንና እስትንፋስን ሁሉንም ለሁሉ ይሰጣልና አንዳች እንደሚጎድለው በሰው እጅ አይገለገልም"(የሐዋ.17፥24-25)።

ከዚህ ቃል እንደምንረዳው እግዚአብሔርን አንዳች እንደሚጎድለው ማንም ለእርሱ ለመጨመር ወይም እርሱን ለመርዳት የሚያገለግል የለም። ነገር ግን በምንኖርበት ዘመን ሁሉ እርሱን ለማክበር የምንሰጠው ምላሽ አገልግሎትን ያመለክታል።

አገልግሎት በምንኖርበት፣ በምንመላለስበትና በምናመልክበት ጊዜ ሁሉ ለእግዚአብሔር ክብር የሚሆኑ ጠቃሚና በጎ የሆኑ ተግባራትን የማከናወን ሂደትም ነው ልንለው እንችላለን (2ጢሞ.2፥20)።

ከላይ ለመንደርደሪያነት ያነሳነው አገልግሎት ምንድን ነው? የሚለውን መሰረታዊ ጥያቄ መመለስና በዚህ ትርጓሜ መስማማት የሚያስፈልገብት ምክንያት በቤተ ክርስቲያን አገልግሎት ውስጥ የሚኖረንን ሚና ለማወቅ የመጀመሪያው እርምጃ ስለሆነ ነው።

አገልግሎትን እንደ እግዚአብሔር አሳብ ካልተረዳነው የእርሱን ፈቃድና አሳብ ልናገለግል አንችልም።

1.   አገልጋይ ማነው?

እግዚአብሔርን ስለማገልገል ብዙ ሰዎች በትክክል የማያረዱት ቃል "አገልጋይ" የሚለው ነው። ብዙዎች "አገልጋይ" የሚለውን ቃል ሲሰሙ፥ ፈጥነው የሚያስቡት ስለ መጋቢዎች ፣ ቄሶች እና የሙሉ ጊዜ የቤተ ክርስቲያን አገልጋዮች ነው። እግዚአብሔር ግን የእርሱ ቤተሰብ የሆነ ሰው ሁሉ አገልጋይ መሆኑን ነው የሚናገረው። ስለዚህ ክርስቲያን ከሆንክ፣ አገልጋይ ነህ፤ ስታገለግልም ደግሞ አገልግሎትህን ፈጸምክ ማለት ነው።[1]

ሕመምተኛይቱ የጴጥሮስ አማት ኢየሱስ በፈወሳት ጊዜ፣ በተሰጣት አዲስ ጤንነት በመጠቀም፡ "ተነስታ አገለገለቻቸው"(ማቴ.8፥15)። ይህን ነው ማድረግ ያለብን፡ የተፈወስነው ሌሎችን ለመርዳት፣ የተባረክነውም በረከት ለመሆን ነው። ድነት ያገኘነው ልናገለግል እንጂ ፣ ዝም ብለን በመቀመጥ መንግሥት ሰማያትን ልንጠባበቅ አይደለም። ...ለድነት መጠራትህ ለአገልግሎት መጠራትህንም ያካትታል። ሁለቱም አንድ ናቸው። የምትሠራው ምንም ሆነ ምንም ፣ የጠራኸው ለሙሉ ጊዜ የክርስትና አገልግሎት ነው።

1 ሪክ ዋረን - ዓላማ መር ሕይወት ፣ ገፅ 240 ኢቫንጀሊካል ቲዎሎጂካል ኮሌጅ አዲስ አበባ 1997 ዓ/ም

የአገልግሎት ሌጋሲ

"የማያገለግል ክርስቲያን" የሚባለው አባባል እርስ በእርሱ ይቃረናል[2]

በቤተ ክርስቲያን ውስጥ ከሚዘወተሩ ቃላት ውስጥ አገልጋይ እና ምእመን የሚሉ ቃላት ናቸው። እንዱን አገልጋይ ሌላውን ምዕመን ማለታችን የሚያገለግልና የማያገለግል ብለን ቡድን እንድንሰራ ያደረገ አሻሚ ቃል ሳይሆን አይቀርም።

ምእመን፤ በቁመ ያመነ፤ አማኒ፤ የታመነ ፤ እሙን ፤ እውነተኛ ክርስቲያን[3] የሚል ትርጓሜ ሲኖረው፤ ይኼው ቃል ታማኝ ለሚለው በመዝሙረ ዳዊት፤ ምእመናን ተብሎ ተተርጉሟል።

"ከእኔ ጋር ይኖሩ ዘንድ፤ ዓይኖቼ በምድር ምእመናን ላይ ናቸው፤ በቀና መንገድ የሚሄድ እርሱ ያገለግለኛል"(መዝ.101፥6)።

ስለዚህ ምእመናን የእውነተኛ የክርስቲያኖች ሌላኛው መጠሪያ የወል ስም እንጂ የአገልግሎት ልዩነት ማሳያ አለመሆኑን አስቀድመን ልንገነዘብ ይገባናል።

በዚህ መሠረት የዬድን እንደሆነ አገልጋይ ማን ነው? ለሚለው ቀዳሚው ምላሽ የሚሆነው በክርስቶስ ኢየሱስ ዳግም ልደት ያገኙ ክርስቲያኖች ሁሉ የሚል ይሆናል።

በቤተ ክርስቲያን ውስጥ ያሉት አማኞች ሁሉም ምእመን ፤ ሁሉም አገልጋይ ስለሆነ ፤ አገልጋይና ምእመን በማለት ማበላለጥ ትክክል አይደለም።

"እኛ ፍጥረቱ ነንና፤ እንመላለስበት ዘንድ እግዚአብሔር አስቀድሞ ያዘጋጀውን መልካሙን ሥራ ለማድረግ በክርስቶስ ኢየሱስ ተፈጠርን"(ኤፌ.2፥10)።

"እናንተ ግን ከጨለማ ወደሚደንቅ ብርሃኑ የጠራችሁን የእርሱን በጎነት እንድትናገሩ የተመረጠ ትውልድ፤ የንጉሥ ካህናት፤ ቅዱስ ሕዝብ፤ ለርስቱ የተለየ ወገን ናችሁ"(1ጴጥ.2፥9)።

<hr>

2 ዝኒ ከማሁ

3 መጽሐፈ ሰዋሰው ወግስ ወመዝገበ ቃላት ሐዲስ ገፅ 227 - አርቲስቲክ ማተሚያ ቤት 1948 ዓ/ም የታተመ

አገልግሎት እያንዳንዱ ክርስቲያን በተሰጠው የጸጋ ስጦታ በቤተ ክርስቲያን ውስጥ በሚሰማራበት ጊዜ የሚያበረክተው ድርሻ ስለሆነ አገልጋይ ያልሆነ ክርስቲያን የለም ማለት ይቻላል።

እግዚአብሔር ፤ እስራኤላውያንን ከግብፅ ባርነት ነጻ ሲያወጣቸው ሁላቸውም የእሱ አገልጋይ እንዲሆኑ ነበር።

"እግዚአብሔርም ሙሴን ተናገረው። ወደ ፈርዖን ግባ እንዲህም በለው። እግዚአብሔር እንዲህ ይላል። ያገለግለኝ ዘንድ ሕዝቤን ልቀቅ"(ዘጸ.8፥1)።

በእግዚአብሔር ስም የሚጠራ ሁሉ ወይም በእግዚአብሔር የተዋጀ ሕዝብ የእግዚአብሔር አገልጋይ ነው።

"እናንተ ግን የእግዚአብሔር ካህናት ትባላላችሁ፤ ሰዎቹም የአምላካችን አገልጋዮች ብለው ይጠሩአችኋል"(ኢሳ.61፥6)።

"አሁንም ቃሌን በእውነት ብትሰሙ ኪዳኔንም ብትጠብቁ፤ ምድር ሁሉ የእኔ ናትና ከአሕዛብ ሁሉ የተመረጠ ርስት ትሆኑልኛላችሁ፤ እናንተም የካህናት መንግሥት የተቀደሰም ሕዝብ ትሆኑልኛላችሁ"(ዘጸ.19፥5-6)።

አገልግሎት በብሉይ ኪዳን በእግዚአብሔር ምርጫና እግዚአብሔር እንዲያገለግሉት እድል በሰጣቸው ሰዎች ብቻ የሚከናወን ሥራም ነበር። ንጉሥ ዳዊትም ይህንን የአገልግሎት ምንነት በመረዳቱ የቃል ኪዳን ታቦቱን ይሸከሙ ዘንድ እግዚአብሔር ከመረጣቸውና እድሉን ከሰጣቸው ውጭ ማንም እንዳይነካ ደጋግሞ ይናገር ነበር።

"በዚያን ጊዜም ዳዊት። የእግዚአብሔርን ታቦት ይሸከሙ ዘንድ፤ ለዘላለሙም ያገለግሉት ዘንድ እግዚአብሔር ከመረጣቸው ከሌዋውያን በቀር ማንም የእግዚአብሔርን ታቦት ይሸከም ዘንድ አይገባውም አለ"(1 ዜና 15፥2)።

የእግዚአብሔርን ዕቅድ በብሉይ ኪዳንም ሆነ በዘመነ ሐዲስ ለእርሱ የመረጣቸው ሕዝቦች የእሱ ካህናት አልያም አገልጋዮች እንዲሆኑ ነው። ስለዚህ በክርስቶስ ኢየሱስ በኩል ወደ እግዚአብሔር አብ የተጠራን ሁላችንም እግዚአብሔርን የማገልገል ግዴታና ኃላፊነት አለብን።

በአገልግሎት ውስጥ ወንድ፤ ሴት ፤ ጨዋ ባሪያ የሚል ከፍፍል ሳይኖር ያገለግሉ ዘንድ

የአገልግሎት ሌጋሲ

የእርሱ ለሆኑት ሁሉ የሚያገለግሉበትን መክሊትም ከእግዚአብሔር ዘንድ ተስጥቷል። ለዚህ ማሳያ የሚሆነን በማቴ.25፤14-30 በተጠቀሰው የጌታ ኢየሱስ ምሳሌ ውስጥ ጌታቸው መክሊት የሰጣቸውን ባሮች ታሪክ እናገኛለን። ለሁሉም እኩል አልተሰጠም። ነገር ግን እንደ ዓቅማቸው ነበር የተሰጣቸው። በተሰጣቸው መክሊት ትክክል የሠሩ ነበሩ፤ ያልሠሩብትም ነበሩ። ያተረፉት ሲሸለሙ ያልሰሩበት ደግሞ ተወሰደባቸው፤ አልፎም ቅጣትን ተቀበሉ። ይህ ምሳሌ የሚያስተምረን ሁሉም አማኝ አገልግሎት ወይም መክሊት እንደተሰጠውና በበዚያም ደግሞ ሊሰራበትና ሊያተርፍ እንደሚጠበቅበት ነው። ስለዚህ የማያገለግል ክርስቲያን ሊኖር አይችልም።

የተወሰኑ ልዩ አገልግሎቶችን ለተወሰነ አደራ ከመስጠት ውጪ ሁሉም ክርስቲያኖች በአንድ ነገር የእግዚአብሔር አገልጋይ ናቸው። ገደብ የለሽ የአገልግሎት ዕድሎች ሲኖራቸው የሚያደርጉትን እንቅስቃሴ ሁሉ እግዚአብሔርን እያገለገሉ እንደሆነ አስበው ሊያደርጉት ይገባል(ኤፌ.6፤5-8 ፤ ቆላ.3፤23)። ይህ አገልግሎት የግድ በኃይማኖታዊ ሥርዓት ውስጥ ብቻ መሆን የለበትም። ክርስቶስ በየዕለቱ የሚያደርጉት የቸርነት ተግባራት ለእርሱ የተደረጉ አገልግሎቶች እንደሆኑ አድርጎ ነው የሚቆጥራቸው። ምንም እንኳን እነዚያን ድርጊቶች የሚፈጽሙ ግለሰቦች ባያስተውሉትም(ማቴ.25፤35-40)። በአንጻሩ ሰዎች ጌታን የሚያገለግሉ መስለው በመታየት ሥራ ላይ ሊሰማሩ ይችላሉ። ነገር ግን እንደነዚህ ያሉ ሰዎች ዋና ዓላማቸው የግል ጥቅም ስለሆነ በፍጹም ጌታን እያገለገሉ አይደለም(ማቴ.6፤24)። ክርስቶስን ማገልገል ማለት ሌሎችን ማገልገል ሲሆን (ማቴ.25፤35-40)፤ ሌሎችን የሚያገለግሉ ሰዎች ደግሞ ከእግዚአብሔር ዘንድ ዋጋ አላቸው(ማቴ.20፤25-28 ፤ 23፤11-12)። ይህ ማለት ግን ክርስቲያኖች እግዚአብሔርን የሚያገለግሉት በምላሹ ስለሚያገኙት ወሮታ ነው ማለት አይደለም። በአንጻሩ የሚያደርጉትን አገልግሎት ሁሉ ኃላፊነታቸው እንደሆነ አውቀው ነው ማድረግ ያለባቸው(ሉቃስ 17፤10)። ሆኖም ግን እግዚአብሔር በቸርነቱና በታማኝነቱ የሚያገለግሉቱን ለመሸለም ቃል ገብቷል(ማቴ.25፤21 ፤ ሉቃ.19፤17 ፤ ዕብ. 6፤10 ፤ ራዕ.2፤19፤ 26)።[4]

አገልጋይ ማን ነው? ለሚለው እውነታው ከላይ የጠቀስኩት ቢሆንም በታሪክም ሆነ አሁን ባለንበት ሁኔታ በዚህ መረዳት ነው ወይ ክርስቲያኖች የሚንቀሳቀሱት? የሚለውን ስንፈትሽ ግን እንደዚያ እንዳልሆነ መረዳቱ ብዙም የተለየ መለኮታዊ መገለጥን የሚጠይቅ አይደለም።

____

4 አዲስ የመጽሐፍ ቅዱስ መዝገበ ቃላት - ግሎብ ሥን ስሑፍ አገልግሎት 2003 ዓ/ም አዲስ አበባ ገጽ 353

ናፖሊዮን በአንድ ወቅት ወደ ቻይና ካርታ እያመለከተ እንዲህ ብሎ ነበር፤ "እዚህ ስፍራ ላይ የተኛ ግዙፍ ሕዝብ አለ። አንድ ቀን ከነቃ፤ ማንም ሊያቆመው አይችልም።" ቤተ ክርስቲያን ያንቀላፋች ግዙፍ ሕዝብ እንደሆነች አምናለሁ። በእያንዳንዱ እሁድ፤ የቤተ ክርስቲያናት አገዳሚ ወንበሮች እምነታቸውን "ከመጠበቅ" በስተቀር ምንም በማያደርጉበት ምእመናን ይሞላሉ። የቤተ ክርስቲያን "ንቁ" አባላት የሚሆኑ ስያሜ በብዙዎች ቤተ ክርስቲያናት ያለው ትርጉሜ ሁል ጊዜ የሚመጡ እና ቤተ ክርስቲያኗን በገንዘብ የሚደግፉ ማለት ነው። ከዚህ በላይ አይጠበቅባቸውም። እግዚአብሔር ግን ከእያንዳንዱ ክርስቲያን ከዚህ በላይ በጣም ብዙ ነገር ይጠብቃል። እያንዳንዱ ክርስቲያን ያለውን ስጦታ እና ተሰጥዖ ለአገልግሎት እንዲያውለው ይጠብቅበታል። በአጥቢያ ቤተ ክርስቲያን ውስጥ ተዳፍኖ ያለውን ያንን እጅግ የበዛ ተሰጥዖ፤ ሀብት፤ ፈጠራ እና ኃይል ማንቃት እና መልቀቅ ከተቻለ ክርስትና ታይቶ በማይታወቅ ፍጥነት ያድጋል።[5]

ወንጌላውያን ቤተ ክርስቲያናት ማድረግ ያለባቸው ትልቁ ነገር አባሎቻቸውን ለአገልግሎት መልቀቅ ነው። በአሜሪካ አብያተ ክርስቲያናት አባላቱ ላይ በመጠየቅ አማካይነት የተደረገ አንድ የዳሰሳ ጥናት እንደሚያመልክተው ከአባላቶቹ መካከል 10 ከመቶዎቹ ብቻ በሆነ አይነት የግል አገልግሎት ላይ ሲሳተፉ ፤ ከአባላቱ 50 ከመቶው ደግሞ በየትኛውም አገልግሎት ውስጥ ለመሳተፍ ፍላጎቱ የላቸውም። እስኪ ይኼንን ነገር አስቡት! ቤተ ክርስቲያን ምንም ያህል ምእመናን አገልጋዮች ተሳትፎ እንዲያደርጉ አባላትዋን ብታበረታታም፤ ግማሽ ያህሉ ምእመናን ግን የበይ-ተመልካች ሆነል። እነዚህ ሰዎች፤ "መሳተፍ እንዳለብኝ አልተሰማኝም" የሚሉ ሰዎች ናቸው።[6]

2. የምናገለግለው ማንን ነው?

ስለ አገልግሎት ስናስብ እንዴትና ማንን እንደምናገለግል መረዳት አለብን። ሁሉም ሰው ለአገልግሎት ምላሽ እንዲሰጥና የአገልግሎት ድርሻውን በመወጣት ያለ ጸጸት እንዲያልፍ ከሚያደርጉ ነገሮች አንዱ ማንን እንደምናገለግል ማወቃችን ነው።

ሀ) የምናገለግለው እግዚአብሔርን ነው፤

በአማርኛው ትርጉም መጽሐፍ ቅዱስ "እግዚአብሔርን ማምለክ" በሚል የተጻፉት

---

5 ሪክ ዋረን - ዓላማ መር ቤተ ክርስቲያን ገጽ 412-413 ኤስ አይ ኤም ሥነ ጽሑፍ
6 ዝኒ ከማሁ

የእግልግሎት ሌጋሲ

ቃላት በእንግሊዘኛ በቀጥታ እግዚአብሔርን ማገለግል በሚል ነው የተቀመጡት። ለምሳሌ:-

- "አምላክህን እግዚአብሔርን ፍራ፤ እርሱንም አምልክ፤ በስሙም ማል"(ዘዳ.6፥13)።

- "Fear the LORDyour God, serve him only and take your oaths in his name." (Deu.6:l3)

- "የእኔና ቤቴ ግን እግዚአብሔርን እናመልካለን"(ኢያሱ 24፥15)።

- "but as for me and my house, we will serve the LORD." (Jos.24:15)

እግዚአብሔርን ስናምለክ፤ ስንፈራ፤ በስሙ ስንታመን፤ ቃሉን ስንታዘዝ ፤ በፊቱ በትሕትና ስንመላለስ፤ ለሰዎች ምሕረትን ስናደርግ፤ መልካም የሆነውን ነገር ሁሉ ስናደርግ፤ ... እግዚአብሔርን እያገለገልን ነው።

"ሰው ሆይ፤ መልካሙን ነግሮሃል፤ እግዚአብሔርም ከአንተ ዘንድ የሚሻው ምንድር ነው? ፍርድን ታደርግ ዘንድ፤ ምሕረትንም ትወድድ ዘንድ፤ ከአምላክህም ጋር በትሕትና ትሄድ ዘንድ አይደለምን?"(ሚክ.6፥8)

ከእግዚአብሔር በተከፈልነው መለኮታዊ ባሕርይ አማካኝነት በጎውን ሥራ በምድር ላይ በእግዚአብሔር ስም ማድረጋችን እርሱን ማገልገል ነው።

ለ) የምናገለግለው ባልጀንራችንን ነው፤

የታመሙን ስንጠይቅ፤ የታረዙትን ስናለብስ ፤ የተቸገሩትን ስንረዳ፤ የታሰሩትን ስንጠይቅ ባልንጀሮቻችንን እያገለገልናቸው ነው። በሌላ መልኩ ባልንጀራችንን አለማገልገል እግዚአብሔርን እንደ አለማገልገል ተደርጎም ይቆጠራል።

"በዚያን ጊዜ ንጉሡ በቀኙ በኩል ያሉትን እንዲህ ይላቸዋል፤ 'እናንት አባቴ የባረካችሁ ኑ፤ ዓለም ከተፈጠረ ጀምሮ የተዘጋጀላችሁን መንግሥት ውረሱ፤ ምክንያቱም ተርቤ አብልታችሁኛል፤ ተጠምቼ አጠጥታችሁኛል፤ እንግዳ ሆኜ ተቀብላችሁኛል፤ ታርዤ አልብሳችሁኛል፤ ታምሜ አስታምማችሁኛል፤ ታስሬ ጠይቃችሁኛል።'ጻድቃንም መልሰው እንዲህ ይሉታል፤ 'ጌታ ሆይ፤ ተርበህ አይተን መቼ አበላንህ? ወይም ተጠምተህ አይተን መቼ አጠጣንህ? እንግዳ ሆነህ አይተን መቼ ተቀበልንህ? ወይስ ታርዘህ አይተን መቼ አለበስንህ? እንዲሁም ታመህ ወይም ታስረህ አይተን መቼ ጠየቅንህ?'

ንጉሡም መልሶ፤ 'እውነት እላችኋለሁ፤ ከእነዚህ አነስተኛ ከሆኑት ወንድሞቼ ለአንዱ ያደረጋችሁት፤ ለእኔ እንዳደረጋችሁት ነው' ይላቸዋል"(ማቴ.25፥34-40)፡፡

ለማገልገል ሁላችንም የተለየ ጸጋና ቅባት እየጠበቅን ዳር መቆም የለብንም፡፡ እግዚአብሔር በራሱ አሠራር የተለያዩ የአገልግሎት ስጦታዎችን ለልጆቹ ይሰጣል፡፡ ነገር ግን አገልግሎት ከእግዚአብሔር የተለየ ሥጦታና ጥሪ ብቻ የሚጀመር ሳይሆን ባልንጀሮቻችን የሚያስፈልጋቸውን እርዳታ በማድረግ ወይም በማገዝ እግዚአብሔርን የሚያከብሩ ሥራዎችን በመከወን ማገልገል አንዱ መንገድ ነው፡፡

"ከዚያም በግራው በኩል ላሉት ደግሞ እንዲህ ይላቸዋል፤ 'እናንተ የተረገማችሁ፤ ለዲያብሎስና ለመላእክቱ ወደ ተዘጋጀው የዘላለም እሳት ከእኔ ተለይታችሁ ሂዱ፤ ምክንያቱም ተርቤ አላበላችሁኝም፤ ተጠምቼ አላጠጣችሁኝም፤ እንግዳ ሆኜ አልተቀበላችሁኝም፤ ታርጌ አላለበሳችሁኝም፤ ታምሜና ታስሬ አልጠየቃችሁኝም፡፡'እነርሱም መልሰው፤ 'ጌታ ሆይ፤ ተርበህ ወይም ተጠምተህ፤ እንግዳ ሆነህ ወይም ታርዘህ፤ ታመህ ወይም ታስረህ ዐይተን መቼ አልደረስንልህም' ይሉታል፡፡ በዚያን ጊዜ እርሱም መልሶ፤ 'እውነት እላችኋለሁ፤ ከእነዚህ አነስተኛ ከሆኑት ወንድሞቼ ለአንዱ አለማድረጋችሁ፤ ለእኔ እንዳላደረጋችሁት ነው' ይላቸዋል"(ማቴ. 25፥41-45)፡፡

ይህንን እውነት የተናገረው ጌታችን ኢየሱስ ክርስቶስ ነው፡፡ ይህንን ቃል ስንመለከት ለሌሎች በጎ ነገር ማድረግ ለድነታችን ምክንያት ባይሆንም ከዳንን በኋላ እግዚአብሔርን አገልግለን ማለፍ የሚገባን ሰዎች በጎ ተግባርን ቸል ማለት እንደሌለብን ያመለክታል፡፡ ብዙዎቻችን በአንድ ቤተ ክርስቲያን መድረክ አቅጣጫ ብቻ የአገልግሎትን በር ስለምንፈልግና የአገልግሎት በር እንዲከፈትልን የምንፀልየውም ቢሆን የሚታዩ የመድረክ አገልግሎቶችን በመሆኑ የአገልግሎት በር ተዘጋብኝ ብለን ግርግር ስንፈጥር፤ ከሌሎች ጋር ስንጣላና ስንናቆር እንታያለን፡፡

ነገር ግን እግዚአብሔርን የማገልገል በር ከቤታችንና ከአካባቢያችን ጀምሮ ክፍት ነው፡፡ እኛ በጥቂቱ ታምነን መልካም ነገር በመሥራት ብንጀምር እግዘአብሔር በብዙ ይሾመናል፡፡ በዚህ ክፍል ኢየሱስ የታመመ የጠየቀውን እርሱ ታሞ የመጠየቅን ያህል፤ የተጠማውን ማጠጣት እርሱን ተጠምቶ የማጠጣት ያህል፤ እንግዳ የሆነትን መቀበል እርሱ እንግዳ ሆኖ የመቀበል ያህል ብሎም ታርዘው ያየናቸውን ስናለብስ እርሱ ታርዞ የማገልገል ያህል በመቁጠር እነዚህን ነገሮች ስታደርጉ እኔን አገለገላችሁ ማለቱን" እነዚያን አይነት መልካም ተግባሮችን አለማድረግ እኔን እንዳላገለገላችሁ እቆጥራለሁ ማለቱን እናያለን፡፡

የአገልግሎት ሴ*ጋሲ

እንግዲህ ከዚህ አንፃር መደገፍና መረዳት የሚገባቸውን ሁሉ በብሔር፤ በቋንቋና በቀለማቸው ሳንለይ በእግዚአብሔር አምሳል የተፈጠሩ የሰው ልጅ በመሆናቸው ብቻ በጎውን ነገር ስናደርግላቸው እያገለገልን እንደሆነ ልናውቅ ይገባል::

ዕብራዊያን 1፤13-14 "እግዚአብሔር፤ጠላቶችህን የእግርህ መርገጫ እስከማደርግልህ ድረስ፤በቀኜ ተቀመጥ" ያለው ከመላእክት ከቶ ለማን ነው? መላእክት ሁሉ መዳንን የሚወርሱትን ለማገልገል የሚላኩ አገልጋይ መናፍስት አይደሉምን?" ይላል::

በቅዱሳት መጻሕፍት የተጠቀሱ አገልጋይ የሆኑ መላእክት ቢኖሩም፤ እግዚአብሔር ደጋፊ አገልጋይ አስፈልጎት እርሱን እየረዱት ያሉ መላእክት የሉም:: የመላእክት ዋና ሥራ እንኳን ከእግዚአብሔር ተልከው ሰዎችን መርዳትና ማገዝ ነው::

እንግዲህ የመላእክት አገልግሎት እንኳን ሰዎችን መርዳትና ማገዝ ከሆነ እኛም አገልግሎትን ስናስብ ራሳችንን ለመደገፍና በአገልግሎት ዝነኛና ታዋቂ ለመሆን የምንሮጥበት ሣይሆን በየትኛውም መልኩ ብናገለግል ሌሎች ሰዎችን ለመርዳት እና ለማገዝ መሆን አለበት::

ሐ) የምናገለግለው የክርስቶስን አካል (ቤተ ክርስቲያንን) ነው፤

በክርስቶስ ዳግም ልደት ያገኘን ወንድ፤ ሴት፤ ጥቁር ፤ ነጭ፤ የተማረ፤ ያልተማረ፤ ... ባሪያ፤ ጨዋ የሚል ልዩነት ሳይኖር፤ ለሁሉም ሰው የጸጋን ሥጦታ እንዱ መንፈስ እንደ ወደደ ስጥቶናል:: ይህ ከመንፈስ ቅዱስ የተቀበልነው የጸጋ ሥጦታ የክርስቶስን አካል ለማነጽ የምንጠቀምበት ነው::

"እያንዳንዳችን በአንዱ አካላችን ብዙ ብልቶች እንዳሉን፤ እነዚህም ብልቶች አንድ ዐይነት ተግባር እንደሌላቸው ሁሉ፤ እንዲሁም እኛ ብዙዎች ስንሆን በክርስቶስ አንድ አካል ነን:: እያንዳንዳችንም የሌላው ብልት ነን:: እንደ ተሰጠን ጸጋ የተለያየ ስጦታዎች አሉን፤ ለአንዱ የተሰጠው ስጦታ ትንቢት መናገር ከሆነ፤ እንደ እምነቱ መጠን ይናገር:: ማገልገል ቢሆን ያገልግል፤ ማስተማርም ከሆነ ያስተምር፤ መምከር ከሆነ ይምከር፤ ለሌላቸው መለገስ ከሆነም አብዝቶ ይለግስ፤ ማስተዳደር ከሆነም በትጋት ያስተዳድር፤ ምሕረት ማድረግ ከሆነም በደስታ ይማር"(ሮሜ 12፤4-8)::

አካል ልዩ ልዩ አገልግሎትና ችሎታ ያላቸው ብልቶች እንዲኖሩት ያስፈልጋል:: አንዱ ብልት ብቻቸውን ሁሉን ነገር ማድረግ አይችልም:: ልክ እንደዚሁ፤ እያንዳንዱ አማኝ የራሱን የአገልግሎት ድርሻ መፈጸም አለበት:: ለምሳሌ የእግር

ኳስ ጨዋታ ተወዳድሮ አሸናፊ ለመሆን እያንዳንዱ የቡድኑ አባል ድርሻውን ጥሩ አድርጎ መጫወት ይገባል። አንድ ሰው ብቻውን ማሸነፍ አይችልም። ሁሉም የተለያየ ስፍራ ይዞ መጫወት አለበት። ሁሉም ጎል ጠባቂ ወይም አጥቂ አይሆንም። የክርስቶስ አካል የሆነችው ቤተ ክርስቲያንም ማደግ የምትችለው እያንዳንዱ ብልት ወይም የቤተ ክርስቲያን አባል መንፈስ ቅዱስ የሰጠውን ስጦታ በአግባቡ መጠቀም የቻለ እንደሆነ ነው(1ቆሮ.12፥15-25)።[7]

እግዚአብሔርን፣ ባልንጀራችንን እና የክርስቶስ አካል የምናገለግልበት ዋነኛ ምክንያት ደግሞ፣ የክርስቶስ ፍቅር ግድ ስለሚለን ነው(2ቆሮ.5፥13)።

አገልግሎት ራሳችንንና ቤታችንን ለመጥቀም ባለጽኑ መሻት ተነስተን የምንተገብረው ሥራ ሳይሆን፣ እግዚአብሔር በሰጠን እውቀት፣ ሀብት፣ ጸጋ ተጠቅመን ሰዎችን ለመርዳትና ለማገዝ፣ የክርስቶስን አካል ወደታሰበላት ፍጹም ሙላት ለማድረስ፣ የክርስቶስ ፍቅር ግድ እያለን የምንከውነው፣ ሰማያዊ ብድራትን የሚያስከትል ተግባር መሆኑን አስበን ስንፈጽም የመንፈስ እርካታ የምናገኝበት፣ በሁኔታዎች ተስፋ የማንቆርጥና የማንታክት እንሆናለን።

3. **በምን እናገለግላለን**?

በምን ላገልግል? የብዙ ቅን ወንዶችና ሴቶች ጥያቄ ነው። ይህ ጥያቄ የሚመነጨው ስለ አገልግሎት ባለን የመረዳት ብዥታ ነው።

የሕንጻ ሥራ ባለሙያዎች (አርክቴክቶች) የአንድን ሕንጻ ዲዛይን ከመሥራታቸው በፊት "ሕንጻው ለምን አገልግሎት የሚውል ነው? እንዴትስ ጥቅም ላይ ይውላል" ብለው ይጠይቃሉ። የታለመለት ዓላማ ሁል ጊዜ የሕንጻውን አይነት ይወስነዋል። እግዚአብሔርም አንተን ከመፍጠሩ በፊት በዚች ምድር ላይ እንድንጫወት የሚፈልገውን ሚና ወስኗል። ልታገለግለው የሚፈልግበትን ትክክለኛ መንገድ አቅዷል። እናም ለነዚህ ተግባራት እንደምትሆን አድርጎ አበጅቶሃል። አንተ የሆንከውን የሆንክበት ምክንያት ለተለየ አገልግሎት በመሠራት ነው።መጽሐፍ ቅዱስ :- "ምክንያቱም ፣ እግዚአብሔር አስቀድሞ ያዘጋጀልንን መልካም ሥራ እንድንሠራ በክርስቶስ ኢየሱስ የተፈጠርን የእግዚአብሔር የእጅ ሥራው ጥበብዎች

7 ዶ/ር መለሰ ወጉ - የዘመናችን ቤተ ክርስቲያንና አገልጋዮቿ ክፍል አንድ ገፅ 78 የመጀመሪያ እትም ግንቦት 1997 ዓ/ም

የእግልግሎት ሌጋሲ

ነን"(ኤፌ.2፥10) ይላል፡፡ አንተ የእግዚአብሔር የእጅ ሥራው ጥበብ ውጤት ነህ፡፡
ያለ አሳብ በገፍ የሚመረት የፋብሪካ ምርት አይነት አይደለህም፡፡ ይልቁንም ልዩ፣
ተመሳሳይ የሌለህና በዓላማ የተቀረጽክ ፍጡር ነህ፡፡[8]

ስለዚህ አንዳችን የምናገለግለው ሌላኛው በአገለገለበት መንገድ ወይም አይነት ይሆን
ዘንድ ግድ አይደለም፡፡ መጽሐፍ ሲናገር፤ "አገልግሎትም ልዩ ልዩ ሲሆን፤ ጌታ ግን
አንድ ነው፤ አሠራርም ልዩ ልዩ ሲሆን፤ ሁሉን በሁሉ የሚሠራው ግን ያው አንዱ
እግዚአብሔር ነው"(1ቆሮ.12፥5-6)፡፡ ስለሆነም ወንድም "ሀ"፣ ወንድም "ለ"ን መስሎ
እንዲያገለግል አይጠበቅበትም፡፡ ሁላችንም በክርስቶስ ዳግም ልደትን ስናገኝ ከዚያ ጋር
ተያይዞ የክርስቶስን አካል ለመገንባት፣ ለዓለም ብርሃን ለመሆን የተሰጠን ጸጋ አለ፡፡

"እንደ ታማኝ የእግዚአብሔር ልዩ ልዩ ጸጋ መጋቢ እያንዳንዱ ሰው በተቀበለው የጸጋ ስጦታ
ሌላውን ያገልግል፤ ከእናንተ ማንም የሚናገር ቢኖር እንደ እግዚአብሔር ቃል ይናገር፤
የሚያገለግልም ቢኖር እግዚአብሔር በሚሰጠው ብርታት ያገልግል"(1ጴጥ.4፥10-11)፡፡

በክርስቶስ ዳግም ልደት ያገኘን ሁላችን በእግዚአብሔር መንግሥት ውስጥ ካህናት ነን፡፡
ካህናት ሆኖ የአገልግሎት ድርሻ የሌለው ደግሞ የለም፡፡

ባልተቀበልከው ጸጋ እንድትጨነቅ ወይም ምን ነው በኖረኝ እያልክ እንድትመላለስ ሳይሆን
ይልቁንም እግዚአብሔር አንተ- ራስህን ሁነህ እንድታገለግለው በሰጠህ ጸጋ፣ ችሎታ፣
እውቀት፣ ላይ አተኩረህ እንድታገለግለው ያም ነገር እንዲበዛልህ ይሻል(2ጴጥ.1፥8)

እንደ እግዚአብሔር ምርጦች ከእኛ የሚፈለግብን የተሰጠንን ጸጋ፣ እውቀት፣ ችሎታ
አውቀንና ተረድተን በትጋትና በታማኝነት እንድናገለግል ነው፡፡

"ጌታን ለማገልገል በመንፈስ የጋላችሁ ሁኑ እንጂ ከዚህ ትጋት ወደ ኋላ
አትበሉ"(ሮሜ.12፥11) ተብለናል፡፡ እግዚአብሔር በሚተጉ ሰዎች ይጠቀማል፡፡

"እንደ ተሰጠን ጸጋ የተለያዩ ስጦታዎች አሉን፤ ለአንዱ የተሰጠው ስጦታ ትንቢት
መናገር ከሆነ፤ እንደ እምነቱ መጠን ይናገር፡፡ ማገልገል ቢሆን ያገልግል፤ ማስተማርም
ከሆነ ያስተምር፤ መምከር ከሆነ ይምከር፤ ለሌላቸው መለገስ ከሆነም አብዝቶ
ይለግስ፤ ማስተዳደር ከሆነም በትጋት ያስተዳድር፤ ምሕረት ማድረግ ከሆነም በደስታ
ይማር"(ሮሜ.12፥6-8)፡፡

---

8 ሪክ ዋረን - ዓላማ መር ሕይወት ፡ ገፅ 247 ኢ.ቫንጀሊካል ቲዎሎጂካል ኮሌጅ አዲስ አበባ 1997 ዓ/ም

በእያንዳንዳችን ውስጥ እግዚአብሔር ያስቀመጠው የአገልግሎት ጸጋ እንዳለ ተረድተን እና አውቀን በዚያ አቅጣጫ መትጋት ይኖርብናል። እግዚአብሔር በሰጠን ነገር ብቻ ተኩረት አድርገን እንድናገለግል፣ እንድንተጋ ይጠብቅብናል።

እንዴት እናገልግል? የታለንቱ ምሳሌ

"የእግዚአብሔር መንግሥት አገልጋዮቹን ጠርቶ ያለውን ንብረት በዐደራ በመስጠት ወደ ሌላ አገር ሊሄድ የተነሣ አንድ ሰውን ትመስላለች፤ ለእያንዳንዱ እንደ ችሎታው በመደልደል ለአንዱ አምስት ታላንት፣ ለሌላው ሁለት፣ ለሌላው ደግሞ አንድ ታላንት ሰጥቶ ጉዞውን ቀጠለ። አምስት ታላንት የተቀበለው ሰውዬ ወዲያው በገንዘቡ ንግድ ጀምሮ አምስት ታላንት አተረፈ፤ እንዲሁም ሁለት ታላንት የተቀበለው ሁለት አተረፈ፤ አንድ ታላንት የተቀበለው ግን መሬት ቆፍሮ የጌታውን ገንዘብ ደበቀ። የአገልጋዮቹም ጌታ ከብዙ ጊዜ በኋላ ከሄደበት ተመልሶ የሰጣቸውን ገንዘብ ተሳሰበ። አምስት ታላንት የተቀበለውም፣ ሌላ አምስት ተጨማሪ ታላንት ይዞ በመቅረብ፣ 'ጌታ ሆይ! አምስት ታላንት ዐደራ ሰጥተኸኝ ነበር፤ ይኸውልህ አምስት ተጨማሪ ታላንት አትርፌአለሁ' አለው። "ጌታውም፣ 'ደግ አድርገሃል፤ አንተ መልካም ታማኝ አገልጋይ፤ በትንሽ ነገር ላይ ታማኝ ስለ ሆንህ በብዙ ነገር ላይ እሾምሃለሁ፤ ወደ ጌታህ ደስታ ግባ' አለው። "እንዲሁም ሁለት ታላንት የተቀበለው አገልጋይ ቀርቦ፣ 'ጌታ ሆይ፤ ሁለት ታላንት ሰጥተኸኝ ነበር፤ ይኸው ሁለት ተጨማሪ ታላንት አትርፌአለሁ' አለው። "ጌታውም፣ 'ደግ አድርገሃል፤ አንተ መልካም ታማኝ አገልጋይ፤ በትንሽ ነገር ላይ ታማኝ ስለ ሆንህ በብዙ ነገር ላይ እሾምሃለሁ፤ ወደ ጌታህ ደስታ ግባ' አለው። "አንድ ታላንት የተቀበለው አገልጋይ ቀርቦ፣ 'ጌታ ሆይ፤ አንተ ካልዘራህበት የምታጭድ፣ ካልበተንህበትም የምትሰበስብ ጨካኝ ሰው መሆንህን ዐውቃለሁ፤ ስለዚህ ፈራሁህ፤ ሄጄም መሬት ቆፍሬ ታላንትህን ጉድጓድ ውስጥ ደበቅሁት፤ ገንዘብህ ይኸውልህ' አለው። "ጌታውም መልሶ፣ 'አንተ ከፉ፤ ሰነፍ አገልጋይ፤ ካልዘራሁበት የማጭድ፣ ካልበተንሁበትም የምሰበስብ መሆኔን ታውቅ ኖሯል? ታዲያ፤ በምመለስበት ጊዜ ገንዘቤን ከነወለዱ እንዳገኘው ለለዋጮች መስጠት ይገባህ ነበር። "'በሉ እንግዲህ ታላንቱን ወስዳችሁ ዐሥር ታላንት ላለው ስጡ፤ ላለው ይጨመርለታል፤ የተትረፈረፈም ይኖረዋል፤ ከሌለው ግን ያው ያለው እንኳ ይወሰድበታል። ይህን የማያረባ አገልጋይ ልቅሶና ጥርስ ማፋጨት ወዳለበት በውጩ ወዳለው ጨለማ አውጥታችሁ ጣሉት' አለ" (ማቴ.25፥14-19)።

የታላንቱ (መክሊቱ) ባለቤት እግዚአብሔር ነው። የእግዚአብሔር ያልሆነ በምድር ላይ አንዳች ነገር የለም። በባሕሪው ለጋሽና ቸር የሆነ አምላክ በመሆኑ በክርስቶስ

የእግልግሎት ሌጋሲ

የእርሱ ለሆነው ያልሰጠን ስጦታ የለም። ከሁሉ በላይ ተቀዳሚና ተከታይ የሌለውን ልጁን ከሞት ያድነን ዘንድ የሰጠን ስጦታ ወደር የማይገኝለት ታላቅ ስጦታ ነው። በዚህ ስጦታው ምን ያህል እንደሚወደንና እንደሚያፈቅረን ያየንበት መስታወት ነው። "የእግዚአብሔር ስጦታ በጌታችን በመድኃኒታችን በኢየሱስ ክርስቶስ የዘላለም ሕይወት ነው" ሮሜ 6፥23። ይህን ታላቅ የሆነው የእግዚአብሔርን የማዳን ሥራ በሰው ልጅ ሕይወት ውስጥ ተግባራዊ እንዲሆን ሥራውን ይሠሩ ዘንድ ታላንት ሆና የመሪነት፣ የአስተዳዳሪነት፣ የመጋቢነት፣ የነጋዴነት፣ ሥልጣንና ኃላፊነት ከተጠያቂነት ጋር ሰጥቶናል። ይህም የእገልግሎት መክሊት ወይም ታላንት በዚህ ምድር እስከኖርን ድረስ ሌሎችን ወደ ድነትና ወደዘላለማዊ መንገድ እንዲመጡ፣ በጨለማ ላሉት ብርሃን እንድንሆን፣ የክርስቶስን አካል ወደ ፍጹም ሙላት እንድናደርስ በአንድም በሌላ መንገድ የምናገለግልበትን ነገር ሰጥቶናል። በተሰጠን ነገር ደግሞ ልናተርፍ እንጂ የእኔ አነስተኛ ነው የግድ እንደ ወንድም "የ" አይነት ካልሆነ ካልን በተሰጠን ጸጋ ባለማገልገላችን እንደ ሰነፉና ታላንቱን እንደደበቀው ሰነፍ አገልጋይ ከተጠያቂነት አናመልጥም። ማገልገል በሚገባን ነገር ሳናገለግል በመቅረታችንም ደግሞ የክርስቶስ አካል ማግኘት የሚገባትን ጥቅም እናስቀራለን።

ጡንቻዎችህን በእንቅስቃሴ ካላለማመድካቸው፣ ይደክሙና ይመነምናሉ። በተመሳሳይ ሁኔታ እግዚአብሔር የሰጠህን ችሎታና ሞያ በሥራ ላይ ካላዋልካቸው ታጣቸዋለህ። ይህን እውነት ለማጉላት ኢየሱስ የመክሊቶቹን ምሳሌ አስተማረ። በተሰጠው አንድ መክሊት ያልሠራውን አገልጋይ አስመልክቶ ጌታው እንዲህ አለ:- "ቢሉ እንግዲህ ታላንቱን ወስዳችሁ ዐሥር ታላንት ላለው ስጡ"(ማቴ.25፥28)። በተሰጠህ ካልተጠቀምከበት ታጣዋለህ። ባለህ ስጦታ ከተጠቀምከበት ግን እግዚአብሔር ይጨምርበታል። ጳውሎስ ጢሞቴዎስን እንዲህ ብሎታል:- "ሽማግሌዎች እጃቸውን በአንተ ላይ ሲጭኑ በትንቢት የተሰጠህን የጸጋ ስጦታ ቸል አትበል። ... በትጋትም ፈጽማቸው"(1ጢሞ.4፥14-15)። ስጦታዎችህ ሁሉ በልምምምድ አማካኝነት ይሰፋሉ፣ ያድጋሉም። ለምሳሌ ሙሉ በሙሉ ያደገ የማስተማር ስጦታን ማንም አያገኝም። ነገር ግን በጥናት፣ በአስተያየት፣ እና ልምምድ "ጥሩ"፣ የተሻለ፣ ቀስ በቀስም የተዋጣለት አስተማሪ ወደ መሆን ያድጋል።[9]

በሌላ በኩል ደግሞ ብዙዎች ወደ አገልግሎት የማይገቡትና የገቡትም ተሰናክለው የሚቀሩት በራሳቸው ውስጥ እግዚአብሔር ያስቀመጠውን ነገር በውል ባለመረዳታቸው ነው። ከዚህም የተነሳ ብዙዎች ያለቦታቸው በመግባት ሌሎችን ራሳቸውንና ቤተ ክርስቲያንን በአጠቃላይ የእግዚአብሔርን ሥራ ሲጎዱ እናያለን።

____

9 ሪክ ዋረን - ዓላማ መር ሕይወት ፡ ገፅ 269 ኢቫንጀሊካል ቲዎሎጂካል ኮሌጅ አዲስ አበባ 1997 ዓ/ም

ለዚህ ጥሩ ማሳያ የሚሆን ተከታዮ የእንስሳት ትምህርት ቤት ምሳሌ ነው፦-

የኮርሱ ዓይነት - በረራ፤ ሩጫ ፤ ዋና፤

ተማሪዎቹ - ጥንቸል ፤ ንስር ፤ ዳከዬ፤

ጥንቸል ነበዝ የሆነችበትን ሩጫ ትታ በበረራ ስለተመዘገበች በመሰባበርዋ ያመጣችው ውጤት ይህ ሆነ፤ ነበዝ በነበረችበትም ሩጫ ደካማ ሆነች።።

ዳከዬ ዋናን ትታ በሩጫ በመመዘገብዋ ወላልቃ ዋናውም ሳይቀር የማይሆንላት ሆነ።።

ንስር ብርታትዋ የነበረውን መብረር ትታ በዋና ስለተመዘገበች ክንፏ በውኃ ተበጣጥሶ ከዚያ ወዲህ መብረርም የሚሳናት ሆነች።።

ባልታጠቅንበት(ያለ ሥጦታችን) የመስለፍ ውጤት በእነዚህ እንስሶች ላይ የደረሰው አይነት ውጤት ከማምጣቱም በላይ የቡድንን ሥራ ይነዳል።።[10]

ስለዚህ እያንዳንዱ ሰው ከጌታ የተሰጠውን ጸጋ ወይም መክሊት በአግባቡ ይዞ፤ ሌላኛውን መምሰል ሳያስፈልገውና ለመምሰልም ሳይጥር በታማኝነት የድርሻውን በመወጣትና ማገልገል ይጠበቅበታል።።

ይህን ስናደርግ ደግሞ የተቀበልነው ጸጋ አልያም መክሊት ምንጩ እግዚአብሔር እንጂ ራሳችን እንዳልሆንን አስበን፤ በምናገነው ፍሬ አልያም ውጤት ከሌሎች የተሻልን እንደሆንን አስበን እንድንመካ አያስፈልግም።።

"እንተ እንድትበልጥ ማን አድርጎሃል? ያልተቀበልኸውስ ምን አለህ? የተቀበልህ ከሆነህ ግን እንዳልተቀበልህ የምትመካ ስለ ምንድን ነው?" (1ኛ ቆሮ. 4፥7)

4. ምን አይነት አገልግሎት ነው ማገልገል የሚገባን?

ሀ) ለእግዚአብሔር ክብር የሚሆነውን፤

"ማንኛውንም ነገር ስታደርጉ፤ ሁሉንም ነገር ለእግዚአብሔር ክብር አድርጉት"(1ቆሮ.10፥31) ተብሎ እንደተጻፈ፤ በተሰማራንበት ማንኛውም ሙያ፤ እውቀት፤ ስልጣን፤ ...ጸጋ

---

10 ዶ/ር ፓስተር ተስፋ ወርቅነህ - የቡድን ሥራ(አገልግሎት) ገጽ 5 http://www.ecfchouston.org

የእገልግሎት ሌጋሲ

ለእግዚአብሔር ክብር፣ ለሌሎች ጥቅም እንደሆን አድርገን እስከከወንነው ድረስ አገልግሎትን ይህና ይህ ብቻ ነው ብለን የምንገድበው ነገር አይደለም፡፡

በመሆኑም ምን አይነት አገልግሎት ነው የምናገለግለው የሚለው ምላሽ ለእግዚአብሔር ክብር ብለን የምናገለግለው አገልግሎት ነው፡፡

ለእግዚአብሔር ክብር ብለን የምናገለግለው አገልግሎት ደግሞ ከቤተ ክርስቲያን ቅጥር ግቢ ውስጥ ብቻ ሳይሆን ፤ ምድርና ሞላዋ የእግዚአብሔር እስከሆነች ድረስ በዓለም ውስጥ ያለውን ማንኛውም ነገር ለእግዚአብሔር ክብር፣ ለሰዎች ጥቅም በሚሆን መልኩ ካደረግነው ይህ አገልግሎት ነው፡፡

አንድ ጊዜ ከአንድ ክርስቲያን ወንድም ጋር ተገናኘን፡፡ የተለመደውን ሰላምታ ከተለዋወጥን በኋላ ሻይ እየጠጣን ስለ ሕይወቱና ሥራው መጠየቅ ጀመርኩ፡፡ ይህ ወንድም በቀለም ትምህርት ከፍተኛ ትምህርት ያለው ሰው ነው፡፡ የሚሠራው ብዙ ሰዎች ሊሠሩበት(ሊቀጠሩ) የሚመኙበት መሥሪያ ቤት ውስጥ ነው፡፡ "ሥራ እንዴት ነው? በሥራህ ምን ያህል ደስተኛ ነህ?" ብዬ ለጠየኩት ጥያቄ "ምን ዋጋ አለው፤ እኔ እየሠራሁ ያለሁት ለምታልፈው ዓለም ነው" ብሎ መለሰልኝ፡፡ ለጠየኩት ጥያቄ እንዲህ ያለ ምላሽ ይመልሳል ብዬ አልጠበኩትም ነበር፡፡ ምላሹ በጣም ስለገረመኝ አሳቡን በጥልቀት ለመረዳት ተጨማሪ ጥያቄዎችን ጠየኩት፡፡ በእርሱ እይታ በዓለማዊ መሥሪያ ቤት ውስጥ መሥራት ለሰይጣን መንግሥት እንደ መሥራት ያህል እንደሆነ ገለጸልኝ፡፡ እግዚአብሔር የሚከብርበት ሥራ በቤተ ክርስቲያን ውስጥ የሚሠራ ሥራ እንደሆነ ገለጸልኝ፡፡ የዚህ ወንድም አመለካከት ምን ያህል መጽሐፍ ቅዱሳዊ መሠረት ይኖረዋል ብላችሁ ታስባላችሁ?"

መጽሐፍ ቅዱስ ሥራን ወይም አገልግሎትን መንፈሳዊና ዓለማዊ ብሎ አይከፋፍልም፡፡ ይልቁንም የምንሰራውን ሥራ ወይም የምንፈጽመውን አገልግሎት ለእግዚአብሔር ክብር ብለን መከወንና ሰዎችን በምናገለግልበት ጊዜ እያገለገልን ያለነው እግዚአብሔርን እንደሆነ ያስገነዝበናል፡፡

"ባሪያዎች ሆይ፣ ለክርስቶስ እንደምትታዘዙ፣ በምድር ጌቶቻችሁ ለሆኑት በአክብሮትና በፍርሀት፣ በልብ ቅንነትም ታዘዙ፣ ለታይታና ከእነርሱ መገሳ ለማግኘት ሳይሆን እንደ ክርስቶስ ባሪያዎች የእግዚአብሔርን ፈቃድ ከልብ በመፈጸም ታዘዟቸው፡፡ ሰውን ሳይሆን ጌታን እንደምታገለግሉ ሆናችሁ በሙሉ ልብ አገልግሉ"(ኤፌ.6፥5-7)፡፡

<hr>

11 ከበደ በከፈ - ሚዛን የጠበቀ ሕይወት እና አገልግሎት ገጽ 135 ራዕይ አሳታሚ 1998 ዓ/ም

ለ) የእግዚአብሔር አሳብና ጊዜ መጠቀም፤

የምናገለግለው ለእግዚአብሔር ክብር የሚያመጣም ብቻ ሳይሆን የእግዚአብሔር አሳብና ጊዜ ተከትለን ማገልገል አለብን።

"ዳዊት በራሱ ዘመን የእግዚአብሔርን አሳብ ካገለገለ በኋላ አንቀላፋ"(ሐዋ.13፤36)።

በዚህ ምድር ለምኖር ለእያንዳንዳችን ከእግዚአብሔር ዘንድ አስቀድሞ የተወሰነልን ዘመን አለ። ዳዊት፤ ዳንኤል፤ ጳውሎስ፤... እያንዳንዳቸው የኖሩበት የራሳቸው ዘመን ነበር። እነሱ በኖሩበት ዘመን እኛ አልነበርንም፤ ከእኛ በኋላ በሚመጣው ዘመን ደግሞ መኖር አንችልም።

"የሰውን ዘር ሁሉ ከአንድ ወገን ፈጥሮ በምድር ሁሉ ላይ እንዲኖሩ አደረገ፤ የዘመናቸውን ልክና የመኖሪያ ስፍራቸውንም ዳርቻ ወሰነላቸው"(የሐዋ.17፤26) ።

በዚህ ውስጥ ደግሞ እያንዳንዳችን ልብ ማለትና መገንዘብ ያለብን ማገልገል ባለብን ወቅት ካላገለገልን - ልናገለግል የማንችልበት ጊዜ የመመጣቱን እውነታ ነው።

"ቀን ሳለ፤ የላከኝን ሥራ መሥራት አለብኝ፤ ማንም ሊሠራ የማይችልበት ሌሊት ይመጣል"(ዮሐ.9፤4)።

ይህ የጌታችን የኢየሱስ ንግግር የሚያስገነዝበን፤ የተሰጠንን ተልዕኮ እና ዓላማ በተሰጠን ቀን ቶሎ ልንፈጽመው እንደሚገባ እና በሌላ በኩል ደግሞ ቀኑ አልፎ ማንም ሊሰራባት የማይችልባት ሌሊት እንደምትመጣ ነው። ከተፈጥሮ እንደምንረዳው ቀን የሚባልና ሌሊት የሚባሉ ጊዜያች አሉ። መንፈሳዊውም ልክ እንደዚሁ ነው፤ ከተፈጠርንበት ዓላማ ጋር የምንሰራበት ጊዜም አብሮ ይሰጣል። እርሱን በዋዛ፤ በፈዛዛ ካሳለፍነው ደግሞ ቢመኙም እንኩዋ ከብዙ ነገር አንጻር ምንም ማድረግ የማይቻልበት ጊዜ ይመጣል።

ቀኖቻችን ለማገልገል የተመቹ አጋጣሚዎቻችን ናቸው። ጤናችን አፍላ ጉልበታችን፤ የተትረፈረፈ ሰዓታችን ሊሆን ይችላል። ብዙ ነገሮችን በቀላል መንገድ መሥራት የሚያስችሉን የዘመኑ ቴክኖሎጂዎችም በተወሰነ መልኩ መልካም አጋጣሚዎቻችን ሊሆኑልን ይችላሉ። ምናልባት አንዳንድ ሕጎች፤ፖሊሲዎች...ወዘተ ቀን እንደሆነልን ሊጠቁሙን ይችላሉ። ምናልባት ዛሬ ከፍት የሆኑ ነገሮች ነገ ላይዘጉ ፤ ዛሬ እንደልብ ልናገኛቸው የምንችላቸው ነገሮች ነገ ላይወደዱ የሚችሉበት ምንም መተማመኛ ነገር የለም። የተትረፈረፈ ጊዜያችን ነገ ላይ በጭንቅም ላይገኝ ይችላል።

የእንግልግሎት ሌጋሲ

"ኢየሩሳሌም በጭንቀትዋና በመከራዋ ወራት ከጥንት ጀምሮ የነበረላትን የከበረን ነገር ሁሉ አሰበች"(ሰቆ.ኤር.1፥7)።

ስለዚህ በተሰጠን ጊዜ የእግዚአብሔርን ሥራ ሠርተን ማለፍ አለብን።

ዳዊት ግን በዘመኑ የራሱን ወይም የሰዎችን አሳብና ፍላጎት ሳይሆን የእግዚአብሔርን አሳብ አገልግሎ ማንቀላፋቱ ተመስከሮለታል። እኛም በተሰጠን ዘመን ምን ሠርተን ማለፍ እንዳለብን ምሳሌነቱ ትቶልናል። ስለዚህ እግዚአብሔርን ማገልገል ከንቱ እንዳልሆነ ገብቶን ዘመናችን እርሱን በማገልገል እንዲያልፍ ከፈለግን ለእግዚአብሔር ክብር የሚያመጣውን፣ የእርሱን አሳብና ጊዜ ተጠቅመን ማገልገል አለብን።

ለእግዚአብሔር ክብር የሚሆነውን ፈቃዱ ያለበትን ላይተን የማናገለግል ከሆነ ኪሳራ ነው። በዚህ ዘመን ሰዎች በዚህ ጉዳይ እግዚአብሔር ይከብራል ወይ? ብለው እርሱን ያስቀደም አገልግሎት ሳይሆን ለክብራቸውና በውስጣቸው ላለው ጽኑ ፍላጎት ሲሮጡ ይታያሉ። ነገር ግን የእግዚአብሔር አሳብ ከሌለበት የአደባባይ አገልግሎት የእግዚአብሔር ፈቃድ ያለበት ብዙ ተመልካች የሌለው የጓዳ አገልግሎት ይሻላል።

አገልግሎት ለሰዎች ታይታ ተብሎ የሚከወን ከሆነ ሕይወትን በከንቱ ማባከን፣ የልብን የሚያይና በመጨረሻም እንደ ሥራችን የሚፈርደውን አምላክ የመርሳት አደገኛ አካሄድ ነው። ለዚህም ይመስለኛል ለታይታ የሚያገለግሉትን አስመልክቶ ዘማሪው የሚከተለውን ተግሳጽ አዘል ቅኔ የተቀኘው።

"የአደባባይ ሰው ሆነህ
በየማዕዘኑ ላይ ቆመህ
ሰውን አይተህ በሰው ታይተህ (፪x)
በስወር አይቶ በግልጥ የሚከፍልህን
በከፍታ ላይ የሚያስኬድህን
ረስተህ የለም ወይ አሳዳጊ ጌታህን...

***

ሥራህ ድካምህ ብዙ ነው
አንተነትህን ያጌላው
ጌታ እንዳይታይ የጋረደው ..."12

አገልግሎት ልዩ ልዩ ስለሆነ፤ እግዚአብሔር እንድናገለግለው እውቀት፤ ሙያ፤ ሥልጣን፤ የተለያየ ጸጋን ይሰጠናል። የሰጠንን ነገር እሱ እንደሚፈልገውና ደስ እንደሚሰኝበት ስንጠቀምበት ለእርሱ ክብር፤ ለወገኖቻችን ጥቅም ለእኛም በረከት ያስገኛል። ይኼንን በንጉሥ ሳኦልና በዳዊት መካከል በነበረው አመራር መመልከት ይቻላል።

ሳኦል ንግሥናን ከመላው እስራኤል፤ ከቢንያም ቤት፤ ከቂስ ልጆች መካከል እግዚአብሔር መርጦና ደስ ተሰኝቶበት እንደሰጠው ታሪኩ በደንብ ይነግረናል። ሳኦል ውሎ እያደር አካሄዱ እግዚአብሔርን ከማስቀደምና አሳቡን ከማገልገል ይልቅ በራሱ ላይ ትኩረት ሲያደርግ፤ የሕዝቡን ክብር ያለ ቅጣ ሲፈልግ፤ የእግዚአብሔርን ትዕዛዝ መጣስ ሲጀምር ምንም እንኳ ዙፋን የሰጠው፤ አንጋሹ እግዚአብሔር ቢሆንም - በአንጋሹ ተመልሶ መናቅ ውስጥ በመግባት ሙታን ጠሪ ፍለጋ እስከመሄድ ደረጃ ወርዶ ነው የሞተው።

ዳዊትን የተመለከትን እንደሆነ የአንጋሹን ፈቃድና አሳብ ፈጽሞ "በዘመኑ የእግዚአብሔርን አሳብ ከአገለገለ በኋላ አንቀላፋ" የሚል ምስክርነት ነበር ያገኘው።

የሳኦልና የዳዊት አጣጣት በራሱ ለየቅል ነው። ሳኦል እንደሚታወቀው እግዚአብሔር አማሌቃውያንን እንዲያጠፋ ተልእኮ ተሰጥቶት ያንን እንደሚገባ ሳይፈጽም በመቅረቱ መንግሥቱ ከእጁ መወሰዱ ብቻ ሳይሆን የሞተውም በአማሌቃዊ እጅ ነበር።

"ዳዊት ወሬውን የነገረውን ወጣት፤ "ሳኦልና ልጁ ዮናታን መሞታቸውን እንዴት አወቅህ?" ሲል ጠየቀው። ወሬ ነጋሪው ወጣትም እንዲህ አለ፤ "ድንገት ወደ ጊልቦዓ ተራራ ወጥቼ ነበር፤ እዚያም ሳኦል ጦሩን ተደግፎ ሳለ፤ ሠረገሎችና ፈረሰኞች ተከታትለው ደረሱበት፤ ወደ ኋላውም ዞር ሲል እኔን ስላየ ጠራኝ፤ እኔም፤ 'ምን ልታዘዝ' አልሁ። "እርሱም፤ 'አንተ ማን ነህ?' ሲል ጠየቀኝ፤ "እኔም 'አማሌቃዊ ነኝ' ብዬ መለስሁለት። "ከዚያም፤ 'እኔ በሞት ጣር ውስጥ እገኛለሁ፤ ነፍሴ ግን አልወጣችም፤ እባክህ በላዬ ቆመህ ግደለኝ አለኝ።"መቼም ከወደቀ በኋላ እንደማይተርፍ ስላወቅሁ፤ በላዬ ቆሜ ገደልሁት፤ በራሱ ላይ የነበረውን ዘውድና የክንዱን አንባር ወስጄ እነሆ፤ ለጌታዬ አምጥቻለሁ"(2ሳሙ.1፤5-10)።

የዳዊትን ዜና እረፍት የተመለከትን እንደሆነ ደግሞ:-

"የእሴይ ልጅ ዳዊት በእስራኤል ሁሉ ላይ ነገሠ ነበር። እርሱም በኬብሮን ሰባት ዓመት፤ በኢየሩሳሌም ሠላሳ ሦስት ዓመት፤ በአጠቃላይ አርባ ዓመት ነገሠ። ብዙ ዘመን ባለጠግነትና ክብር ሳይጎዳድልበት ዕድሜ ጠግቦ ሞተ፤ ልጁ ሰሎሞንም በእግሩ ተተከተ

የእግልግሎት ሌጋሲ

ነገሥ" (ዘዜና.29፥26-28)።

የእግዚአብሔርን አሳብ የማገልገል ምልከት ባለጠግነት ወይም ረጅም ዕድሜም ነው ብለን ድምዳሜ መሥጠት ባይቻልም የእግዚአብሔርን አሳብ የሚያገለግል ሰው እስከ መጨረሻው እስትንፋሱ ለአምላኩ እንደታመነ ማንቀላፋቱ ግን መታወቂያው ነው።

በዘመናችን እግዚአብሔርን አሳብ በተለያየ አቅጣጫ እያገለገልን ያለን ሰዎች አገልግሎታችንን እንደ ሳዖል የራስ ክብር እየፈለግንበት ወይስ እንደ ዳዊት የእግዚአብሔርን አሳብ እያገለገልንበት የሚለውን በቅጡ ልንፈትሽ ይገባል። እኛን ደስ የሚያሰኘንን ብቻ መርጠን በአገልግሎት ስም ብንሮጥ አምላካችን በዚህ አይከብርም።

"ሰውን ወይስ እግዚአብሔርን አሁን እሺ አሰኛለሁን? ወይም ሰውን ደስ ላሰኝ እፈልጋለሁን? አሁን ሰው ደስ ባሰኝ የክርስቶስ ባሪያ ባልሆንኩም" (ገላ 1፥10)።

አገልግሎት ስለሁላችንም ለሞተው ኢየሱስ ክርስቶስ እንደ ባሪያ ሆኖ ፈቃዳችንን የማስገዛት ሕይወት ነው። በቀደሙት ዘመናት አንድ ባሪያ በጌታው ቤት ባለበት ዘመን ሁሉ የሚኖረው ጌታውን ለማስደሰትና የጌታውን ፈቃድ ለማድረግ ብቻ ነው። ያ ባሪያ ከተገዛለት ጌታ ውጭ የሌላውን ጌታ ፈቃድ ለማድረግ ደፋ ቀና ማለት አይችልም።ለዚህ ነው ጳውሎስ ለአንዴና ለመጨረሻ ለክርስቶስ ባሪያ ሆኖ ራሱን በፈቃዱ እንዳስገዛለትና ለእርሱ ፈቃድና ደስታ ብቻ መኖር እንደሚገባው የሚናገረው።

ለገላትያ ሰዎች ጳውሎስ መልእክቱን በፃፈበት ወቅት ከእርሱ የቀደሙ አእማድ የተባሉት እነ ጴጥሮስ እንኳን ሰውን ለማስደሰት ከእግዚአብሔር አሳብ ውጭ ሲዋልሉ፣ ጳውሎስ ግን የእግዚአብሔርን አሳብ ጨከኖ ለማገልገል ካለው ጽኑ ውሳኔ አንፃር ነበር የአእማዱን ስሕተት እንኳን ፊት ለፊት የተቃወመውና በሕዝብ ሁሉ ፊት የገሰጸው።

"ነገር ግን ኬፋ ወደ አንዶኪያ በመጣ ጊዜ ፊት ለፊት ተቃወምኩት ይፈረድበት ዘንድ ይገባ ነበርና" (ገላ 2፥11)።

የጳውሎስ አካሄድ የሚያሳየን የእግዚአብሔርን አሳብ የሚያገለግል ሰው ባልንጀራው ከዚያ መንገድ ወጣ ማለቱን ሲመለከት በምንቸገረኝ ወይም በይሉኝታ ዝም ብሎ መመልከት እንደማይገባውም ነው። የሚገርመው በዚህ መንገድ ከጳውሎስ ተገሳፅ የደረሰበት ጴጥሮስ ከስህተቱ ታርሞ በኋለኛው ጊዜ ጳውሎስ በትምህርቱ የተነሳ ከሌሎች ሰዎች ተቃውሞ ሲደርስበት ተከላክሎለታል። ይህ የሚያሳየው ጳውሎስ

የእግዚአብሔርን አሳብ ተከትሎ ጴጥሮስን ከስህተቱ እንዲታረም በማድረጉ ጴጥሮንስ ገንዘቡ አድርጎታል።

ስለዚህ እኛም የአምላካችንን አሳብና ፈቃድ አገልግለን ለማለፍ በየዕለቱ የወሰንን መሆን አለብን። ለነፍሳችን ፈርተን፤ ለከብራችን ተጠንቅቀን፤ እውነትን አያወቅን ደብቀን ፤ ለጊዜው ራሳችንና ሰዎችን ደስ አሰኝተን፤ ሕያው አምላክን ግን አሳዝነን እንዳናልፍ ጥንቃቄ ልናደርግ ይገባል።

"እንግዲህ ወንድሞች ሆይ፤ ሰውነታችሁን ቅዱስና እግዚአብሔርን ደስ የሚያሰኝ ሕያው መሥዋዕት አድርጋችሁ ታቀርቡ ዘንድ በእግዚአብሔር ርኅራኄ እለምናችኋለሁ፤ ይህም እንደ ባለ አእምሮ የምታቀርቡት አምልኮአችሁ ነው። መልካም፤ ደስ የሚያሰኝና ፍጹም የሆነውን የእግዚአብሔር ፈቃድ ምን እንደሆነ ፈትናችሁ ታውቁ ዘንድ በአእምሮአችሁ መታደስ ተለወጡ እንጂ ይህን ዓለም አትምሰሉ"(ሮሜ 12፥1-2)።

እግዚአብሔርን ደስ የሚያሰኘው አገልግሎታችን ለእግዚአብሔር በቅድስና የምንአቀርበው ሁለንተናችን ነው። አገልግሎት መሥዋዕትነትን የሚጠይቅ ሕይወት ነው። የእግዚአብሔርን አሳብ ማገልገል የሚቻለው መሥዋዕትነትና ዋጋ በሚጠይቅ የጽድቅና የቅድስና ሕይወት ውስጥ ነው። ለእግዚአብሔር እውነት ለመሠዋት ባልተዘጋጀ ማንነት የዚህን ዓለም አስተሳሰብና የራሳችንን ፈቃድ ይዞ በተለየ ማንነት ውስጥ ማገልገል አንችልም። ለእግዚአብሔር መቅረብ ያለበት አገልግሎት በዓለም አስተሳሰብና እኛ ባሮጌው ማንነት ጥለነው በመጣነው የብልጠትና የአቋራጭ መንገድ ሳይሆን ከዓለም አስተሳሰብ ወጥቶ በታደስ አእምሮ ነው። እግዚአብሔር በእኛ ሕይወትና አገልግሎት ደስ የሚሰኝበትን ፈትነን ከዓለም አካሔድና አስተሳሰብ ላይተን ልንፈጽመው ይገባናል።

አሁን ያለንበትን ዘመን አገልግሎት መቃናት ብንችል ብዙዎቻችን በዓለም አስተሳሰብና ሰዋዊ በሆኑ ጥበቦች አምላክ በማይከብርበት መንገድ በመሮጥ ላይ ለመቆማችን ብዙም እውቀትና መገለጥን አይጠይቅም። ስለዚህ ቆም ብለን መንገዳችንን ልንፈትሽና ዋጋ ቢያስከፍለንም ራሳችንን ለመሥዋዕትነት አዘጋጅተን ጨከነን የጌታን አሳብ አገልግለን ለማለፍ መወሰን ያስፈልጋል።

፪

እግዚአብሔርን ማገልገል ከንቱ አይደለም!

1. ማገልገል ከንቱ ነውን?

"በኢየሩሳሌም የነገሠ የሰባኪው የዳዊት ልጅ ቃል። ሰባኪው፦- ከንቱ፤ ከንቱ፤ የከንቱ ከንቱ ሁሉ ከንቱ ነው ይላል"(መክ ፩፤1-2)።

እንግዲህ ከንቱ የሚለው ቃል ባዶ፤ የማይረባ፤ ዋጋ የሌለው፤ ጥቅም ቢስ፤ ተስፋ የማይጣልበት፤ የማያዛልቅ፤ የማያዋጣ ነገር እንደማለት ነው። አንዳንድ ጊዜ ሰዎች ብዙ ነገር ሠርተው ለፍተው ደከመው ውጤት አልባ ይሆንና ከንቱ ለሆነ ነገር ጉልበቴን ጨረስኩ ብለው ይናገራሉ። በማናችንም ሕይወት ውስጥ ለከንቱና ለማይረባ እንዲሁም ዘላቂነት ለሌለው ነገር መድከም አሳዛኝ ነገር ነው።

እግዚአብሔር፦ "እነሆ እኔ እንደቃልህ አድርጌልሃለሁ እነሆ ማንም የሚመስልህ ከአንተ በፊት እንደሌለ ከአንተም በኋላ እንዳይነሳ አድሬ ጥበበኛና አስተዋይ ልቦና ሰጥቼሃለሁ። ዳግምም ከነገሥታት የሚመስልህ ማንም እንዳይኖር ያልለመንኸውን ባለጠግነትና ክብር ሰጥቼሃለሁ" (፩ነገ.3፤12-13)። በማለቱ ምክንያት፤ ንጉሥ ሰለሞን

የእንግልሥት ሌጋሲ

በጥበብና በብልጽግና ተወዳዳሪ በማይገኝለት ክፍታ የወጣና ማየት የሚገባውን ሁሉ ያየ ንጉሥ ነበር::

ሁሉንም ነገር ከፀሐይ በታች "ከንቱ የከንቱ ከንቱ ነው!" ያለው ንጉሥ ሰሎሞን፣ ትንሽ ነገር ቀምሶ ለማየት ያህል ይህንን የተናገረ ሳይሆን ራሱ፣ "ብርንና ወርቅን የከበረውንም የነገሥታትና የአውራጆችን መዝገብ ሰበሰብሁ"(መክ.1፥8):: ብሎ እንደተናገረው ባለጠጋ ነበር:: ለተድላ ፣ ለደስታ ይጠቅመኛል ያላቸውን ሁሉን ነገሮች ሰብስቦ አይቷል:: ነገር ግን ይህ ሁሉ ነገር የከንቱ ከንቱ ከንቱ ሁሉም ከንቱ እንደሆነ ደግሞ መስክሯል:: እግዚአብሔር ከሰጠው ማስተዋልና ጥበብ የተነሳ ላቅ ያለ መረዳት ያለው ሰለሞን ሰው ከፀሐይ በታች የሚደክምበት ነገር ሁሉ ከንቱ ነው የማለቱ ምክንያት ከእግዚአብሔር የተቀበለው ጥበብና ባለጸግነት ከንቱ የሚባል ሆኖ ሳይሆን በመጽሐፉ መቋጫ ያስቀመጠውን ምክር አለመተግበሩ፣ ምንም ያህል ጥበብና ባለጸግነት ቢኖረን እንደ እግዚአብሔር ፈቃድና አሳብ ካልሄድን፣ እሱን በመፍራት ካልተመላለስን እውነትም ድካማችን ሁሉ ከንቱ መሆኑን ማሳያ ነው::

"እነሆ፣ ሁሉ ነገር ከተሰማ ዘንድ፣ የነገሩ ሁሉ ድምዳሜ ይህ ነው፣ እግዚአብሔርን ፍራ፣ ትእዛዛቱንም ጠብቅ፣ ይህ የሰው ሁለንተናዊ ተግባሩ ነውና"(መክ.12፥13)::

ሰሎሞን እግዚአብሔርን ለማገልገል በእስራኤል ዘፋን ላይ ሲቀመጥ "የሰው ሁለተናዊ ተግባሩ" ያለውን ዘንግቶ እንደተመላለሰ በሽምግልናው ነበር ያወቀው::

በሰሎሞን ገለጻ የሰው ሁለተናዊ ተግባር እግዚአብሔርን መፍራት፣ ትእዛዛቱንም መጠበቅ ሲሆን ይህ ደግሞ የእግዚአብሔርን አሳብ ተከትሎ ማገልገል አልያም መሥራትን ይጠይቃል:: በዚህ መሰረት ራሱን ሲገመግም እንደ እግዚአብሔር አሳብ ባለመመላለሱ ድካሙ ሁሉ ከንቱ ነበር::

የእግዚአብሔርን ጉዳይ ዐቢይ ቄም ነገር አድርጎ ያልያዘ ሕይወት ዐላግ ቢስና ትርጉም የለሽ ነው:: እግዚአብሔር የሌለበት ሕይወት፣ ምንም ነገር ሊያረካው አይችልም:: እግዚአብሔር እንደ ቸርነቱ የሚገኛበት ሕይወት እርሱ የሚሰጠውን በጎ ነገርና በሕይወት ውስጥ እውን ሆኖ ያለውን ሁሉ በምስጋና እንዲቀበል (ያዕ.1፥17)፣ እርሱ በሰጠው ጸጋ መጠቀምና ሐሤት ማድረግ ይገባል::[13]

እግዚአብሔርን እንደ አሳቡ ማገልገልና እንደ አሳባችን ማገልገል ሁለቱ በእጅጉ የተለያዩ

---

13 አዲሱ መደበኛ ትርጉም ከማጥኛ ጽሑፍ ጋር - የመጽሐፍ መክብብ መግቢያ ገጽ 990

ናቸው፡፡ የምናገለግልበትን ጸጋ እግዚአብሔር ይሰጠናል፡፡ እሱ እንደሰጠን ጸጋ ግን ላናገለግል እንችላለን፡፡ እንደዚያ ደግሞ ባለማድረጋችን ድካማችንን ሁሉ በራሳችን መንገድ ሂደን ከንቱ ልናደርግ እንችላለን፡፡

በሌላ መልኩ ደግሞ ጌታ ኢየሱስ "ሊከተለኝ የሚወድ ራሱን ይካድ፣ መስቀሉንም ተሸክሞ ይከተለኝ"(ማቴ.16፥24)፡፡ በማለት ግልጽ አድርጎ ነግሮን እያለ አገልግሎትን አልጋ በአልጋ አድርገን ከሳነው፣ የጠበቅነው ሳይሆን ሲቀር እሱን ማገልገል ምን ዋጋ አለው ልንል እንችላለን፡፡

በሚያሳዝን ሁኔታ ፣ ብዙ ሰዎች በእግዚአብሔር ማመን እና እሱን ማገልገል ከማናቸውም አይነት የሕይወት ውጣ ውረድ የመጠበቅ ዋስትና የሚያስገኝ እንደሆነ አድርገው ያስባሉ፡፡ ይቺን የሚያስቡ ሰዎች ደግሞ አሳዛኝ ሁኔታ ሲመጣ የእግዚአብሔርን ቸርነትና ፍትህ ይጠየቃሉ፡፡ የኢዮብ መልእክት እና የክርስቶስ ሐዋርያት ግን መጥፎ ነገሮች ስለተከሰቱ ብቻ እግዚአብሔርን ማገልገል መተው የለብንም የሚል ነው፡፡ እግዚአብሔርን ማገልገል በመከራ ላለማለፍ የሚሰጠው ምንም አይነት ዋስትና ካለመኖሩም በላይ በአገልግሎት ውስጥ ከሚቀርቡልን ግብዣዎች ውስጥ አንዱ "መከራን ተቀበል"የሚል ማበረታቻችም አለበት፡፡

እግዚአብሔርን ማገልገል በራሱ በዚህ ሕይወት ውስጥ ለመኖር ዋስትና እንደማይሰጥ ሁሉ እኛም በአምላክ ላይ ያለን እምነት መከራ አልባ ሕይወትና ብልጽግናን አያረጋግጥም፡፡ ይህ ቢሆን ኖሮ ሰዎች ሀብታም ለመሆን በቀላሉ እግዚአብሔርን ያምናሉ፡፡

እግዚአብሔር ከማናውም ስታይ ሊያድነን ይችላል፡፡ ግን ልንረዳውና ሊገባን በማንችላቸው ምክንያቶች መከራ ወደ ሕይወታችን እንዲመጣ ሊፈቅድም ይችላል፡፡ በጣም ከባድ በሆነ የሕይወት ውጣ ውረድ ውስጥ ስናልፍ ታዲያ ሰይጣን እግዚአብሔርን ማገልገላችንን ከንቱ እንደሆነ እንድናስብና እንድንጠራጠር ለማድረግ እንደ ኢዮብ ሚስት ያሉትን ሰዎች ወደ እኛ ሊልክ፣ ዘሪያችንን እያሳየ እንድናማርር ሁሉ የማድረጊያ ዘዴ አለው፡፡ እግዚአብሔርን ለምን እንደምናገለግለው ሁል ጊዜ የምናውቅ ከሆነ በሕይወት የሚገጥሙን ውጣ ውረዶች እምነታችን የሚያድግበት፣ እግዚአብሔርን የበለጠ ተስፋ የምናደርግበት ሁኔታ ይሆናል፡፡

የዕብራውያን መጽሐፍ እንደሚናገረው ኢየሱስ ክርስቶስ በተቀበለው መከራ ታዛዥነትን እንደ ተማረ ፣ እናም በመከራ ፍጹም እንደነበረ (ዕብ.2፥10)፡፡ መከራ የእግዚአብሔርን ኃይል የመግለጥ አቅም አለው (2ቆሮ.12፥8)፡፡ በመከራ ውስጥ ያለፉና መከራ የደረሰባቸው

የአንልግሎት ሌጋሲ

ሌሎችን ለማፅናናት አቅም እንደሚያገኙ ግልጽ ያደርግልናል።

የክርስቶስ ደቀ መዛሙርት ወንጌል በስደት እና በመከራ ውስጥ ሁነው አስፋፍተዋል። ለክርስቶስ እና ለመንግሥቱ ሲሉ መከራን ተቀብለዋል። ጳውሎስ የክርቶስ መከራ ተካፋይ ለመሆን እንደሚፈልግ ተናግሯል(ፊል.3፥10)። እውነተኛ ክርስቲያኖች በመከራ ከክርስቶስ ጋር እንደሚተዋወቁ በማሰብ በክርስቶስ መከራ ይካፈሉ።

በዚህ ውጣ ውረድ በሞላበት፤ ስለ ወንጌል መከራን እየተቀበሉ ማገልገል ከንቱ አይደለም። ከንቱም ሆኖ አያውቅም።

ጌታ ኢየሱስ ክርስቶስ ከአባቱ የተሰጠውን ተልእኮ የተወጣው በጊዜው ሰቃዮቹ እየተዘባበቱበት ቢሆንም ከከፈለው ዋጋ ግን ከንቱ እንዳልነበረ ይህ ከመፈጸሙ ሰባት መቶ ዓመታት አስቀድሞ በራዕይ የተመለከተው ኢሳይያስ የሚከተለውን ተናገረ:-

"መድቀቁና መሠቃየቱ ግን የእግዚአብሔር ፈቃድ ነበር፤ እግዚአብሔር ነፍሱን የኃጢአት መሥዋዕት ቢያደርገውም እንኳ፤ ዘሩን ያያል፤ ዕድሜውም ይረዝማል፤ የእግዚአብሔርም ፈቃድ በእጁ ይከናወናል። ከነፍሱ ሥቃይ በኋላ፤ የሕይወት ብርሃን ያያል፤ ደስም ይለዋል"(ኢሳ.53፥10-11)።

ስለዚህ እግዚአብሔርን በጽድቅና በታማኝነት ማገልገል መቼውንም ጊዜ እንዲሁ ከንቱ ሆኖ አያውቅም።

በዘመናት እንደ አሳፍ(መዝ.73)፤ ዕንባቆም (ዕን.1፥13) ኃጢአተኛው ጻድቁን ሲከበው፤ ጻድቁ ሲቸገር ኃጢአተኛው ግን ሲበለጽግ ተመልከው ምን እየተደረገ ነው ብለው? ግራ ከመጋባት "ለካ ልቤን ንጹሕ ያደረግሁት በከንቱ ነው፤እጄንም በየዋህነት የታጠብሁት በከንቱ ኖሯል!"(መዝ.73፥13) ብሎ እስከማጣጠቅ ደርሰዋል። ይሁን እንጂ በዓይናቸው የሚመለከቱትና የሚያልፉበት መንገድ እንደዚያ ቢመስልም እውነታው ግን እንደዚያ ባለመሆኑ፤ አሳፍ እንደዚያ በማሰቡ ተጸጽቶ የሚከተለውን ቅኔ ከተቀኘ በኋላ በጽድቅና በታማኝነት እግዚአብሔርን ማገልገል ከንቱ አለመሆኑን ተናግሮ ወደ አገልግሎቱ ተመልሷል።

"ነፍሴ በተማረረች ጊዜ፤ ልቤም በተቀሠፈ ጊዜ፤ ስሜት የሌለውና አላዋቂ ሆንሁ፤ በፊትህም እንደ እንስሳ ሆንሁ። ይህም ሆኖ ዘወትር ከአንተ ጋር ነኝ፤ አንተም ቀኝ እጄን ይዘኸኛል። በምክርህ መራሽኝ፤ ኋላም ወደ ክብር ታስገባኛለህ። በሰማይ ከአንተ በቀር ማን አለኝ? በምድርም ከአንተ ሌላ የምሻው የለኝም። ሥጋዬና ልቤ ሊደክሙ ይችላል፤

እግዚአብሔር ግን የልቤ ብርታት፤ የዘላለም ዕድል ፈንታዬ ነው።እነሆ፤ ከአንተ የሚርቁ ይጠፋሉና፤አንተ ታማኞች ያልሆኑህን ሁሉ ታጠፋቸዋለህ። ለእኔ ግን ወደ እግዚአብሔር መቅረብ ይሻለኛል፤ ጌታ እግዚአብሔርን መጠጊያዬ አድርጌዋለሁ፤ ስለ ሥራህም ሁሉ እነግር ዘንድ"(መዝ.73፥21-28)።

ዕንባቆምም ቢሆን ከማጉረምረምና ከጥያቄ ሕይወት ወጥቶ አገልግሎቱን የቀጠለው የሚከተለውን ቅኔ ተቀኝቶ ነው።

"ምንም እንኳ የበለስ ዛፍ ባያፈራ፤ ከወይን ተክልም ፍሬ ባይገኝ፤የወይራም ዛፍ ፍሬ ባይሰጥ፤ ዕርሻዎችም ሰብል ባይሰጡ፤ የበጎች ጉረኖ እንኳ ባዶውን ቢቀር፤ ላሞችም በበረት ውስጥ ባይገኙ፤ እኔ ግን በእግዚአብሔር ደስ ይለኛል፤ በድነቴ አምላክ ሐሤት አደርጋለሁ። ጌታ እግዚአብሔር ኃይሌ ነው፤ እግሮቼን እንደ ዋላ እግሮች ያደርጋል፤ በከፍታዎችም ላይ ያስሄደኛል"(ዕን.3፥17-19)።

እግዚአብሔርን በመፍራት በጽድቅ መንገድ ላይ የሚራመዱ ቅዱሳን ምንም እንኳን በዚህ ምድር ላይ በኑሮአቸው ባይደላቸውም ሁልጊዜ ግን ነፍሳቸው የምትረካበት የማይጠፋ ጽኑ ተስፋ አላቸው። በእንግድነት ዘመናቸው በዚህ ምድር ላይ ሲኖሩ የሚገጥማቸው ምድራዊ የሕይወት ሳንካ ተስፋቸውን አያናውጠውም። በሚቆረቁር ነገር ላይ ሆነው ሐመም አልባ የሆነውን የወደፊት ኑሮአቸውን አትኩረው ይመለከታሉ። ጌታን በመፍራት ለሚኖሩ ጻድቃን የተሰጠው ተስፋ ከዘመን ጋር የሚያከትም ጊዜያዊ ሳይሆን ዘላለማዊ ነው። መቼም ተስፋን ስናስብ ተስፋ ሰጪውንም ማሰባችን አይቀሬ ነው። እግዚአብሔርን የሚፈሩ የጻድቃን ተስፋ ምድራዊና ነገ ወደ አፈር በሚገባ ሥጋ ለባሽ የተሰጠ ሳይሆን፤ ዘላለማዊና ሕያው ከሆነው ከእግዚአብሔር የተሰጠ ነው። ጌታን የሚፈራ ጻድቅ በዚህ ምድር ላይ ሲኖር በግፍና በዐመፃ የተጀበነውን የነጥአንን ቅጽበታዊ ስኬት በመመኘት ጊዜውን አያባክንም። ነገ እንደ ጉም በንፋ በሚጠፋው ምድራዊ ብልጽግና ላይም ልቡን አይጥልም። ሆኖም ግን፤ በልቡ ላይ የሚያነግሠው አምላኩን ብቻ ነው። ስለሆነም፤ ሁልጊዜ ከጌታው በተሰጠው የማይቋረጥ መለኮታዊ ተስፋ ነፍሱ እፈነደቅች በዚህ ምስቅልቅሉ በወጣ ዓለም ውስጥ አምላኩን እያከበረ ይኖራል። በማያመች ሁኔታ ውስጥ ደስ እንዲለውና በጌታው ላይ ያለውን መታመን እንዲጨምር የሚያደርገው ከጌታው የተሰጠው መለኮታዊ ተስፋ ነው። ታዲያ ይኼንን ተስፋ ለአፍታ እንኳን አይዘነጋውም፤ ያስበዋል፤ ያሰላስለዋል ይኖረዋል።[14]

---

14 ንሩይ አድማሱ - እግዚአብሔርን የመፍራት በረከት https://hintset.org/articles/sermon/the-bless-ings-of-fearing-god

የአንድግሎት ሌጋሲ

እግዚአብሔርን ማገልገል ከንቱ ካልሆነ፣ ታዲያ የነቢዩ ሚኪያስ ዘመን ሰዎችን ምን ነካቸው?

በነቢዩ ሚልክያስ ዘመን የነበሩ የይሁዳ ሰዎች ከምርኮ ተመላሽ እንደመሆናቸው በእግዚ አብሔር ላይ ከፍተኛ ቅሬታ የተፈጠረባቸውና በነቢዩ ሚልክያስ መጽሐፍ እንደተጠቀሰው ሕዝቡ ስድስት የከርከር አሳብ ወይም ቃላትን አጉልቶ ያሳየና ሚልክያስ እግዚአብሔርን ወክሎ ሕዝቡን የሚሞግትበት፣ ሕዝቡም ለመልከተኛው ያልተድበሰበሰ ምሬቱን በመናገር የሚከራከሩበት ሂደት ነበር::

በዚህ ውስጥ መጽሐፉ:-

የእግዚአብሔር ፍቅር ፤ ስለሚመለሱ አይሁድ

የእግዚአብሔር ውግዘት በካህናት ላይ፤

የእግዚአብሔር ውግዘት በፍች እና በድብቅ ሃይማኖታዊ ጋብቻ ላይ

የእግዚአብሔር ውግዘት በመጥፎ አዝማሚያቸው/ የፍትሕ አምላክ ወዴት ነው?)

የእግዚአብሔር ውግዘት በመቅደሱ ስለሚያደርጉት

የእግዚአብሔር ውግዘት በመጥፎ አዝማሚያቸው /እግዚአብሔርን ማገልገል ከንቱ ነው!) እና የመጨረሻ ማስጠንቀቂያና ተስፋ[15] የሰፈረበት መጽሐፍ ነው::

የሚልክያስ ዘመን አይሁዶች "እግዚአብሔርን ማገልገል ዋጋ የለውም" ሲሉ በእግዚአብሔር ባሕሪይ ያነሱት ቅሬታ እግዚአብሔር እንዲሁ ሊያልፈው ያልወደደው ከመሆኑም በላይ በብርቱ ተግሳጽ ምላሽ የሰጠበትም ነው::

ያለንበት ዘመን እና የሚልክያስ ዘመን ይመሳሰሉ፣ በሁለቱም ዘመን ሁለት አይነት ሕዝብ አለ፤ በጣም ቅን እግዚአብሔር እግዚአብሔር የሚል፤ እግዚአብሔርን የሚፈልግ፤

የሚወድ፣ ታማኝ፣ እግዚአብሔር የተናገረውን በጽናት የሚጠብቅ እና እግዚአብሔርን የማይፈራ፣ የማያያምን፣ የሚጠራጠርና የማይታዘዝ ሕዝብ አለ።

በሚልኪያስ መጽሐፍ ላይ እግዚአብሔርን በፍርሀት፣ በፍቅር፣ በመገዛት፣ በታማኝነት የሚያገለግሉ ሰዎች የመኖራቸውን ያህል፣ በሌላው በኩል ደግሞ እዚሁ መጽሐፍ ላይ እግዚአብሔርን ማገልገል ከንቱ ነው የሚል ትውልድም ነበረ (3፥14)።

"በእኔ ላይ የድፍረት ቃል ተናግራችኋል" ይላል እግዚአብሔር። እናንተ ግን፣ 'በአንተ ላይ የተናገርነው ምንድን ነው?' ትላላችሁ። "እንዲህም ብላችኋል፤ 'እግዚአብሔርን ማገልገል ከንቱ ነው፤ እርሱ የሚፈልገውን ሁሉ በማድረግና በእግዚአብሔር ጸባኦት ፊት ሐዘንተኞች ሆነን በመመላለስ ምን ተጠቀምን? አሁን ግን ትዕቢተኞችን ብሩካን እንላቸዋለን፤ ከፉ አድራጊዎች ይበለጽጋሉ፤ እግዚአብሔርን የሚፈታተኑትም ያመልጣሉ"(ሚክ.3፥13-15)።

ከላይ ያለው የሚልክያስና የሕዝቡ ከረር ያለ የቃላት ልውውጥ ከምርኮ የተመለሱት አይሁድ በምድራቸው በመጥፎ ሁኔታና በመንፈሳዊ ውድቀት ውስጥ ሲያልፉ ካነሷቸው የፈዝ ጥያቄዎች አንዱ ነው።

ሕዝቡ የእግዚአብሔርን ፍቅርና ተስፋ በመጠራጠር፣ ፍትሕን ጥያቄ ውስጥ በማስገባትና ትእዛዛቸውን በመፈጸም ትርፍ እንደማይገኝ በማመን ያፈዙ ነበር። እምነታቸው እየደከመ ሲመጣ በአምልኮ ሥርዓታቸው ረገድ ፈዛዞችና ግዴለሾች፣ ለሕጉ ሥርዓቶች ደንታ ቢሶችና በኪዳኑ ላይም ኃጢአትን ሁሉ በመሥራት በደለኞች ሆኑ።

በሕጉ መጽሐፍ እንደተቀመጠው ከአሥራ ሁለቱ ነገድ የመቅደሱ አገልጋይ የሆኑት ሌዋውያኑ እንደመሆናቸው መጠን ከላይ ያለውን "እግዚአብሔርን ማገልገል ከንቱ ነው" የሚለውን የፈዝ ቃል የሰነዘሩትም መላው ሕዝቡ ሳይሆን እነሱ እንደሆኑ በብዙ የመጽሐፍ ቅዱስ ሊቃውንት ይታመናል።

በሚልክያስ መጽሐፍም ቢሆን በምእራፍ ሁለት ላይ ይህ ነገር በቀጥታ እነሱን እንደሚመለከት ተጠቅሷል (ሚል.2፥3-10)።

እነዚሁ ሌዋውያን በምድሪቱ የሚስተዋለውን የፍትሕ እጦት፣ የኃጢአተኞች መበርታት ምን አልባት ከምርኮ በፊት እንዲህ ያለውን ነገር አስተውሎ ይሞግት እንደነበረው ነቢዩ ሚክያስ ሳይሞግቱ አልቀረም።

"እኔ ግን፣ ለያዕቆብ በደሉን፣ለእስራኤልም ኃጢአቱን እነግር ዘንድ ኃይልን፣

የእንግልግሎት ሌጋሲ

በእግዚአብሔር መንፈስ፣ ፍትሕና ብርታት ተሞልቻለሁ። እናንት የያዕቆብ ቤት
መሪዎች፣ እናንት የእስራኤል ቤት ገዢዎች፣ ፍትሕን የምትንቁ፤ ትክክለኛ የሆነውንም ነገር
ሁሉ የምታጣምሙ፣ ስሙ፤ ጽዮንን ደም በማፍሰስ፣ ኢየሩሳሌምን በከፋት የምትገነቡ፣
ስሙ"(ሚክ.3፤8-10)።

ነቢዩ ሚክያስ ይኼንን ከምርኮ በፊት አስቀድሞ የተናገረ ቢሆንም፣ የያዕቆብ ቤት ከበደሉ
ሳይመለስ በመቅረቱ ለግዞት የተዳረገብትና ከሰባው ዓመት ከምርኮ መልሶም በነቢዩ
ሚልክያስ ዘመን አምላካቸውን ከመበደል ያልታረሙ በመሆናቸው ፣ በመካለቸው
ፍትሕ እንዲሰፍን ሕጉን ያስተምሩ የነበሩት ሌዋውያን የማንበረሰቡ በደል ተካፋይ
ከመሆናቸውም በላይ "እግዚአብሔርን ማገልገል ከንቱ ነው" ወደ ማለት ደርሰዋል።

"It is vain to serve God" "vain" የሚለው ቃል "emptiness" እና "vanity"
የሚል ትርጉም የሚሰጡ ሲሆን ባዶነት አልያም ከንቱነትን ያመለክታል። ይህ ቃል
በመዝሙረ ዳዊት፦"እግዚአብሔር ቤትን ካልሠራ፣ ሠራተኞች በከንቱ ይደክማሉ፣
እግዚአብሔር ከተማን ካልጠበቀ፣ ጠባቂ በከንቱ ይተጋል"(መዝ.127፤1)። የሚለው ጋር
ተያያዥነት ያለው ነው።

ዘማሪው ይኼንን ማለቱ ፣ በሕይወት ውስጥ ከፍተኛ ዋጋ ያለው ከእግዚአብሔር
የሆነውና የእርሱ ባርኮት ያለበት ብቻ ነው፣ በአንጻሩ ደግሞ በአኗኗራችን የእግዚአብሔር
ፍርሃት ከሌለበት ጥረታችን፣ ዓላማችንና ለቤተሰባችን የምናደርገው እንክብካቤ እንኳ
ሳይቀር ከንቱ ይሆናል፣ በመጨረሻም ስንክልክል ያለና ቀቢጸ ተስፋ የነገሠበት ሕይወት
ያጋጥመናል። እንግዲህ ከመጀመሪያው የሕይወት ምእራፍ አንስቶ እስከ መጨረሻው
ድረስ በማንኛውም ረገድ የእግዚአብሔርን በረከትና ምሪት መሻት ይኖርብናል። በምድር
ላይ የእግዚአብሔርን ቤት ለመሥራት ጥረት ስናደርግ እንደ ሰው አሳብ፣ ዕቅድና ጥረት
ሳይሆን፣ እሱ በሰጠው ንድፍና በመንፈስ ቅዱስ ምሪት መሆኑን እርግጠኞች መሆን
አለብን(ዘጸ.25፤9፤40)።[16]

እግዚአብሔርን እንደ ፈቃዱና አሳቡ ሳናገለግለው ፣ በምትኩ የተሻለ ነገርን መፈለግ
እንደ ዶናልስ ሲ.ስታምፕስ አገላለጽ ፣ "ስንክልክል ያለና ቀቢጸ ተስፋ የነገሠበት ሕይወት
ያጋጥመናል።"

እነዚህ ሌዋውያን ወይም የይሁዳ ሰዎች እንደ እግዚአብሔር ፈቃድ ሂደው ስላላገለገሉ
ሕይወታቸው ምሬት የተሞላ እና በእግዚአብሔርም ፊት የድፍረትን ቃል ተናጋሪ ሆኑ።

<hr>

16 ዶናልድ ሲ.ስታምፕስ - ምሉአ ሕይወት መጽሐፍ ቅዱስ ገጽ 901

የተሠናክሉባቸው ቃሎች

1. እግዚአብሔርን ማገልገል ከንቱ ነው፤

ከምንባቡ እንደምንረዳው እነዚህ ሰዎች እግዚአብሔርን ለማገልገል ያሰቡ ሳይሆኑ እግዚአብሔርን በማገልገል የኖሩ ናቸው፡፡ ነገር ግን ከብዙ አገልግሎታቸው በኋላ አገልግሎት አገልግሎት እያሉ በእግዚአብሔር ስም መሮጥ ወደኋላ ያስቀራል፡፡ አገልግሎት የሚባለው ነገር የሚፈረባና ጥቅም ያለው፣ የሚታይ ትርፍ ያለበት ነገር የለውም አሉ፡፡

እንዲህ ያለውን ነገር የታወቁት የስነ መለኮት ሰው ጐርደን ፊ. "አገልግሎትን 'ለእኔ ምን አገኘበታለሁ?' የሚለው የዘመናዊቷ ምዕራባዊ ቤተ-ክርስቲያን መንፈሳዊ መቅሰፍት ነው፡፡"[17] ያሉት ሲሆን ፤ እንዲህ ያለው ነገር የሃያ አንደኛው ክፍለ ዘመንም ክርስትና ችግር ሁኔ ማለትም ይችላል፡፡

አሁን ላይ ባለቸው የኢትዮጵያ ወንጌላዊት ቤተ ክርስቲያን፣ በወጣትነት ጊዜያቸው ዋጋ ከፍለው አገልግለው፣ መከራና ችግር ሲመጣ፣ እንዲሁም በሕይወታቸው የሚታይ ቁሳዊ ነገር እንደሚፈልጉት ባለማግኘታቸው ምክንያት ፤ በእግዚአብሔር አገልግሎት ላይ በማጉረምረም በልባቸው ይሁን በቃላቸው ምሬት ውስጥ የገቡና ተስፋ ቆርጠው አገልግሎትን ትተው ቁጭ ያሉ ብዙዎች ናቸው፡፡

እንደዚህ ያሉት ሰዎች የአገልግሎትን ጥልቅ ምስጢር ባለመረዳት እንዲሁም የተሳሳተ ምርጫ እንደመረጡ በመቁጠር ሐዘንተኛ ሁነው ይመላለሳሉ፡፡

የዚህ መጽሐፍ ዋና ዓላማም በእንደዚህ ዓይነት ሁኔታ አገልግለው አገልግሎትን ከንቱ አድርገ ለቆጠሩ፣ እየቆጠሩ ላሉትና የአገልግሎትን ምንነት ባለማወቅ ዳር የቆሙ ሰዎች አገልግሎት ከንቱ እንዳልሆነ ገብቷቸው በዘመናቸው ሁሉ በጽድቅ እግዚአብሔርን አገልግለው እንዲያልፉ እነሱ "እግዚአብሔርን ማገልገል ከንቱ ነው" ያሉትን ስሑት አካሄድ ማቅናት ነው፡፡ መቼም ይሁን መቼም እግዚአብሔርን ማገልገል ከንቱ ሆኖ አያውቅም፡፡ አይሆንም እንጂ ቢሆን ኖሮ እንዲህ ቢሉ የሚያምርባቸው ዳንኤል እና ጓደኞቹ ግንባር ቀደምት መሆን ነበረባቸው፡፡ እነሱ በስደት አገር ፤ በማይመች ሁኔታ እግዚአብሔርን በማገልገላቸው ያተረፉት በአናብስት ጉድጓድ መጣል፣ በእቶን እሳት መማገድ ነበር፡፡ ይሁንና ከዚህ እንኳ መትረፋቸውን ሳያውቁ በሙሉ ልባቸው

17 Gordon Fee, The Disease of the Health and Wealth Gospels. Luke 12:15

የእግልግሎት ሌ,ጋሲ

እግዚአብሔርን ትተው ሌላን ከሚያመልኩ በእቶኑ እሳት መ,ጋየትን እስከ መምረጥ ነበር የደረሱት፡፡

"ሲድራቅ፡ ሚሳቅና አብደናን ለንጉሡ እንዲህ ብለው መለሱ፤ ናቡከደነፆር ሆይ፤ በዚህ ጒዳይ ላይ ስለ ራሳችን መልስ መስጠት አያስፈልገንም፡፡ ንጉሡ ሆይ፤ በሚንበለበለው የእቶን እሳት ውስጥ ብንጣል፤ የምናመልከው አምላክ ሊያድነን ይችላል፤ ከእጅህም ያድነናል፡፡ ነገር ግን ንጉሡ ሆይ፤ ባያድነንም እንኳ፤ አማልክትህን እንደማናገለግል፤ ላቆምኸውም የወርቅ ምስል እንደማንሰግድ ዕወቅ"(ዳን.3፤16-18)፡፡

በነቢዩ ሚልክያስ ዘመን በነበሩት አገልጋዮች መካከል የተነሳው፤ ከፉዎች ለምን ተሳካላቸው? ከፉዎች በከፋት ሂደው የሚሳካላቸው ከሆነ እግዚአብሔርን ማገልገል ከንቱ ነው የሚለው የድፍረት ቃል እንዲናገሩ ሌላ ምክንያት አላቸው ቢባል፤ የዘዳግም መጽሐፍ ፤ ሰዎች ኃጢአት ቢሠሩ ቢበድሉ በእርግማን እንደሚመቱ፤ ጻድቃን ቢሆኑ እንደሚባለጹ በግልጽ መቀመጡ ነው፡፡ ይህ ነገር በቅሬታዎቹ የምርኮ ተመላሾች ዘንድ የፈጠረባቸው ግርታ እንዳለ ምንም ጥርጥር የለም፡፡ እንዲህ ያለው ግርታ ግን የዕንባቆም መጽሐፍ ምላሽ ይሰጣል፡፡ የጽድቅን መንገድ ተከትለናል አሉ እንጂ፤ በእግዚአብሔር ዘንድ እንደ ሕጉ በአውነትም በጽድቅ መንገድ ሂደው ነበር ማለት ግን አይቻልም፡፡ ያንን አድርገው ቢሆን ኑሮ አስቀድሞ ለምርኮም ባልተዳረጉ፡፡ ከምርኮ መልስም አልታረሙም፡፡

ነቢዩ ዕንባቆም በመጀመሪያ በእግዚአብሔር ፊት የነበረው ጥያቄ፤

"እግዚአብሔር ሆይ፤ ለርዳታ እየተጣራሁ፤ አንተ የማትሰማው እስከ መቼ ነው? "ግፍ በዘ" ብዬ እየጮኸሁ፤ አንተ የማታድነው እስከ መቼ ነው? ስለ ምን በደልን እንዲያ አደረግኸኝ? እንዴትስ ግፍ ሲፈጸም ትታገሣለህ? ጥፋትና ግፍ በፊቴ አለ፤ ጠብና ግጭት በዝቶአል፡፡ ስለዚህ ሕግ ላልቶአል፤ ፍትሕ ድል አይነሣም፤ ፍትሕ ይጠመም ዘንድ፤ ከፉዎች ጻድቃንን ይከባሉ"(ዕን.1፤2-4) የሚል ነበር፡፡ ምክንያቱ ደግሞ በወቅቱ በይሁዳ የነበረው ማኅበራዊ ዝቅጠትና መንፈሳዊ ከህደት ምድሪቱን ሞልቷት ስለነበር ከፋት፤ ዐመፅና ግፍ ሲሰፋፋ እግዚአብሔር ምንም ባለማድረጉ ዕንባቆም ግራ ስለተጋጋ ነበር፡፡

ከእግዚአብሔር ዘንድ ለዕንባቆም የመጣለት ምላሽ የተመለከትን እንደሆነ፤ ነቢዩ ዕንባቆም ያልጠበቀውን ነበር፡፡ እግዚአብሔር ጨካኞች ባቢሎናውያንን ተጠቅሞ ፍትሕ ሊያደርግ እንዳለው(ዕም.1፤6) በነገረው ጊዜ ዕንባቆም የመጀመሪያውን ጥያቄ ትቶ፤ "ጻድቅ በሆነ ሕዝብ ላይ ፍርዱን ለመፈጸም እንዴት እንዲህ አይነት ሕዝብ ይጠቀማል" ይልም ነበር፡፡

ዕንባቆም መጀመሪያ ፍርድ ሊያገኙ ይገባቸዋል ያለውን ሕዝብ ከእግዚአብሔር ዘንድ አምን ፍርድ ይገባቸዋል በባቢሎን[ከለዳውያን] እቀጣለሁ ሲባል ፤ ዕንባቆም ፍርድ የተገባውን ሕዝብ መልሶ "ጻድቅ በሆነ ሕዝብ ላይ ፍርዱን ለመፈጸም እንዴት እንዲህ አይነት ሕዝብ ይጠቀማል" ማለቱ የመጀመሪያውን ሙግቱን አፍርሶበታል።

የነቢዩ ሚልክያስ ዘመን አገልጋዮችም "እግዚአብሔርን ማገልገል ከንቱ ነው" ይበሉ እንጂ፤ ራሳቸው በእውነታው በጽድቅ የተመላለሱ ሆነው አልነበረም። ስለ አገልግሎታቸው የተሳሳት ምልከታ ስለነበራቸው ራሳቸውን አስተዋል።

2. ትእዛዙንስ በመጠበቅ በሥራዊት ጌታ በእግዚአብሔር ፊት ኃዘንተኞች ሆነን በመሔድ ምን ይረባናል?

እነዚህ አገልጋዮች አምላካቸውን ለማገልገል በጽድቅ መንገድ ተጉዘው፤በሌሎች ዘንድ ሐዘንተኛ እስኪመስሉ ድረስ ተጨቁነው ያለፉ ናቸው። በጽድቅ ባለመጽናት ግን እንደ ተሰናከሉ ከንግግራቸው ያሳብቃሉ። እግዚአብሔርን በጽድቅ በማገልገል መድከም ረብ የለውም የሚል የድፍረት ንግግር አድርገዋል። የዚህ ምክንያታቸው ደግሞ ክፉ አደራጊዎች እየበለጸጉ፤ እግዚአብሔርን የሚፈታተኑት ከፍትሕ እያመለጡ ነው የሚል ሙግት ነበራቸው።

እነዚህ አገልጋዮች ልብ ብለው ያላስተዋሉት ክፉ አደራጊዎች በከፋት እንደማይጸኑ ፤ እግዚአብሔርም ከክፉ አድራጊዎች ጋር እንደማይተባበር ባሕርይውም እንደማይፈቅድለት ሲሆን አገልጋይ እንደመሆናቸው መጠን ደግሞ ከኢዮብ ሕይወት እንዲህ ያለውን ነገር መገንዘብ ነበረባቸው።

ኢዮብ ፤ "ይህ ሰው ነቀፋ የሌለበት፤ ቅን፤ እግዚአብሔርን የሚፈራና ከክፋት የራቀ ነበር"(ኢዮ.1፥1)። የሚል ምስክርነት ከእግዚአብሔር ዘንድ ቢሰጠውም፤ ኢዮብ በማያውቀው ምክንያት በደረሰበት ፈተና ሲያልፍ በወዳጆቹ ለሚነሳው :-

"ነዌአተኞች ለምን በሕይወት ይኖራሉ? ለምን ለእርጅና ይበቃሉ? ለምንስ እያየሉ ይጌዳሉ? ዘራቸው በዐይናቸው ፊት፤ ልጆቻቸውም በዙሪያቸው ጸንተው ሲኖሩ ያያሉ፤ ቤታቸው ያለ ሥጋት በሰላም ይኖራል፤ የእግዚአብሔርም በትር የለባቸውም። ኮርማቸው ዘሩ በከንቱ አይወድቅም፤ ያስረግዛል፤ ላማቸውም ሳትጨነግፍ ትወልዳለች። ልጆቻቸውን እንደ በግ መንጋ ያሰማራሉ፤ ሕጻናታቸውም ይቦርቃሉ። በከበሮና በክራር ይዘፍናሉ፤ በዋሽንትም ድምፅ ይፈነጫሉ። ዕድሜያቸውን በተድላ ያሳልፋሉ፤

የአገልግሎት ሌጋሲ

በሰላምም ወደ መቃብር ይወርዳሉ። እግዚአብሔርንም እንዲህ ይሉታል፤ 'እትድረስብን! መንገድህንም ማወቅ አንፈልግም። እናገለግለው ዘንድ፣ ሁሉን ቻይ አምላክ ማን ነው? ወደ እርሱ ብንጸልይስ ምን እናገኛለን?"(ኢዮ.21፥7-15) ለሚለው ተገቢ ያልሆነ ሙግት የእሱ ምላሽ፤

"ብልጽግናቸው በእጃቸው አይደለም፤ ከጎጢአተኞች ምክር እርቃለሁ"(ኢዮ.21፥16) በማለት፣ የከፉዎችን ጠማማ ምክር የማይበጅ ነው በማለት ተቃውሚል። ይኼንን በማለቱም እግዚአብሔር ሁሉንም ነገር እንደሚቆጣጠር ለወዳጆቹ አሳውቋል።

የሚልክያስ ዘመን አገልጋዮች በጽድቅ እንኳ ሂደው ቢሆን ኖሮ "ትእዛዝህን ለመጠበቅ ጨከንሁ አልዘገየሁምም" (መዝ.118፥60) ከሚለው ከመዝሙረኛው ሕይወት መማር ይችሉ ነበር።

እነዚህ ሰዎች ግን ትእዛዙን ጠብቀው ጨከነው ለማገልገል አልቆረጡም። ስለዚህ እግዚአብሔርም ደፋሮች እንደሆኑ ተናግራቸው። በዚህም ዘመን በጽድቅ መንገድ አገልግሎትን ጀምረው በምንም ሁኔታ ውስጥ እስከመጨረሻው አምላክን ለማገልገል ቃል ኪዳን ገብተው፣ በአገልግሎት ጎዳና ውስጥ ያሉ ፤ ብዙ ጊዜያዊ አረፋ የሆነ ትርፍ አሰናክሊቸው፣ የጎጢአተኞችን መንገድ በልባቸውም ይሁን በቃላቸው ብሎም በተግባራቸው የተከተሉ ብዙዎች ናቸው።

አምላካችን ግን በምንም ሁኔታ ውስጥ እስከ ፍጻሜው ጸንቶ የሚያገለግለውን ሰው ይፈልጋል። ነገሮች ባይመቹቹ፣ ሁኔታዎች መልካም ባይሆኑም፣ ጌታን በጽድቅ ማገልገል ይረባናል ብለው ፍጻሜውን ወደ ፊት ትኩር ብለው ተመልክተው የሚያገለግሉ ቆራጥ አገልጋዮችን ይፈልጋል።

"እኔ ግን እግሮቼ ሊሰናከሉ አረማመዴም ሊወድቅ ትንሽ ቀረ። የጎጢአተኞችን ሰላም አይቼ በዐመፀኞችም ቀንቼ ነበርና" (መዝ.73፥2-3) "ወደ እግዚአብሔር መቅደስ እስከገባ ድረስ ፍጻሜአቸውም እስካስተውል ድረስ"(መዝ. 73፥17)።

ዘማሪው አሳፍ በእግዚአብሔር ቤት በጽድቅ የሚያገለግል ሰው ነበር። ይሁንና ጊዜአዊ የሆነው የጎጥአ ኖሮ ሊያሰናክለው ትንሽ ቀርቶት ነበር። እኛም በዘመናችን የጎጢአተኞችን ፍጻሜ አስቀድመን ተመልክተን በጽድቅ የማገልገል መንገድ አዋጪ እንደሆን ተገንዝበን ካልተንቀሳቀስን ከመሰናከል አንተርፍም። ይልቁንም በዚህ ዘመን እግዚአብሔርን የምናገለግል ሰዎች እንደ ሚልክያስ ዘመን ሰዎች ከፊታችን ሆነው ለመሰናከላችን ምክንያት የሚሆኑ ደፋሮች ስላሉ ድንገት ከጽድቅ ጎዳና እንዳንወጣ

መጠንቀቅ አለብን፡፡

በዘመናችን የጽድቅ መንገድ እንደሚረባን አውቀን መጨከን፤ በወንጌል ለመኖር ከማሰብ ይልቅ ለወንጌል ለመኖር ቅድሚያውን መሥጠት አለብን፡፡

3. አሁንም የሚታበዩትን ሰዎች ብዑን ብለን እንጠራቸዋለን፤

የሰው ተፈጥሮ በውጫዊ ነገር ስለሚሳብ ብዙ ጊዜ ንጥአ ውጫቸውን ማሳመር ይወዳሉ፤ በሚታየው ነገር የሰዎችን ትኩረት ለራሳቸው ከመውሰድም በላይ እነሱ እንደ ጻድቁ ፤ ጻድቁ ደግሞ እንደ ንጥአ የሚታይበት ነገር በዘመነ ብሉይም ሆነ ሐዲስ የነበረ ያለና አሁንም የሚስተዋል ነው፡፡

ለምሳሌ ሐዋርያው ጳውሎስ በሰበከበት፤ ባስተማረበት ቦታ እግር በእግር እየተከታተሉ የሐሰት ትምርት ያስተምሩና ለገዝ ራሳቸው ክብር ሰዎችን ይሰበሰቡ የነበሩት ሐሰተኛ መምህራን በውጫቸው ጻድቅ መስለው ብሱዎችን ይማግኩ ነበር፡፡

"በመልክ እንጂ በልብ ለማይመኩ የምትመልሱላቸው መልስ እንዲኖራችሁ፤ በእኛ ልትመኩ ምክንያት እንሰጣችኋለን እንጂ ራሳችንን ደግሞ ለእናንተ የምናመሰግን አይደለንም" (2ቆሮ.5፥12)፡፡

"ብዙዎች በዓለማዊ ነገር ስለሚመኩ እኔ ደግሞ እመካለሁ፡፡ ልባሞች ስለምትሆኑ በደስታ ሞኞችን ትታገሣላችሁና፤ ማንም ባሪያዎች ቢያደርጋችሁ፤ ማንም ቢበላችሁ፤ ማንም ቢቀማችሁ፤ ማንም ቢኮራባችሁ፤ ማንም ፊታችሁን በጥፊ ቢመታችሁ ትታገሣላችሁና" (2ቆሮ.11፥18-20)፡፡

በቆሮንቶስ የነበሩ ሐሰተኛ አስተማሪዎች ራሳቸውን የጽድቅ አገልጋይ አስመስለው በመቅረባቸው ፤ እውነተኞችን ዋጋ ያሳጡ እስከመምሰል እንደደረሱት ሁሉ በሚልክያስ ዘመንም እንዲሁ ነው የሆነው፡፡

እንዲህ ያለው ነገር ብዙ ነገር እንደሚያበላሽ የተረዳው ነቢዩ ኢሳይያስ ፤ "ለኃጢአተኛ ምግስ ቢደረግለት ጽድቅን አይማርም፤ በቅኖች ምድር ከፉን ነገር ያደርጋል"(ኢሳ.26፥10)፡፡ በማለት እንደተናገረው ፤ የሚልክያስ ዘመን ኃጢአተኞች በሚታየው ነገር በማነበረሰቡ ዘንድ ከበሬታን እያገኙ መምጣታቸው ጽድቅን እንዲማፉ ሳይሆን ያደረጋቸው ፤ በእውነት ይኖዱ የነበሩትን ተስፋ ወደማስቆረጥና "ከፉን የሚሠሩ ጸንተዋል፤ እግዚአብሔርን ይፈታተናሉ ያመልጣሉ"፡፡ ወደሚል የድፍረት ንግግር ውስጥ ነው የከተቲቸው፡፡

የአገልግሎት ሌጋሲ

እግዚአብሔርን በማገልገል በጽድቅ በትሕትና ይመላለሱ የነበሩት ተሰናከሉ። የእግዚአብሔርን ባሕርይ የሚቃረን ነገር በሰዎችና በእግዚአብሔር ፊት ተናገሩ።

እነርሱ ጌታን በማገልገል መንገድ በትሕትና አየሄዱ ወደ ኋላ አንደቀሩ ወይም የእግዚአብሔር በረከት አንዳልጎበኛቸው እና በትዕቢት መንገድ የሚመላለሱት ደግሞ በበረከት የተትረፈረፉ ከእግዚአብሔር ፍርድ ያመለጡ መሰላቸው። እውነታው ግን እግዚአብሔር በባሕርይው ትዕቢተኞችን የሚቃጣ፤ ትሑታንን የሚባረክ አምላክ ነው።

"ትዕቢት ከመጣች ውርደት ትመጣለች፤ በትሑታን ዘንድ ግን ጥበብ ትገኛለች"(ምሳ.11፤2)።

"ትዕቢት ጥፋትን፤ ኩሩ መንፈስም ውድቀትን ይቀድማል"(ምሳ.16፤18)።

"እግዚአብሔር ትዕቢተኞችን ይቃወማል ለትሑታን ግን ጸጋን ይሰጣል ይላል" (ያዕ. 4፤6)።

በመጽሐፍ ቅዱስ ውስጥ እግዚአብሔር ከሰማንያ አምስት ጊዜ በላይ ትዕቢተኞችን እንደሚቃወምና ከቅጣት እንደማያመልጡ የተናገረ በመሆኑ እግዚአብሔር ትዕቢተኞችን እንደሚባርክ ቢድፍረት መናገር በእሱ ባሕርይ ላይ ከማፌዝ ተለይቶ አይታይም።

እግዚአብሔርን ማገልገል የሚቻለው በጸጋ እንጂ በትዕቢትም አይደለም። ጸጋ ደግሞ ሊገኝ የሚችለው በትሕትና መንገድ ብቻ ነው። እግዚአብሔርን በማገልገል መቀጠል ካለብን ከጸጋ መንገድ የማያወጣ የትሕትና ሕይወት ያስፈልጋል። በዚህም ዘመን እንደ እነዚህ ሰዎች ሳያውቁ ትዕቢተኞችን የሚያደንቁና የእነርሱን መንገድ የሚከተሉ ለመከተልም መንገድ ላይ ያሉ ይኖራሉ።

የሚልክያስ ዘመን ሰዎች በድፍረት ከተናገሩት ውስጥ ፤ እግዚአብሔርን የሚፈታተኑ ሰዎች ያመልጣሉ የሚልም ነገር አለ። በምንም ሁኔታ ሰው እግዚአብሔርን እየተፈታተነ ሊያመልጥ አለመቻሉን ነቢዩ ኤርሚያስ በሚደነቅ ሁኔታ የተናገረበት ከፍል አለ። ለዚዜው ምንም የማይሆኑ ይመስለን ይሆናል። እውነታው ግን እንደዚያ አይደለም።

"ነቢያት በሐሰት ትንቢት ይናገራሉ፤ ካህናትም በእነዚህ እጅ ይገዛሉ፤ ሕዝቤም እንዲህ ያለውን ነገር ይወድዳሉ፤ በፍጻሜውስ ምን ታደርጋላችሁ?"(ኤር.5፤31)።

0መ𝑚ፀ𝑚ኞች ፍጻሜአቸው ያለው በእግዚአብሔር እጅ ስለሆን መቼም ቢሆን ከእጁ ሊያመልጡ አይችሉም። ለኤርሚያስ የነገረው ይቤንኑ ነው። እግዚአብሔር በዝምታው እንደማይቀጣል ለመዘምረኛውም ነግሮታል።

"ኃጢአተኛውን ግን እግዚአብሔር አለው። ለምን አንተ ሕጌን ትናገራለህ? ኪዳኔንም በአፍህ ለምን ትወስዳለህ? አንተስ ተግሣጼን ጠላህ፥ ቃሎቼንም ወደ ኋላህ ጣልህ። ሌባውን ባየህ ጊዜ ከእርሱ ጋር ትሮጥ ነበር እድል ፈንታህንም ከአመንዝሮች ጋር አደረግህ፤ አፍህ ከፋትን አበዛ፥ አንደበትህም ሽንገላን ተበተበ። ተቀምጠህ ወንድምህን አማኸው፥ ለእናትህም ልጅ ዕንቅፋት አኖርህ። ይህን አድርገህ ዝም አልሁህ፤ እኔ እንደ አንተ እሆን ዘንድ ጠረጠርህ፤ እዘልፍሃለሁ በፊትህም እቆምአለሁ። እግዚአብሔርን የምትረሱ እናንተ፤ ይህን አስተውሉ፤ አለዚያ ግን ይነጥቃል የሚያድንም የለም" (መዝ.50፥16-22)።

እግዚአብሔር፤ የሚፈታተኑትን ሰዎች በዚያው እንዲቀጥሉ መቼም ፈቅዶላቸው አያውቅም። ትዕቢተኞችን ታገሳቸው ማለት ከቁጣው አመለጡ ማለትም አይደለም። ነገር ግን የእግዚአብሔር ትዕግስትና ጊዜያዊ የሆነው ነገር በጽድቅ የሚኼዱ ሰዎችን አሰናክሏቸዋል። በዘመናችንም ቢሆን ከሚታዩ ነገሮችና ካጣናቸው ነገሮች እንዲሁም ከሌሎች ወደ ኋላ የቀረን ከሚመስሉን ነገሮች ተነስተን እግዚአብሔርን ማገልገል ከንቱ እንደሆነ ቆጥረን ወደኋላ ልንመለስና ልንሰነካል አይገባም።

እግዚአብሔር ኃጢአተኞች ወደ ንስሓ ይመጡ ዘንድ ስለሚወድድ አንድ - አንድ ጊዜ እንዲሁ ቸርነትን ያደርግላቸው። ይህ ቸርነቱ እነሱን ወደ ንስሓ መጥሪያው እንጂ ዐመፃቸውን ማበረታቻው አይደለም።

"የእግዚአብሔር ቸርነት ወደ ንስሓ እንዲመራህ ሳታውቅ የቸርነቱንና የመቻሉን የትዕግሥቱንም ባለጠግነት ትንቃለህን? ነገር ግን እንደ ጥንካሬህና ንስሓ እንደማይገባ ልብህ የእግዚአብሔር ቁን ፍርድ በሚገለጥበት በቁጣ ቀን ቁጣን በራስህ ላይ ታከማቻለህ" (ሮሜ.2፥4-5)።

ስለዚህ እውነታው እግዚአብሔር ማገልገል ፈጽሞ ያለ ዋጋ ቀርቶ አያውቅም። ነጥአም ከቅጣቱ የሚያመልጡ አይደሉም።

እግዚአብሔርን ማገልገል ከንቱ አይደለም።

ከፀሐይ በታች ባሉ ብዙ ሰዋዊ ነገሮችና አሳቦች ትርጉም ልናገላቸው እንችል ይሆናል። እግዚአብሔርን ማገልገል ግን በምን ተአምር ትርጉም አልባ አልያም ከንቱ ሆና አውቅም። በዘመናት ውስጥ እግዚአብሔር የማንም ባለዕዳ ሆኖም ስለማያውቅ ነው ለዕብራውያን ሰዎች፤

"እግዚአብሔር፤ ቅዱሳንን ስላገለገላችሁ እስከ አሁንም ስለምታገለግሉአቸው፤

የእግልግሎት ሌጋሲ

ያደረጋችሁትን ሥራ ለስሙም ያሳያችሁትን ፍቅር ይረሳ ዘንድ ዓመፀኛ አይደለምና"(ዕብ.6፥10) የሚል ዋስትና የተሰጠው፡፡

የሚልክያስ ዘመን አገልጋዮችን፤ "እግዚአብሔርን ማገልገል ከንቱ ነው" ብላችሁ የድፍረት ቃል ተናግራችኋል በማለት ሲወቅሳቸው፤ ተሳስታችኋል እኔን ማገልገል ከንቱ አይደለም የሚል ምላሽ እየሰጣቸው ነው፡፡

በዚህም ዘመን ቢሆን፤ ስለ ወንጌልና ስለ አገልግሎታችን ሊርበን፤ ሊጠማን፤ መኖሪያ ልናጣ፤ ልጆች ማስተማር ሊያቅተን ... ብዙ ብዙ ነገር ሊሆን ይችላል፤ ነገር ግን እነዚህ የዘረዘርናቸው ምድራዊ ነገሮች በሙሉ የአገልግሎታችን የዋጋ ተመን አይደሉም፡፡ የአገልግሎታችን ዋጋ፤ የኛ ሽልማት ራሱ ኢየሱስ ነው፡፡ አሜን፡፡

ለወንጌል እውነት የሚጋደል አገልጋይ እንዲሁ በከንቱ እንደማይሮጥ ወይም እየደከመ እንዳልሆነ ሊገነዘብ ይገባል፡፡ በዘመኑ ሁሉ እግዚአብሔርን እያገለገለ በሰውኛ ስሌት ያግበሰበሰው ምንም የሚታይ ቁሳዊ ነገር ባይኖረውም፤ እንዳልከሰረና ከንቱ ለሆነ ነገር ዕድሜውን እንዳላሳለፈ ሊያውቅ ይገባል፡፡

እውነተኛ አገልጋይ ከላይ እንደጠቀስኩት ምድራዊ ሽልማትን አስቦ ካለማገለሉም በላይ በዕብራዊያን አሥራ አንድ የመጨረሻው የእምነት አርበኞች ገድል ሲተረክ፤

"ሌሎችም መዳንን ሳይቀበሉ የሚበልጠውን ትንሣኤ እንዲያገኙ እስከ ሞት ድረስ ተደበደቡ፤ ሌሎችም መዘበቻ በመሆንና በመገረፍ ከዚህም በላይ በእስራትና በወኅኒ ተፈተኑ፤ በድንጋይ ተወገረው ሞቱ፤ ተፈተኑ፤ በመጋዝ ተሰነጠቁ፤ በሰይፍ ተገድለው ሞቱ፤ ሁሉን እያጡ መከራን እየተቀበሉ እየተጨነቁ የበግና የፍየል ሌጦ ለብሰው ዞሩ፤ ዓለም አልተገባቸውምና በምድረ በዳና በተራራ፤ በዋሻና በምድር ጉድጓድ ተቅበዘበዙ"(ዕብ.11፥35-38)፡፡

እግዚአብሔር ማገልገል ከንቱ ቢሆን ኖር እንዲህ ያለውን መሥዋዕትነት ለመክፈል እንዴት ይቻላል? ብድራታቸውን ከምድር ቢጠብቁ ኖር እነ ዳንኤል፤ ሲድራቅ፤ ሚሳቅ፤ አብድናን እንዴት ወደ አናብስት ጉድጓድ፤ ወደ እቶን እሳት ደስ እያላቸው መሄድን ይመርጣሉ? በዘመናት ሁሉ እውነተኛ የእግዚአብሔር አገልጋዮች ዋናውን ሽልማት ራሱ ኢየሱስን ናፋቂ ስለነበሩ፤ ምድራዊ ነገር ይገባናል በሚል ከእውነታው አላፈገፈጉም፡፡

እግዚአብሔርን ማገልገል ታላቅ ብድራት ያለው ሲሆን፤ ያንን ብድራት ደግሞ ከፀሐይ በታች ማንም ሰው ሊያደርግልን ከሚችለው ጋር የሚነጻጸር አይደለም፡፡

"ጌታ ኢየሱስ ከሥልጣኑ መላእክት ጋር ከሰማይ በእሳት ነበልባል ሲገለጥ፥ መከራን ለሚያሳዩአችሁ መከራን፥ መከራንም ለምትቀበሉ ከእኛ ጋር ዕረፍትን ብድራት አድርጎ እንዲመልስ በእግዚአብሔር ፊት በእርግጥ ጽድቅ ነውና"(2ተሰ.1፥6)።

"የሚበልጥና ለዘወትር የሚኖር ገንዘብ በሰማይ ራሳችሁ እንዳላችሁ አውቃችሁ፥ … እንግዲህ ታላቅ ብድራት ያለውን ድፍረታችሁን አትጣሉ"(ዕብ.10፥34-35)።

ስለሆነም በእስካሁኑ ጉዞአችሁ በድካም ቢሆን በብርታት፣ በጉድለት ቢሆን በሙላት በመከራ ቢሆን በደስታ፣ አምላካችሁን ያገለገላችሁ ወገኖች እሱን ለማገልገል ስትሉ የከፈላችሁት መሥዋትነት ከንቱ አለመሆኑን ልታውቁ ይገባል። ሆኖም አያውቅም።

እንዲሁም በዚህ ከፋት እየጨመረ ባለበትና ሰዎች አገልግሎትን በመስቀል ላይ ለተከፈለው የክርስቶስ መሥዋዕትነት የፍቅር ምላሽ ከመስጠት ይልቅ በአገልግሎት ለማትረፍ በሚሮጡበት የመጨረሻው ዘመን፣ በጽድቅ ለማገልገል የቆረጣችሁ ምርጫችሁና ውሳኔያችሁ ከንቱ አይደለም። አይሆንምም።

እግዚአብሔርን ለማገልገል ወስናችሁ፣ በአገልግሎት ውስጥ ያለውን መልካምነት ባለመረዳት የተዘናጋችሁና ዳር ቆማችሁ እየጠበቃችሁ ያላችሁ፣ ማገልገል በጉድለትና በኪሳራ ውስጥ ሊከትና ሊያጎሳቁል እንደሚችል በማሰብ የምታፈገፍጉ ብትኖሩ፣ እንዲህ ያለው እሳቤ ከዘላለማዊ በረከት የሚያጎድል መሆኑን አውቃችሁ፣በዘመናችሁ ሁሉ እግዚአብሔርን ማገልገል ከንቱ አይደለምና እሱን በሁለተናችሁ ወደማገልገል ኑ!

እኔን ማገልገል ከንቱ አይደለም ከሚላችሁ ሕያው እግዚብሔር ጋር ሕይወታችሁንና ቀሪ ዘመናችሁን አጣምሩት። እግዚአብሔርን ማገልገል ከንቱ አይደለም። አይሆንምም።

የማገልገል ትሩፋት በእኛ ሕይወት

እግዚአብሔርን ማገልገል ዕድል ነው፤

እስካሁን በተመለከትናቸው ሁለት ምእራፎች በስፋት የዳሰስነው የአገልግሎትን ምንነት ሲሆን በዚህ ምዕራፍ ደግሞ የአገልግሎትን ትሩፋት እንቃኛለን። ይኼን መመልከታችን አሁን ላይ ያለነውም ሆነ ተተኪው ትውልድ ወንጌልን በትክክል ለማገልገል የሚነሳሳው የአገልግሎትን ትሩፋት በሚገባ የተገነዘበ እንደሆነ ነው። ይህንን ከተረዳን አገልግሎትን በቸልታ የምንከውነው ተግባር መሆን አይችልም።

በዚህ ዘመን አገልግሎትን አስመለከቶ ሁለት ብዥታዎች እንዲሁም የተሳሳቱ ግንዛቤዎች በቤት ክርስቲያን ውስጥ ይተስዋላሉ። በአንደኛው፣ ኑሮ አልሳካ ፣ ትምህርት እንቢ ፣ ንግድና ሥራ አልሆን ያላቸው ሰዎች በማጭበርበርና በአቋራጭ ሀብት ለማካበት የሚገቡበት፤ ቤተ ክርስቲያንን የእነሱ ሀብት ማካበቻና መጦሪያ ካምፕ አድርገው ያሰዚት ደፋሮች አገልግሎትን በመንፈሳዊነት ስም የሚያጭበረብሩበት በር ከፍቷል።

በሌላ በኩል የጽድቅን ወንጌል እያገለገሉ፣ ሐዋርያው ጳውሎስ፣ "እኛ ስለ ክርስቶስ ብለን ሞኞች ነን፤ እናንተ ግን በክርስቶስ ጥበበኞች ናችሁ፤ እኛ ደካሞች ነን፤ እናንተ ግን

የአንድልሎት ሌጋሲ

ብርቱዎች ናችሁ፤ እናንተ የተከበራችሁ ናችሁ፤ እኛ ግን የተዋረድን ነን። እስከዚህ ሰዓት ድረስ እንራባለን፤ እንጠማለን፤ እንራቆታለን፤ እንደበደባለን፤ ያለ መጠለያ እንንከራተታለን፤ በገዛ እጆችን እየሠራን እንደከማለን" (1ቆር.4፤10-12)። በማለት እንደተናገረው፤   ስለ እውነትና ስለ ወንጌል የሚራቡ፤ የሚጠሙ፤ ከቅርብ ሰዎቻቸው ሳይቀር ነቀፋ የሚጠግቡበት፤ በቄ ገቢ በማጣት በሕይወት ለመኖር ትግል ውስጥ የሚገቡበት፤ አገልግሎት ማለት ሰዎች ለመቸገርና ዋጋ ለመክፈል እንደ ዕዳ የወደቀባቸው አድርገው በማሰብ ይኼንን ሁሉ ለማን ብዬ? በማለት ተስፋ መቁረጥ የሚታይባቸው፤ ወደ ጓላ ለማፈግፈግ ዳር - ዳር እያሉ የሚገኙ በየቦታው ይታያሉ።

በእርግጥ በእውነተኛው አገልግሎት ውስጥ ስልፍ፤ መከራ፤ ስደት እንዲሁም ብዙ ዋጋ የሚያስከፍሉ ነገሮች ስለመኖራቸው ምንም ጥርጥር ሊኖረን አይገባም። በዘመናት ሁሉ እግዚአብሔርን ለማገልገል የወሰኑ ሰዎች ሁሉ አገልግሎታቸው አልጋ - በአልጋ ሆኖላቸው አልነበረም፤ እንደዚያ እንዲሆንም ጠባቂም ሆኑ ናፋቂ አልነበሩም።

ከዚህ ይልቅ የወደፊት ብድራታችን ትኩር ብለው የተመለከቱ፤ አገልግሎትን እንደ ዕድል ፋንታ ደስ ብሎአቸው የወሰዱ ናቸው። ሙሴን የተመለከትን እንደሆነ፦-

"ከግብፅ ሀብት ይልቅ ስለ ክርስቶስ መከራን መቀበል እጅግ የሚበልጥ ሀብት መሆኑን ተገነዘበ፤ ወደ ፊት የሚቀበለውን ብድራት ከፉቅ ተመልክቶአልና"(ዕብ.11፤26) የሚል ነበር። እግዚአብሔርን ማገልገል መታደል ነው።

በብሉይም ኪዳን እግዚአብሔርን ለማገልገል መላው የእስራኤል ሕዝብ ጥሪ ያላቸው ቢሆንም በተለየ መንገድ ግን የአሮን ቤተሰብ እግዚአብሔርን በመገናኛው ድንኳን ለማገልገል እድል አግኝተው ነበር። እግዚአብሔርን ማገልገል እድል ነው። "ወንድሞች ሆይ፤ ኢየሱስን ለያዙት ሰዎች መሪ ስለ ሆናቸው ስለ ይሁዳ፤ መንፈስ ቅዱስ አስቀድሞ በዳዊት አፍ የተናገረው የመጽሐፉ ቃል መፈጸም ስላለበት፤ እርሱ ከእኛ እንደ አንዱ ተቆጥሮ በዚህ አገልግሎት የመሳተፍ ዕድል አግኝቶ ነበር"(የሐ.1፤16-17)።

በዚህ ዘመን ሕያው እግዚአብሔርን ምርጫችን አድርገን የተከተልን ሁሉ መረዳት ያለብን እውነት እግዚአብሔርን ማገልገል ታላቅ ዕድል እንደሆን ነው። ሰዎች በዘመናቸው ሁሉ ከሎተሪ ዕጣ ጀምሮ መልካምና ደስ የሚያሰኙ ዕድሎችን ይፈልጋሉ።

ከፍተኛ ብር የማግኘት ሕልም ያለው ሰው በአምስት ብር የቆረጠው የሎተሪ ዕጣ በሚልዮኖች የሚሆን ዕድል አሸናፊ ቢያደርገው ይህ ሰው ከደስታውና ከድንጋጤው ብዛት ራሱን ስቶ ሊሞት ሁሉ ይችላል። ለምን ቢባል ያልጠበቀው ታላቅ ዕድል በመሆኑ

ነው። ነገር ግን ከፀሐይ በታች ታላላቅ ዕድሎች በላይ ታላቁ ዕድል ሰማይን ምድርን የፈጠረውን አምላክ ለማገልገል መጠራት ነው።

ከይሁዳ ታሪክ እንደምንረዳው፤ ይሁዳ ከሌሎች ሐዋርያት ጋር ኢየሱስን ይከተል የነበረ፤ "ዐሥራ ሁለቱን ወደ እርሱ ጠራቸ፤ ሁለት ሁለቱን ላካቸው፤ በርኩሳን መናፍስትም ላይ ሥልጣን ሰጣቸው"(ማር.6፥7) በተባለበት ጊዜም በሥልጣን ያገለግል ዘንድ የተላከም ነበር።

ጴጥሮስ ስለ ይሁዳ "ለዚህ አገልግሎት ታድሎ ነበርና" ብሎ በሚናገርበት ወቅት፤ ጴጥሮስን ጨምሮ ሌሎቹ የክርስቶስ ኢየሱስ ተከታዮች ከሚያልፈበት አስቸጋሪ የስደትና የፍራሃት ወቅት የተነሳ አገልግሎትን እንደ እድል ሊቆጥር ሳይሆን ፤ ስለ አገልግሎት መልካም ነገር ለማውራት አቅም የሚያሳጣ እንዲሁም ይሁዳ "ከእኛ ጋር ስደትና መከራ ለመቀበል ተጠርቶ ነበር" ለማለት የሚያበቃ ሁኔታ ቢሆንም፤ ጴጥሮስ ግን በመንፈስ ቅዱስ መረዳት የአገልግሎት ምንነት ፍንትው ብሎ ስለበራለት፤ "ለዚህ አገልግሎት ታድሎ ነበርና" በማለት አገልግሎት በእግዚአብሔር የመመረጥና የመታደል፤ ዘማረው እንደተቀነውም።

"እግዚአብሔር የርስት ድርሻዬና ጽዋዬ ነው፤ ዕጣዬም በእጅህ ናት። መካለያ ገመድ ባማረ ስፍራ ተጥሎልኛል፤ በርግጥም የተዋበች ርስት አግኝቻለሁ"(መዝ.16፥5-6) እግዚአብሔርን ማገልገል የተዋበ ርስት ላይ ዕጣችን እንደማረፍ የሚቆጠር ነው።

ጴጥሮስ ፤ ይሁዳን ለዚህ አገልግሎት ታድሎ ነበርና በማለት የተናገረበት ቃል በብሉይ ኪዳን አቻ ቃሉ ዕጣ ክፍል የሚለው ሲሆን፤ ይህ ደግሞ ለሌዊ ዘሮች በቤተ መቅደስ ማገልገላቸውን ተከትሎ የተሰጣቸውን ዕጣ እንደሆነም ያሳያል።

እግዚአብሔርን የማገልገል በር በየትኛውም አቅጣጫ ካገኘን ዕድል ነው። ታላላቅ ባለሥልጣኖች፤ ዝነኞችና ባለጠጎችን ማገልገል የቻሉ ሰዎች እንኳን በልብ ሙሉነት ዕድለኛ መሆናቸውን የመናገሪያ ሰበብ እየፈጠሩ ያወራሉ። እነሱ እንደዚያ ካደረጉ በሰማይና በምድር ታላቅና ሕያው የሆነው አምላክ ለማገልገል መንገድ ያገኘ ሰውማ ይልቁን የታደለ ነው! በምድር ላይ ታላላቆች የተባሉትን በማገልገል እንደ ዕድል ቢቆጠር፤ ምድራዊ ገጽ በረከትን ቢያስገኝም እነሱን ማገልገል ተከትሎ በሚመጣው ዓለም ላይ የሚገኝ ጥቅም አይኖርም። ነገር ግን እግዚአብሔርን ማገልገል በዚህም ዓለም ሆነ በሚመጣው ዓለም ታላቅ ብድራት ያለው ነገር ነው።

አንዳንድ ሰዎች ከፉ አጋጣሚዎችን ይህማ የአርባ ቀን እድል ነው ብለው እንደሚያማርሩ እኛም በአገልግሎት ውስጥ ያለውን ፈተናና ችግር መነሻ በማድረግ የአርባ ቀን እድላችን

የአገልግሎት ሌጋሲ

መከራ ላይ እንደወደቀ እድርገን የምናማርርበት አይደለም። ክብር እንጂ።

በየትኛውም ሁኔታ ይብዛም ይነስ በእግዚአብሔር ስም የምናገለግልበት በር ካገኘን እንደ ታደለ ሰው ቆጥረን እድላችንን በሙላት መጠቀም መቻል አለብን። በተለያዩ የጥሪ ደረጃዎችና በተገኘው አጋጣሚ ሁሉ ከእግዚአብሔር በተሰጠ ጸጋና ባላችሁ ነገር ማገልገል የቻላችሁ ሁሉ እድለኞች እንደሆናችሁ እወቁ። እንዲሁም በአገልግሎት ውስጥ ያለውን ፈተናና ችግር በመፍራት ዳር የቆማችሁም በማገልገል ውስጥ ያለውን መታደል ተረድታችሁ ግቡበት።

አገልግሎት ዕድል ከሆነ እንዴት እናገልግል?

1. አመሰግነን ማገልገል አለብን፡-

እግዚአብሔርን ማገልገል ታላቅ ዕድል መሆኑን ተገንዝበን፣ ዕድሉን የሰጠንን አምላክ በማመስገን አገልግሎታችንን መቀጠል አለብን። በምድር ያሉ ሰዎች እንኳን የማንጠብቀውን ዕድል ሲሰጡን ዝም ብለን ተቀብለን ያለምስጋና አንሄድም፣ ይልቁንስ ከፍ ያለው አምላክ የማገልገል ዕድል ከሰጠን ለእርሱ የሆነ ሥራ አየሠራንለት እንዳለን ቆጥረን እርሱ እንዲያመሰግንና ወረታ እንዲከፍለን ከማሰብ ይልቅ ለእኛ ስለተሰጠን ዕድል አስቀድመን ልናመሰግን ይገባል።

ጌታ ኢየሱስ እኛን ለመቤጀት የከፈለውን የፍቅር መሥዋዕትነት እያሰብን በፍቅር እና በአድናቆት እግዚአብሔርን ማገልገል እጅግ የተሻለ እና አስፈላጊ ነው።

እንዳንዶቻችን እግዚአብሔርን በማገልገላችን ለእርሱ የሆነ ነገር ለመጨመር የምንሠራ ይመስለንና፣ ለአንተ ...ይሆን እና ያንን አያደረግኩ፣ ወጣትነቴን ሁሉ በመክፈል ያለማቋረጥ አገልግዬህ ምን አደረግክልኝ ብለው ይናገራሉ፣ ይማረራሉም። ነገር ግን ይህ ስህተት ነው። ምንም ነገር በሕይወታችን ባይሆን እግዚአብሔር እንድናገለግለው ዕድሜ፣ ጤና፣ የአገልግሎት ዕድል ስለሰጠን በምስጋና ማገልገል ይገባናል። የምናገለግለው ጌታ ስለምሕረቱና ስለፍቅሩ ያለመቆጠብ እርሱ መገልገል ስላለበት ነው።

"ንቱሁም ዳዊት ገባ፣ በእግዚአብሔርም ፊት ተቀምጦ እንዲህ አለ፡- አቤቱ አምላክ ሆይ፣ እስከዚህ ያደረስከኝ እኔ ማን ነኝ? ቤቴስ ምንድር ነው? አምላክ ሆይ ይህ በፊትህ ጥቂት ነበረ፣ አቤቱ አምላክ ሆይ፣ ስለ ባሪያህ ቤት ደግሞ ለሩቅ ዘመን ተናገርህ እንደ አንድ ባለ ማዕርግ ሰው ተመለከትከኝ" (1ዜና 17፥16-17)።

በዘመኑ የእግዚአብሔርን አሳብ አገልግሎ እንዳንቀላፉ የተነገረለት ዳዊት አስተሳሰቡ ለየት ይላል። ይህ ሰው በተደረገለት ነገር ተኩራርቶና ትላንትናን ረስቶ ምስጋና ቢስ ሳይሆን የሆነው፤ ሁልጊዜ የማይገባውን ዕድል እንደሰጠው ተረድቶ እግዚአብሔርን የሚያመሰግን ሰው ነው።።

ዳዊት ከጅማሬው በመለኮት ምርጫ የእስራኤል ንጉሥ እሆናለሁ ብሎ ያሰበ ሰው አይደለም። ነገር ግን ከዘላለም ልጆቹን አስቦ የሚያከብር ጌታ ጠራው።።

"አንተ መንጋውን ስተከተል በሕዝቤ በእስራኤል ላይ አለቃ ትሆን ዘንድ ከበግ ጥበቃ ወሰድሁህ"(1ዜና 17፥7)።።

በትጋት አባቱን እያገለገለ የበጎቹን መንጋ እየተከተለ ያለውን ሰው እግዚአብሔር ለንግሥና ጠራው።። ዳዊት ግን ለዚህ ምርጫ ምላሹ ምስጋና፤ "ለዚህ ያደረስከኝ እኔ ማነኝ?" የሚል ምስጋና ነበር።። እግዚአብሔርን ለማገልገል ዕድል ያገኘን ሰዎች ከማጉረምረም ይልቅ ልናመሰግነው ይገባል። ዳዊት እግዚአብሔርን ለማገልገል ተጠርቶ እያለ በእርሱና ሞት አንድ እርምጃ እስኪቀሩ ድረስ መከራ ተፈራርቆበታል፤ እሱ ግን ባገኘው ዕድል ሁሉ አምላኩን ከማመስገን ወደ ኋላ አላለም።።

በእኛ ዘመን ደግሞ ነገሩ ተገላቢጦሽ የሆነ ይመስላል። በማገልገላችን ምክንያት ምስጋናውን ለራሳችን እንፈልገዋለን። እንዲሁም እኛ ካልተመሰገንና ካልተወደስን ይባስ ብሎ እናኮርፋለን። ማገልገል ስለቻልን እኛ እግዚአብሔርን ከማመስገን ይልቅ እኛን እግዚአብሔር እንዲያመሰግነን ነው እንዲለን እንፈልጋለን። ይህ ተገቢ አይደለም።።

ምናልባት ዛሬ የምናገለግለው አገልግሎት በዕለት ወይም በቀጣይ ቀን ለሞታችን ምክንያት ቢሆንም እንኳን ለእርሱ አገልግሎት መሥዋዕት የመሆን ዕድል ለሰጠን አምላክ ምስጋና ይገባል።።

በዚህ ትውልድ መካከል ባለው ችግር ብዙዎች ጌታን እያገለገሉ ደስተኞችና አመስጋኞች አይደሉም። በሕዝቡ መልካም ባልሆነ ምላሽ፤ በመሪዎችና ተመሪዎች መካከል ባለ ፈተና፤ በኑራቸው ላይ ባለው ጫና እና በተለያዩ ምክንያቶች ሰዎች እግዚአብሔርን በማገለገል ውስጥ ያለውን ተጋድሎ በማሥብ በሀዘናቸው ይቀጥላሉ፤ ያለምስጋና ያለደስታ ያገለግላሉ።።

እውነት ነው ሥጋ ለባሶች ነንና የተለያዩ ችግሮች ሲያጋጥሙን እናዝንለን፤ ይከፋናል፤ ግራ ሊገባን ይችላል።። ሆኖም አንደ ዕንባቆም ምርጫችንን ማስተካከል ይጠቅመናል።።

የአገልግሎት ሌጋሲ

"ምንም እንኳ በለስም ባታፈራ፤ በወይንም ሐረግ ፍሬ ባይገኝ፤ የወይራ ሥራ ቢጎድል፤ እርሾችም መብልን ባይሰጡ፤ በጎች ከበረቱ ቢጠፉ፤ ላሞችም በጋጡ ውስጥ ባይገኙ፤ እኔ ግን በእግዚአብሔር ደስ ይለኛል፤ በመድኃኒቴ አምላክ ሐሤት አደርጋለሁ"(ዕን.3፥17-18)።

በአገልግሎታችን ለእግዚአብሔር የምናቀርበው ምስጋና ያማረና የተወደደ መሥዋእት ነው። መሥዋዕት ደግሞ ትእዛዝ ነው። ምስጋና በዘፈቀደ ሳይሆን ጉብቶን በመሥዋዕትነት፤ ከልብ በመነጨ፤ በአምነት ለአምላካችን የምናቀርበው እርሱም ደስ የሚሰኝበት ነው። "ምስጋና የሚሠዋ ያከብረኛል፤ የእግዚአብሔርን ማዳን ለእርሱ የማሳይበት መንገድ ከዚያ አለ" (መዝ.50፥23)። በምስጋና ድል ይገኛል።

"ምድር ሁሉ ለእግዚአብሔር እልል በሉ፤ እግዚአብሔርን በደስታ አገልግሉት፤ በፍስሐ ዝማሬ ፊቱ ቅረቡ። እግዚአብሔር አምላክ መሆኑን ዕወቁ፤ እርሱ ፈጠረን፤ እኛም የእርሱ ነን፤ እኛ ሕዝቡ የማሰማሪያው በጎች ነን። በምስጋና ወደ ደጁ፤ በውዳሴም ወደ አደባባዮቹ ግቡ፤ አመስግኑት፤ ስሙንም ባርኩ፤ እግዚአብሔር ቸር፤ ምሕረቱም ለዘላለም ነውና፤ ታማኝነቱም ከትውልድ እስከ ትውልድ ነው"(መዝ.100፥1-5)።

ዘማሪው እግዚአብሔርን በደስታ አገልግሎት እንዳለው ፤ ዘወትር በምስጋና እግዚአብሔር ማገልገል፤ በፊቱም መቅረብ ይገባናል።

2. ዝቅ ብለንና አክብረን ማገልገል አለብን

የአገልግሎት ዕድል ያገኘን ባለ ዕድሎች ምላሻችን እንደ ዕድል መጠን ሊሆን ይገባል። ዛሬ ተሹሞ ነገ የሚወርድ ባለሥልጣን የሰጠን ዕድል እንኳን በአክብሮት የሚስተናገድ ከሆነ ለዘላለም ሕያው ሆኖ ያለመሻር የሚኖር እግዚአብሔርን የሰጠንን ዕድል ማክበር አለብን። ማክበርና ዝቅ ማለት ያለብን ከአገልግሎቱ ምንነት አንፃር ሳይሆን ከዕድል ሰጪዉ ማንነት አንፃር ሊሆን ይገባል።

ሰው ሆይ፤ መልካም የሆነውን አሳይቶሃል፤ እግዚአብሔር ከአንተ የሚፈልገው ምንድን ነው?...በአምላክህም ፊት በትሕትና ትራመድ ዘንድ አይደለምን? (ሚኪ.6፥8)።

የማገልገሉን ዕድልና ለአገልግሎቱ ጠቃሚ የሆኑ ሥጦታዎችን ሁሉ የሰጠን እግዚአብሔር ነው። እኛ ከራሳችን በጥረታችን ለፍተን ያመጣነው አንዳች ነገር የለንም። የራሳችን ያልሆነ ነገር ሊያስመካንና ዝቅ እንዳንል ሊያደርገን አይገባም። የተሰጠን ዕድል ስለሆነ በኩራትና

በትምክህት የምናገለግለው ሊሆን አይገባም። እንዳውም ከዕድላችን እንዳንነድል ዝቅ ብለን እግዚአብሔርንና ሰዎችን አክብረን ማገልገል ያስፈልጋል።

የሚያሳዝነው የዚህ ትውልድ አገልጋዮችን መልክ ስናይ እግዚአብሔርን በማክበርና ዝቅ በማለት ፈንታ በድሮ ዘመን ብዙ ባሪያዎችን እንደሚያስተዳድሩ የባሪያ አሳዳሪዎች አይነት ማንነት ይታይብናል።

እግዚአብሔር በዘመናችን በየትም ሥፍራ ትንሽም ይሁን ትልቅ፤ ገጠር ይሁን ከተማ የሚከፍተው በር የመለኮት ዕድል እንደሆን ጉብቶን ዝቅ ብለንና ዕድሉን አክብረን ከማገልገል ፈንታ በእግዚአብሔር ሕዝብ ላይ ስንኩራራና አላስፈላጊ ተግባር ስንፈጽም እንታያለን። አንድ አንዶቹ የራሳችንን ደሴት ሠርተን የተለየን ሰዎች ለመሆን እንሞክራለን። ታላቅና የተፈራው አምላክ ክርስቶስ እንኳን የባሪያን መልክ ይዞ ሰዎችን ቀርቦ ሀዘናቸው ሀዘኑ፤ ሕመማቸው ሕመሙ ሆኖ አገልግሎ እኛ ግን ታጅበን ሕዝቡን ለመብለጥ በምንፈልግበት ኩራት በርቀት "ማገልገል" እንፈልጋለን። የእኛ ማንነት ምንም ቢሆን ምንም ከፍ ያለ ምድራዊ ደረጃ ቢኖረን ዝቅ ብለን እግዚአብሔርን ላለማገልገል በቂ ምክንያት ሊሆን አይገባምና፤ ዝቅ ልንል፤ አምላክን በማክበር ልናገለግል ይገባል።

አርባኛው የአሜሪካን ፕሬዘዳንት (1981-1989) የነበሩት ሮናልድ ሬጋን በአሥራ አምስት ዓመታቸው ወደ ኮሌጅ ከመግባታቸው በፊት በአደጉባት ቤተ ክርስቲያን የሕጻናት የሰንበት ትምህርት ቤት አስተማሪ ሆነው ስላገለግሉ፤ ፕሬዘዳንት ከሆኑ በኃላ ያንጸባርቁት የነበረው የትሕትና ባሕርይ ምንጩ የክርስቶስ ደቀመዝሙር ሁነው ያለፉበት መንገድ እንደሆን ይነገራል።[18]

በአሜሪካን አገር እስካሁን በፕሬዘዳንነት ካገለገሉት መሪዎች የእሳቸውን ያህል ለክርስትና እምነቱ ከፍተኛ ዋጋ የሰጠና ለቤተ ክርስቲያን ከፍተኛ ክብር ያለው ፕሬዘዳንት እንደሌለም ይነገራል። እንደ ሬጋን ያሉ ታላላቅ ሰዎች የአምላካቸውን ሥራ ዝቅ ብለው እየሠሩና እያገለገሉ ወደ ከፍታ ወጥተዋል። እግዚአብሔርን በትሕትና ዝቅ ብለው የሚገለግሉ በብዙ እንደሚሸሙ የሬጋን ሕይወት አንዱ ማሳያ ነው ልንልም እንችላለን።

በዚህ ዘመን አንዳንዶች በሀብት፤ በእውቀት ፤ በክህሎት ...ከሌሎች ተሻለው ራሳቸውን ካገኙ ቤተ ክርስቲያን ውስጥ ዝቅ ብለው ከማገልገል ይልቅ ሌሎች ቢታቸው መጥተው እንዲያገለግሉአቸው ይፈልጋሉ። ማንኛውም ሰው በምድራዊ ነገር የተሻለ ነገር ቢኖረው

---

18 https://www.christianpost.com/news/the-christian-faith-of-ronald-reagan.

የአገልግሎት ሌጋሲ

መልካም ነው።። ያ የተሻለ ነገር ግን አምላኩን በትሕትና ከማገልገል የሚከለከለው ከሆነ ከንቱ ነው።።

ሐኪም፣ መሃንዲስ፣ ባለሥልጣን፣ ባለሃብት፣ ...ልትሆኑ ትችላላችሁ።። የሆናችሁት ነገር መልካም ነው።። በዚህ ውስጥ ግን በእግዚአብሔር ቤት ዝቅ ብላችሁ የምታገለግሉበትን ዕድላችሁን ፈልጉና ለአገልግሎት በሙላትና በትጋት ተሠማሩ (ሉቃስ 8፥ 1-2)።።

በገንዘብና በቁሳቁስ ስጦታ እግዚአብሔርን ማገልገል የቻላችሁ ብትኖሩ የአደባባይ ጭብጨባ፣ ልዩ ትኩረትና አክብሮት እንዲሰጣችሁ መጠበቅ የለባችሁም።። ይልቁንም በልግስና እንድታገለግሉ ዕድል በማግኘታችሁ ዝቅ ብላችሁ አምላካችሁን ማመስገን ይገባችኋል።።

"ሁሉ ከአንተ ዘንድ ነውና፥ ከእጅህም የተቀበልነውን ሰጥተንሃልና ይህን ያህል ችለን ልናቀርብልህ እኔ ማን ነኝ? ሕዝቤስ ማን ነው? አባቶቻችንም ሁሉ እንደነበሩ እኛ በፊትህ ስደተኞችና መጻተኞች ነን፤ ዘመናችንም በምድር ላይ እንደ ጥላ ናት፥ አትጸናም።።" (1ኛ ዜና 29፥14-15)

ንጉሡ ዳዊት ለእግዚአብሔር እንደ ማንኛውም ሰው የግሉ የሆነውን ወርቅ ሰጥቷል።። ነገር ግን እርሱ በሰጠውም ይሁን ሕዝቡ በሰጠው ነገር ለእርሱም ለሕዝቡም ምስጋናና አክብሮት የሚቸርበትን ሁኔታ አላመቻቸም።። ይልቁንስ ሁሉንም ከአንተ እጅ ነው የተቀበልነው ብንሰጥም የእኛ የሚባል ነገረ የለንም አለ።። እንዲሁም የዚያን ያህል ገንዘብ ችሎ በመስጣታቸው እግዚአብሔር ዕድል እንደሰጣቸው ቆጥረው እኔ ማን ነኝ? ሕዝቤስ ማነው? አለ።።

እኛ ግን በመስጠታችን የተለየ አክብሮት በመፈለግና የቤተ ክርስቲያንና የእግዚአብሔር ሥራ የጀርባ አጥንት እንደሆንን ቆጥረን ልዩ ሥፍራና አክብሮት እንጠብቃለን።። እርሱ ገንዘብና ንብረት ስጦቶን መልሰን ለእግዚአብሔር ሥራ ለመስጠት የቻልን ሰዎች ትልቅ ዕድል እንዳገኘን ቆጥረን ዝቅ ብለን አምላክን ማክበር ይገባናል።። በመስጠት ማገልገል የቻለ ስለተሰጠው ዕድል የበለጠ እያመሰገነ ከፊት ይልቅ በደስታና በምስጋና መቀጠል አለበት።።

በየቤት ክርስቲያኑና በተለያዩ አገልግሎት ሥፍራ ላይ ያለን አገልጋይ መሪዎችም ብንሆን ለእግዚአብሔር ከፍ ያለውን የሰጡ ሰዎች የባስ ዝቅ እንዲሉ ከማሳየትና ከማስተማር ፈንታ እነርሱን በማወደስና የተለየ አክብሮት በመስጠት የእግዚአብሔርን

ሀሳብ በትሕትና አገልግለው እንዳያልፉ ማደናቀፍ አይገባንም። በተለያየ መንገድ እግዚአብሔርን ለማገልገል ዕድል ያገኛችሁ ሁሉ ዝቅ ብሉ፤ በአክብሮት አገልግሉ፤ በሁሉም መንገድ ለአምላክ ክብር በሚሰጥ ማንነት አገልግሉ።

"ሌሎች ከእናንተ እንደሚሻሉ በትሕትና ቍጠሩ እንጂ፤ በራስ ወዳድነት ምኞት ወይም ከንቱ ውዳሴ ለማግኘት እንዳች አታድርጉ"(ፊሊ..2፥3)።

3. ልንለመን አይገባም፦

በሕይወቱ ዘመን አንድ ታላቅ ዕድል የደረሰው ሰው ዕድሉን እንዲወስድና እንዲጠቀም መለመን የለበትም። ይልቁንስ ራሱ ዕድሉ እንዳያመልጠው ደጅ በመጥናትና ፋታ ባለመስጠት ዕድሉን በእጁ ያስገባል። የሰው ልጅ ጤነኛ ከሆነ መልካም በሆነው ዕድሉ ላይ አይቀልድም፤ እንዲሁም ዕድሉንም ያለአግባብ ባለመጠቀም ሌላው እንዲወስድበት ዝም ብሎ አይተኛም።

ለአገልግሎት ልንለመን አይገባም። እባከህ አገልግለን ተብለን ቤተ ክርስቲያን ይሁን የእግዚአብሔርን ሥራ ለማስፈፀም ድርሻ ያላቸው አካላት የሚሰጡትን የአደራ ጥሪ ቸል ማለትና መኩራራት የለብንም።

"ወንጌልን ብሰብክ እንኳ የምመካበት የለኝም ግድ ደርሶብኝ ነውና ወንጌልንም ባልሰብክ ወዮልኝ"(1ቆሮ.9፥16)።

ሐዋርያው ጳውሎስ ወንጌልን መስበክ ግዴታው እንደሆነ የተረዳና ለዚህም ራሱን የሰጠ ሰው ነው። ስለዚህ አልሰብክም ማለት አልቻልም አለ።

በዘመናችን ወንጌልን ማገልገል ከእግዚአብሔር ዘንድ የወደቀብን የተሰጠን አገልግሎት ስለሆን ማናችንም ብንሆን እንድናገለግል እባከህ ተብለን መለመን የለብንም። እኛው በፈቃዳችን ሥፍራችንን አየፈለግን ማንም ሰው ከዕድላችን እንዳያንድለን ተግተን ማገልገል አለብን። አንዳንዶች ከመለመን አልፈ እንደ እግር ኳስ ተጫዋች እግዚአብሔርን ለማገልገል የደመወዝ ድርድር የሚያደርጉ አሉ። ወንጌልን የማገልገል ዕድል ከሚያልፍ ነገር ጋር በማቆራኘት በተለያየ መነሳሻ የምንገለገል ልንሆን አይገባም።

"በመቅደስ ነገር የሚያገለግሉ ከመቅደስ የሆነውን ነገርን እንዲመገቡ በመሠዋውም

የአንልግሎት ሌጋሲ

የሚጸኑ ከመሰዊያው እንዲከፈሉ አታውቁምን? እንዲሁ ደግሞ ወንጌልን የሚሰብኩ ከወንጌል ቀለብ እንዲቀበሉ ጌታ ደንግጓል:: እኔ ግን ከእነዚህ ሁሉምንም አልተጠቀምኩም"(1ቆሮ. 9፥13-15)::

በዘመኑ ወንጌል ማገልገል ከእግዚአብሔር እንደ ዕድል የተሰጠው ጳውሎስ በወንጌል አገልግሎቱ ሊቆበል የሚገባውን መብቱን እንኳን ሳይጠቀም ያገለገል ነበር:: በአሁኑ ዘመን እንደሚታየው አገልግሎትን እንደ ትርፍ ማስገኛ ከማሰብ ይልቅ የራሱን ድርሻ እንኳን ትቶ በደስታና በትጋት እግዚአብሔርን አገልግሏል::

"እኔ እናንተን እንጂ ከእናንተ ምንም አልፈልግምና፤ ደግሞም ወላጆች ለልጆች ገንዘብ ያከማቻሉ እንጂ ልጆች ለወላጆች አያከማቹም:: እኔ ግን ስለ እናንተ ያለኝን ሁሉ ራሴንም ጭምር ብሰጥ ደስ ይለኛል"(2ቆሮ.12፥14-15)::

"የምናቀርበው ልመና ከስሕተት ወይም ከክፉ ዐላማ ወይም እናንተን ለማታለል ከመፈለግ የመነጨ አይደለም:: ነገር ግን ወንጌልን በዐደራ ለመቀበል እግዚአብሔር ብቁ አድርጎ እንደ ቆጠራቸው ሰዎች ሆነን እንናገራለን:: ይህንም የምናደርገው ልባችንን የሚመረምረውን እግዚአብሔርን እንጂ ሰዎችን ደስ ለማሰኘት ብለን አይደለም:: የሽንገላ ቃል ከቶ እንዳልተናገርን ወይም ሥሥትን ለመሸፈን ብለን አስመሳዮች እንዳልሆንን ታውቃላችሁ፤ ለዚህም እግዚአብሔር ምስክራችን ነው:: ከእናንተም ሆነ ከሌሎች ከማንም፤ ከሰው የሚገኝ ክብር አልፈለግንም:: የክርስቶስ ሐዋርያት እንደ መሆናችን መጠን ሸክም በሆንባችሁ ነበር፤ ነገር ግን እናት ልጆ዗ን እንደምትንከባከብ እኛም በመካከላችሁ በየዋህነት ተመላለስን::

የእግዚአብሔርን ወንጌል ብቻ ሳይሆን ሕይወታችንን ጭምር ልናካፍላችሁ ደስ እስከሚለን ድረስ ወደድናችሁ፤ ምክንያቱም እናንተ በእኛ ዘንድ ተወዳጆች ነበራችሁ::ወንድሞች ሆይ፤ ጥረታችንንና ድካማችንን ታስታውሳላችሁ፤ በማንም ላይ ሸክም እንዳንሆን ሌሊትና ቀን እየሠራን ወንጌል ሰበክንላችሁ"(1ተሰ.2፥3-9)::

በዚህ ዘመን ግን እግዚአብሔር ለአገልግሎት የሰጣቸውን ዕድል የናቁ፤ ተለምነው ማገልገል የሚፈልጉ ብዙዎች ናቸው:: የእግዚአብሔርን ሕዝብ በማክበርና ከዕድላቸው ላለመጉደል የጌታን አገልግሎት በማክበር ከማገልገል ፋንታ በአገልግሎት ሰዓት መሪዎችና ሕዝቡ እየጠበቃቸው ስልካቸውን ዘግተው የሚጠፉ ጥቂት አይደሉም:: እንዲሁም በወንጌል ቀለብ በሚያገለግሉብትና ባገለጉበት ሥፍራ በከፍያ አነሰኝ እስጥ-

አገባ ውስጥ የሚገቡ መመልከት የተለመደ ነው።

ቤተ ክርስቲያን ለጠራቻቸውና ለምታሰማራቸው አገልጋዮች ቀለብ መስፈር ሲገባት እነሱን ችላ በማለት ከሌላ ሥፍራ ጋብዘ ለምታመጣቸው አገልጋዮች የምትከፍለውን ገንዘብ እንደማባከን በሚቆጥሩ የአጥቢያ አገልጋዮቿ የተነሳ ግጭት ይፈጠራል። እንዲህ ያለው ቅድሚያውን ለአጥቢያ አገልጋዮቿ በመሥጠት ሊታረም ይገባል። ይኼን እዚህ ቦታ ላይ መጠቆም ያስፈለገበት ምክንያት የውስጥ ድካሞችን ለፍርድ ለማቅረብ ሳይሆን ትውልዱ የአገልግሎትን ዕድል አውቆ በመረዳት እንዲያገለግልም ነው።

እግዚአብሔርን ማገልገልየምንችልበት ዕድል ካገኘን በደስታና በአክብሮት ለማገልገል መነሳሳት አለብን። አሁን ላይ የሚስተዋለው ዋልታ ረገጥ የአገልግሎት አካሄድ እንደ ቅዱሳት መጻሕፍት አስተምህሮ መቀየር አለበት። እግዚአብሔርን ማገልገል መቻል መታደል እንደሆነ ገብቶት በጥንቃቄና በአክብሮት፣ እያመሰገነ፣ ሳይለምን የሚያገለግል ትውልድ መነሳሳት አለበት።

የአገልግሎት ዕድልን ችላ ማለት፣ በሕይወታችን ላይ የሚያስከትለው መንፈሳዊ ችግር፤

- ሕይወታችን መንፈሳዊ ምድረ በዳ ይሆናል፤

የተሰጠንን የአገልግሎት እድል መታዘዝ ያለብን በችልታ ሳይሆን በሙሉ ልብ መስጠት መሆን አለበት። አገልግሎት በግማሽ ልብ ፣ በችለተኛነት ወይም በግዴለሽነት ሳይሆን በሙሉ ልብ እና በታማኝነት ሊከናወን ይገባል። ሳኦል አማሌቃውያንን እንዲያጠፋ ታዞ እሱ ያንን ባለማድረጉ ምክንያት ሕይወቱም ሆነ መንግሥቱ እንዴት እንደተናጋ ይታወቃል።

"የእግዚአብሔርን ሥራ በችልታ የሚያከናውን ርጉም ይሁን"(ኤር.48፤10)። ይህ ለሁሉም መለኮታዊ ሥራ እና አገልግሎት የሚውል መርህ ነው። ሰው ሁሉ ለእግዚአብሔር የሚሠራው ሥራ አለው። ሁሉም የጌታ ቤት ሥራዎች በቅንነት፣ በታማኝነት መከናወን አለበት።

ሳኦል የእግዚአብሔርን ሥራ በችልተኛነት በመከወኑ ምክንያት ከእግዚአብሔር ጋር የነበረው መንፈሳዊ ኅብረት ምድረ በዳ ስለሆነበት በክፉ መንፈስ የሚጨነቅና በበገና

ደርዳሪው ዳዊት ከፉው መንፈስ ከእሱ እንዲርቅ ይደረግ የነበረባቸው ጊዜአት ብዙ ነበሩ፡፡ ፍጻሜውንም ብንመለከት ከመንፈሳዊ ነገር ወጥቶ መናፍስት ጠሪ ጋር የሄደበት ሁኔታ ተፈጥሯል፡፡

ከሐዋርያት መካከል ጌታ ኢየሱስን ለማገልገል ዕድል አግኝቶ የተመረጠው ይሁዳ የተሰጠውን ዕድል ቸል በማለቱ ምክንያት ፍጻሜውን አበላሸቷል፡፡ ይህ ሰው የተሰጠው የአገልግሎት ዕድል አስቦበት ቢሆን ኖሮ በጥንቃቄ ይዞ እስክ ፍጻሜ በመሄድ እንደ ባልጀሮቹ ያማረ የክብር ፍጻሜ በኖረው ነበር፡፡

በዘመናት ውስጥ የአገልግሎት እድላቸውን ባለመጠቀም፣ ባልተገባ ነገር ተቆላልፈው ቸልተኞች የሆኑ ራሳቸውንም ሆነ ቤተሰባቸውን በመንፈሳዊ ምድረ በዳ የከተቱ፣ ከመንፈሳዊ ነገር እድል ፋንታቸውን ያጎደሉ ብዙዎች ናቸው፡፡ የዘማሪ አገኘሁ ይደግ "እንዳልበድልህ" የሚለው ዝማሬ እንዲህ ያለውን ነገር መታዘቡን በሚገባ ያሳያል፡፡

"እንተን ችላ ያሉ ጸጋ ሲርቃቸው
አይቻለሁ ጌታ ቀን ሲመሸባቸው...

ለሥጋዬ ምኞት በከንቱ ስገዛ
ስንት ጊዜ አቃጠልኩ እንዲሁ በዋዛ
ለቅዱሱ አደራ ታማኝ አልነበርኩም
እንደ ልብህ ደስታም አላገለገልኩም
ከእንግዲህስ ጌታ ሥራብኝ እንደ ሰው
በትንሹ ባሪያ ከሁሉም በማንሰው ..."

እግዚአብሔርን እየሰማን ፍቃዱን ማገልገል ሲገባን እኛን ደስ የሚያሰኝን ከስሜታችን እየሰማንና የሌሎችን የሥጋ ለባሾችን ፍላጎት እየሰማን የምናገለግል ከሆነ ጥፋት አለበት፡፡

"ባይሰሙ ግን በሰይፍ ይጠፋሉ ያለዕውቀትም ይሞታሉ"(ኢዮ.36፥12)፡፡ እግዚአብሔርን አለመስማት በተቃራኒው ጥፋት እንዳለበት ያስገነዝበናል፡፡ እግዚአብሔርን ማገልገል ምን ይረባል ብለን ችላ ብንል ትርፋችን ጥፋት ነው፡፡

"እስከዚህም ድረስ ባትሰሙኝ በእንቢተኝነት ብትሄዱብኝ እኔ ደግሞ በቁጣ እሄድባችኋለሁ ስለ ኃጢአታችሁም ሰባት እጥፍ እቀጣችኋለሁ"(ዘሌ.26፥27)፡፡

"እናንተንም ከአሕዛብ መካከል እበትናችኋለሁ ሰይፍንም አስመዝዘባችኋለሁ ምድራችሁም የተፈታች ትሆናለች" (ዘሌ.26፥33)።

እስራኤል በዘመኑ እግዚአብሔርን ብቻ እንዲያመልክና እንዲያገለግል የተጠራ ሕዝብ ነው። የእግዚአብሔርም አሳብ በእነርሱ ላይ ድምፁን ሰምተው እንዲያገለግሉት ነው። ከቃሉ እንደምንረዳው አስቀድሞ በፍቅር ወደ ጥፋት ሳይሄዱ እርሱን ሰምተው እንዲያገለግሉ ያስጠነቅቃችዋል። ነገር ግን እስራኤል አምላካቸውን አላገለግልም ብለው ወደ ባዕዳን ጣዖት አማልክት ቢሄዱና እነርሱን ቢያገለግሉ እግዚአብሔር ዝም እንደማይላቸው ይናገራል። እንዲሁም እርሱን ሰምተው ማገልገል ቸላ ብለው በፍቃዳቸው ሌሎችን ቢያገለግሉ ጥፋትና ቅጣት እንደሚከተላቸው ያመለክታል።

ስለዚህ ከዚህ እውነት እንደምንረዳው እግዚአብሔር እርሱን በመከተል እርሱን ሰምተው በማገልገል ጉዳይ ላይ ጠንካራ አቋም እንዳለው ያሳያል። እኛም እግዚአብሔርን ማገልገል ምን ይጠቅማል? ብለን ብንተወው ከልማት ይልቅ ጥፋት በዘመናችን ሊከተለን እንደሚችል መገንዘብ ይጠይቃል።

እንግዲህ እርሱን ሰምተን ማገልገል በዘመናችን ልማትን እንደሚያመጣ አውቀን በትጋትና በታማኝነት በዘመናችን ሁሉ ማገልገልና ሌሎችም ይህንን እውነት ተረድተው እንዲያገለግሉ ማስተማር ይገባናል።

በአገልግሎት ውስጥ ልማት አለ፤

"ቢሰሙ ቢያገለግሉትም ዕድሜአቸውን በልማት ዘመናቸውንም በተድላ ይፈጽማሉ"(ኢዮ. 36፥11)።

በእውነት የአምላክን ፈቃድ ተገንዝበን እርሱን ብቻ በመስማት የምናገለግል ከሆነ አገልግሎት የኪሳራና ጥፋት ሳይሆን የልማት መንገድ ነው። ይህንን የተናገረው "እኔ ቃል ተምልቻለሁና በውስጤም ያለ መንፈስ አስገድዶኛልና"(ኢዮ.32፥18) ያለው ከኢዮብ ወዳጆች መካከል በጥበብና በመንፈስ ቅዱስ የተሞላው ኤሊሁም ነው።

ኤሊሁም በጥበብ ቃልና በመንፈስ የተሞላ ሆኖ አስደናቂ እውነቶችን የገለጠ ሰው ነው። ይህ ሰው በመንፈስ ተሞልቶ እግዚአብሔርን መስማትና ማገልገል ዕድሜን በልማት እንደሚያስፈጽም ተናገረ።

በየትኛውም የአገልግሎት መስክ የእርሱ ፈቃድ የሆነውን ላይተን በማገልገል

የአንደልግሎት ሌ.ጋሲ

ውስጥ ጥፋትና ኪሳራ አይኖርም። በእውነት ያገለገልነውና እያገለገልን ያለነው እውነተኛውን አምላክ ከሆን ኪሳራ የለም። ብዙ ሰዎች በተለያየ መንገድ ለዓመታት እግዚአብሔርን አገልግለው ኖረው እንደከሰሩና ምንም ጥቅም ለሌለው ነገር እንደለፉ በማሰብ በምሬት ከመስመር ይወጣሉ።

የእግዚአብሔር ቃል በአገልግሎት ውስጥ ልማት አለ ካለ ያንን እውነት ያለጥርጥር መቀበል አለብን። ምናልባት ልማትን በሚታይ ገንዘብና ንብረት ብቻ አድርገን ከወሰድን በውስጡ ትርፍ አልባ ሥራ ነው ብለን ልንደመድም እንችል ይሆናል። ነገር ግን አምላክን በማገልገል ውስጥ ያለው ልማት ከሚታይ ነገር ያለፈ ነው። እንዲሁም የልማቱ ስፋት ከኛ አልፎ በቀጣይ ትውልዳችን ላይ የጎላ ሚና ያለው ነው።

እግዚአብሔርን የማገልገል ልማት በአንድ ወቅት ብቻ የሚታይ ሳይሆን ሥር ሰዶ ዘመናችንን መሻገር የሚችል ታላቅ መለኮታዊ የበረከት መንገድ ነው። ምክንያቱም የምናገለግለው እግዚአብሔር ታማኝ ነው። እኛ ባንታመን እንኳን እርሱ ለዘላለም ታምኖ የሚኖር አምላክ ነው።

እግዚአብሔርን በማገልገል ምክንያት ስደትና መከራ ውስጥ ብናልፍ እንኳን ልማት እንጂ ጥፋት አይሆንም። ምናልባት በማገልገል ውስጥ ባለ ስደት እኛ ረጅም ርቀት ሳንሄድ መሥዋዕት ብንሆን እንኳን ቃሉ የታመነ ስለሆነ ከእኛ ጋር በተያያዙና በቀጣይ ትውልድ ላይ ልማት ይሆናል። እንዲሁም ለአምላክ አገልግሎት በስሙ መሥዋዕት መሆን ቢቻል እርሱ ጥፋት ሳይሆን ልማት ነው።

በቃሉ ውስጥም ይሁን በታሪክ እንደምንረዳው እግዚአብሔርን ያገለገሉ በዘመናቸው ከሰረው አያውቁም በዘመናቸው እግዚአብሔርን በማገልገል በብዙ ውጣ ውረድ ውስጥ ያለፉን ሰዎች ተስፋ ልንቆርጥ አይገባንም። ብሎም አገልግሎት ፈርተን ዳር የቆምን ሰዎች ብንሆን በአገልግሎት ውስጥ ልማት እንዳለ ማሰብ ጥሩ ነው።

በዚህች ምድር ላይ አንዱን ባለጠጋ ሰው በትጋትና በታማኝነት ያገለገለ ሰው እንኳን ትርፋማ ይሆናል። ይልቁንስ የባለጠጎች ባለጠጋ የሆነውን ሕያው አምላክ የሚያገለግል ሰው ዘመኑ የጥፋት አይሆንበትም።

እግዚአብሔርን ማገልገል የሚገባን በአገልግሎት ውስጥ የሚታይ ትርፍ ለማግኘትና ስላገለገልን እጅ በእጅ የሚስጥ ክፍያ ለመቀበል መሆን የለበትም። እግዚአብሔር እንድናገለግለው ሲጠራንና ሲፈልገን እንደ ምድር መሥሪያ ቤት ይህንን ያህል እከፍለሃለሁ ብሎ በክፍያ በመደራደር አይደለም።

አንድ አንድ ሰዎች በአገልግሎት ውስጥ በሚታይ ነገር የተሞሉትንና ብዙ የሚታይ ነገር ያላቸውን ሰዎች አይተው   እነርሱ የሆነላቸው እንዲሆንላቸው አልመው ወደ አገልግሎት ይገባሉ፡፡ ነገር ግን ያለውት ነገር ሳይሆን ሲቀር በአገልግሎት መማረርና ከዛም ማጉረምረም ይጀምራሉ፡፡ እግዚአብሔርን እንድናገለግለው ከቀረጥን በምንም ውስጥ ብናልፍ እርሱን በማገልገል ውስጥ ልማት አለ፡፡ እግዚአብሔር ለመከፈል ቃል ገብቶ የጠራን ነገር ባይኖርም ግን እንደ ቃሉ እርሱን በማገልገል ውስጥ ኪሣራ የለም፡፡

ይህን ቃል ለኢዮብ እየተናገረ ያለው በከባድ መከራና ፈተና ውስጥ እያለ ነው፡፡ ኢዮብ እግዚአብሔርን በመፍራት በጽድቅና በቅን መንገድ እየኖደ እያለ ያለውን ሁሉ እስኪያጣ ድረስ መከራና ጥፋት ገጠመው፡፡ ነገር ግን ዘሙኑ በጥፋትና በኪሣራ አልተዘጋም፡፡ እንዲያውም ቀድሞ ከነበሩት ፈንታ በተሻለ እጥፍ ልማቶች ተባረከ፡፡

ከምእራፍ ስድስት ጀምሮ እንደምንመለከተው በትውልድ መካከል እግዚአብሔርን በታማኝነት አገልግለውት ያለፉ አባቶች፣ አገልግሎታቸው ብዙ ተግዳሮትና መከራ የበዛበት ቢሆንም እንኳን የእነርሱ ትውልድ በተለያየ መልኩ ለሀገርና ለትውልድ ጠቃሚ መሆናቸውን ከማስረጃ ጋር እንመለከተዋለን፡፡

ስለዚህ እግዚአብሔርን የምታገለግሉና ለማገልገል የምታቅዱ በዘመናችሁ ሁሉ የትም ሆናችሁ ባገኛችሁትና በተከፈተላችሁ በር ሁሉ እግዚአብሔርን ለማገልገል ወስናችሁ ወደ ተግባራዊ አገልግሎት የምትገቡ ዘመናችሁ በልማት ይፈፀማል፡፡

በአገልግሎት ውስጥ ተድላ አለ፤

"ቢሰሙ ቢያገለግሉትም ዕድሜያቸው በልማት ዘመናቸውንም በተድላ ይፈፅሙ" (ኢዮ. 36፥11)፡፡ በትውልድ መካከል ጸንቶ የሚኖረውን የእግዚአብሔርን ቃል እውነት እንደምንረዳው አምላክን ታዘው በማገልገል ውስጥ ተድላ አለበት፡፡ ተድላ፡- በደስታ መፍነከነክን፣ መደሰትን የሚያመላክት ቃል ነው፡፡ ተድላ የሚታይ ሀብትና ገንዘብ ወይም የንብረት ብዛት አይደለም፡፡ ሰው በሀብት ብዛት ውስጥ ተድላን ማግኘት አይችልም፡፡

አንድ ሰው ደላው ማለት የሚቻለው በውጭ በሚታይ ሀብት እንዲሁም ማንኛውም ማድረግ የሚፈልገው ማድረግ በቻለበት ማንነቱ አይደለም፡፡ ብዙዎቻችን ግን ተድላን ለሰዎች ባላቸው ነገር የሚገኝ ይመስለናል፡፡

ነገር ግን ተድላ የውስጥ እርካታን የሚያሳይ በሚታይ ነገር የማይደገፍ ሰላምን፣

የአገልግሎት ሌጋሲ

ደስታን ማጣጣም የሚያስችል እውነት ነው:: ብዙ ሰዎች በሀብትና ንብረት እንዲሁም በዝናና ዕውቀት ውስጥ ተድላን የሚያገኙ መስሎአቸው ይሮጣሉ:: ነገር ግን በዚህ ፈልገውና ታግለው በደረሱበት ነገር ውስጥ የሚያረካ ተድላ ስለማያገኙ ራሳቸውን እስከ ማጥፋት ይደርሳሉ::

እንግዲህ የሁላችንም መሻት በዘመናችን ተድላን ማየት ሊሆን ይችላል:: እግዚአብሔር ግን ለሰው ልጆች ተድላን ያስቀመጠበት ሥፍራ በእርሱ ፈቃድ በመኖርና እርሱን እንደ ፈቃዱ ማገልገል ውስጥ ነው::

በተሰጠን አቅምና ጸጋ እግዚአብሔርን ማገልገል ከቻልን በሚታይ ነገር ውስጥ የማይገኝ ተድላ እንለማመዳለን:: እውነተኛ ተድላ የምናገኘው በአገልግሎት ውስጥ እንጂ በገንዘብና ሀብት ውስጥ አይደለም::

"ያለ እርሱ ፈቃድ የበላ ደስ ብሎትም ተድላን የቀመሰ ማን ነው? እርሱም ደስ ለሚያሰኘው ሰው ጥበብንና እውቀትን ደስታንም ያሰጠዋል ለኃጢአተኛ ግን እግዚአብሔርን ደስ ለሚያሰኘው ሰው ይሠጥ ዘንድ እንዲሰበስብና እንዲያከማች ጥረትን ይሰጠዋል"(መክ. 2፤ 25-26)::

እግዚአብሔር የሰውን ልጅ የፈጠረበት ዓላማ እርሱን እንዲያመልክና እንዲያገለግል ነው:: እግዚአብሔርን የማገልገል ሕይወት ሲመቸን አገልግለን ሳይመቸን የምንተውበትና የምናቆምበት አይደለም:: በዘመናችን እግዚአብሔርን ማገልገል የእርሱ ታላቅ ፈቃድ ነው:: ይህንን ፈቃድ ያደረገ ሰው ደግሞ ደስ ብሎት ተድላን መቀመስ ብቻ ሳይሆን ያጣጥመዋል::

እንደዚህም እግዚአብሔርን ማገልገል ቸላ ያለ ሰው ምንም የሚታይ ሀብት ቢኖረው ተድላን መቀመስ አይችልም:: እንግዲህ እግዚአብሔርን የማገልገል ፈቃድ ትቶ ራሱን ደስ ባለው መንገድ የሚኖር ሰው የውስጥ ደስታን መለማመድ አይችልም:: በጽድቅ መንገድ አምላካችንን አገልግለን ባገኘነው ወይም በተሰጠ ነገር ትክክለኛ የልብ የሆነ ሐሴትን እናጣጥማለን::

በዚህ ዘመን በአንድ አንድ ሰዎች ሕይወት ውስጥ በተገባር እንደምንመለከተው ሀብትና ሥልጣን እንዲሁም የሚታይ ነገር በእጃቸው በሌለበት ወቅት እግዚአብሔርን ያገለግሉ የነበርና ፡ ያ ወቅት አልፎ ደግሞ በሚታይ ቁሳቁስ፤ በሥልጣን እና በመሳሰሉት ነገር ሲባረኩ እንደ ቀደመው ወራት በታማኝነት እግዚአብሔርን ማገልገልና በአነሱ እሳቤ

ታናናሽ ከመሰሪቸው ሰዎች ጋር በትሕትና መራመድ አልሆን ሲላቸው አስተውላለሁ።

የበረከት ምንጫችን እግዚአብሔር ከሆነ እርሱን ዝቅ ብለን ማገልገል ሊከብደን አይገባም። እውነተኛ ተድላ ያለው እርሱን በማገልገል ውስጥ ነው። ደስታ ይሰጡኛል ብለን ያከማቸናቸው ነገሮች እግዚአብሔርን የበላይ ካላደርግንባቸው በስተቀረ፤ እነሱ ብቻ ለእኛ ደስታን መስጠት አይችሉም።

ስለዚህ በዘመናት መካከል እግዚአብሔርን ማገልገል መጨቆን፤ መታሰር እንዲሁም በሀዘንና መከራ ውስጥ እንደማለፍ መቁጠር የለብንም። እግዚአብሔርን እያገለገልን በብዙ የማይመቹ ነገሮች ውስጥ ብናልፍ እንኳን በውስጣችን መለኮታዊ ደስታ ያለበት እርካታ ይሰማናል።

"ስለዚህም አንታክትም ነገር ግን የውጫው ሰውነታችን ቢጠፋ እንኳን የውስጡ ሰውነታችን ዕለት ዕለት ይታደሳል"(2ቆሮ.4፥16)።

በብዙ መከራ ውስጥ ሆነው በታማኝነት ጌታን ካገለገሉ ሰዎች አንዱ ሐዋርያው ጳውሎስ ነው። በዚህ ሁሉ ውስጥ ግን "በጌታ ደስ ይበላችሁ፤ ደግሜ እላለሁ ደስ ይበላችሁ" የሚል ሐዋርያ እንጂ ፤ ያለፈባቸውንና እያለፈ የነበረትን መከራ አስቦ የሚያማርር አልነበረም። የውጫውን ሰውነት የሚያደክም ግርፋት፤ ርሃብ እና የተለያዩ መከራ እየተፈራረቁበት "የውስጥ ሰውነታችን ዕለት ዕለት ይታደሳል" ነበር ምላሹ።

እንግዲህም በክርስቶስ ለሆነ ሰው ተድላ በውጫ ነገሩ ላይ ሳይሆን በውስጥ ሰውነቱ ላይ ነው። በውጫው ሰውነታችን ለእግዚአብሔር ፈቃድ ጨከነን የተነሳቆልን ብንመስል እንኳን ፍቃዱን አገልግለን በውስጣችን ትልቅ ምቾትና ተድላ ያለበት ደስታ እናጣጥማለን።

መረዳት የሚገባንና በአገልግሎታችን ላይ ምንም ሰልፍና ችግር ቢኖር ለማገልገል እንድንጨከንና እንድንቀጥል ከሚያደርጉን እውነቶች አንዱ እግዚአብሔርን ማገልገል ዘመንን በተድላ የሚያስፈጽም መሆኑ ነው።

ስለዚህ የሚታይ ነገር አጥተን ከአገልግሎት የምንሸሽ እግዚአብሔርን ማገልገል ቀዳሚ ምርጫ አድርገን እግዚአብሔር ለአገልግሎት አየጠራችሁ በእምቢታ ምላሽ ያልሰጣችሁ ብትኖሩ አገልግሎት የተድላ መንገድ ነው እኔን ላከኝ በሉት። እንዲሁም በጽድቅ ፍቃዱን ማገልገል ምርጫችሁ ሆኖ እየተጋችሁ ያላችሁ አታቁርጡ፤ ቀጥሉ

የእንግልግሎት ሌጋሲ

እርሱን ቢመችም ባይመችም ማገልገል ምርጫችሁ ከሆነ ምርጫችሁ የመለኮት ተድላ ነውና በርቱ እግዚአብሔርን ማገልገል ዘመንን በተድላ ያስፈጽማል።

ልዩነቱ ይታያል፤

እግዚአብሔርን ማገልገል አለብን ምክንያቱም እርሱ ታማኝ ሁነው በሚያገለግሉትና በቸልተኞች መካከል ልዩነትን የሚያመጣ ፤ ብድራትን የሚከፍል አምላክ ነው።

በሚልክያስ መጽሐፍ አስቀድመን እንደተመለከትነው ሁለት አይነት ወገኖች ነበሩ። አንደኛው ወገን፤ እግዚአብሔርን ማገልገል ከንቱ ነው በማለት ከእግዚአብሔር ጋር የሚከራከርና የሚያጉረመርም ሲሆን (3፥13-15) እንዲህ ያለው አስተሳሰብ ጤናማ ያልሆነ እና እግዚአብሔርን አገለግላለሁ ከሚል ወገን የሚጠበቅ አልነበረም። ይህ ወገን እሱን ማገልገል ምንም ሽልማት የለውም የሚል ቅሬታ በማሰማት በእግዚአብሔር ላይ አጉረምርሟል። እንዲሁም እግዚአብሔርን የሚፈታተኑ እቡያን ከፍርድ ያመልጣሉ ሲሉ በእግዚአብሔር ባሕርይ ላይ ተሳልቀዋል።

ሁለተኛው ወገን ግን (3፥16-18) እግዚአብሔርን በመፍራት ስሙን ከፍ ከፍ የሚያደርጉና፤ ጻድቁ በወቅቱ ባለው ሁኔታ የፍትሕ እጦት ቢኖርበትና ጻድቃን በመከራ ውስጥ ቢያልፉም እግዚአብሔርን ማገልገላቸውን ማቆም እንደሌለባቸው እርስ በእርስ ይነጋገሩና ይበረታቱም ነበር። እግዚአብሔር እንዲህ ላሉት አገልጋዮች ልዩ ትኩረት ሰጥቶ ሰምቷቸው። እናም በፍርድ ቀን እንደሚያድናቸው ቃል ገብቷቸው። ምክንያቱም እነሱ ልክ ካሌብ በምድረበዳ በአምላኩ እንደታመነው የታመኑ ነበሩና። "አገልጋዬ ካሌብ ግን የተለየ መንፈስ ስላለውና በፍጹም ልቡ የተከተለኝ በመሆኑ ሄዶባት ወደ ነበረችው ምድር አስገባዋለሁ፤ ዘሮቹም ይወርሷታል"(ዘኍ.14፥24) በማለት ለካሌብ ቃል እንደገባው ሁሉ፤ ለእነዚህ ወገኖችም፤ "እኔ በምሠራበት ቀን እነርሱ የገዛ ገንዘቤ ይሆናሉ፤ ይላል እግዚአብሔር ጸባኦት፤ አባት የሚያገለግለውን ልጁን እንደሚታደግ ሁሉ እኔም እታደጋቸዋለሁ። በዚያን ጊዜም እንደ ገና በጻድቁና በኃጢአተኛው መካከል፤ እግዚአብሔርን በሚያገለግለውና በማያገለግለው መካከል ያለውን ልዩነት ታያላችሁ" (ሚል.3፥16-18)።

ለጥርጣሬና ለአሉታዊ አስተሳሰብ ቦታ ባለመሥጠት ፤ በእግዚአብሔር ላይ ባለማጉረምረም እርስ በርስ እየተበረታታቱ አገልግሎታቸውን የሚቀጥሉ ወገኖች "እኔ በምሠራብት ቀን እነርሱ የገዛ ገንዘቤ ይሆናሉ" የሚል ቃል እንደተገባላቸው ሁሉ ፤ በዚህም ዘመን አገልግሎታቸውን

እግዚአብሔርን በመታመን የሚቀጥሉ ለእነዚህ ወገኖች የተገባው ኪዳን ያገኛቸዋል፡፡

እኛ ለአገልግሎታችን የሚኖረን አዋንታዊም ሆነ አሉታዊ አመለካከት ከእግዚ አብሔር ዘንድ ምላሽ አለው፡፡እንደ ቃሉ ከወሰንን እግዚአብሔር ልቦናትን የሚያመጣ ውሳኔ በእኛ ላይ ያመጣል፡፡ እግዚአብሔርን ማገልገል ክንቱ አይደለም ላሉ ሰዎች የእግዚአብሔር ምላሽ እኔ መሠራት ስጀምር የእኔ ገንዘብ ይሆናሉ የሚል ነውና፡፡ እንዲሁም እኔን በሚያገለግሉና በማያገለግሉ ሰዎች መካከል የሚታይ ልዩነትን አመጣለሁ ብሏል፡፡

ከዚህ እውነት እንደምንገነዘበው እግዚአብሔርን ማገልገል ከሌላው ልዩነትን የሚያመጣ መሆኑ ነው፡፡ ይግባንም አይግባንም፤ ይታየንም፤ አይታየንም በሚያገለግሉና በማያገለግሉ ሰዎች መካከል ልዩነት አለ፡፡

ስለዚህ እግዚአብሔርን እኔን "በሚያገለግለውና በማያገለግለው መካከል ልዩነት ታያለችሁ"ካለ በየትኛውም ዘመንና ሁኔታ እግዚአብሔርንየሚያገለግልና የማያገለግል ሰው አንድ መሆን አይችልም፡፡ ስለዚህ ልዩነቱ መኖሩ ከአምላክ አንደበት የወጣ እውነት ከሆነ ምርጫችንን ቶሎ ብለን ማስተካከል ይጠይቃል፡፡ እንግዲህ የውጤቱ ልዩነት እርሱን ለሚያገለግሉ የተሻለ መሆኑን የሚያሳየው አስቀድሞ "እግዚአብሔርን ማገልገል ክንቱ ነው" ላሉት ሰዎች የተሰጠ ምላሽ መሆኑ ነው፡፡

ሁላችንም ብንሆን ልዩነትን ስናስብ የሚታይ ነገር የልዩነት መለኪያ ሆና ከእግዚአብሔር የልቡ ሀሳብ ጋር እንዳንተላለፍ መጠንቀቅ አለብን፡፡ እርሱ ልዩነትን አደርጋለሁ ያለው አምላክ በሚታይ ነገር ይሁን በማይታይ ነገር ይሁን እንዲሁም በመጨረሻው የሽልማት ቀን ይሁን ግን እንደ ቃሉ ልዩነትን ያደርጋል፡፡

እግዚአብሔር በታማኝነት በፊቱ በመኖር ለሚያከብሩትና ለሚፈሩት በሰማይ ዘላለማዊ መዝገብእንደሚይዝቃል ገብቷል፡፡ለእርሱየሚኖረንንታማኝነት ፍቅር፤እንደሚመለከትና እንደሚመዘግብ ለእነዚህ ታማኝ ወገኖች የገባው ኪዳን ያረጋግጥልናል፡፡ በሰማይ በፊቱ ስንቆም ከልብ መሰጠታችንን ያስባል፤ አንደ ሥራችንም ይከፍለናል፡፡

ስለዚህ ይህንን እውነት አምነን በዘመናችን ሁሉ እንዳናገለግል በቂ የምንለው ሰዋዊ ምክንያት ቢኖረን እንኳን እ ሱ ን ጥሰን አምላካችንን አገልግለን ለማለፍ መጨከን አለብን፡፡ እግዚአብሔርን በመፍራት ለፍቃዳችን ሳንጠላለፍ የምናገለግል ሁሉ ትውልድ የሚያያየው ልዩነት በእኛና የእኛ በሆኑት ሁሉ ይፈጠራል፡፡

የአገልግሎት ሌጋሲ

ሽልማት ያለው ሥራ ነው፤

"የሚታገልም ሁሉ በነገር ሁሉ ሰውነቱን ይገዛል እነዚያም የሚጠፋውን አክሊል ሊያገኙ ነው፡፡ እኛ ግን የማይጠፋውን"(1ቆሮ.9፥25)፡፡

በዚህች ምድር ላይ ብዙ የሥራ አይነቶች አሉ፡፡ ሰው ለግሉ፣ ለመንግሥት፣ ለግለሰብ ድርጅቶች እንዲሁም በተለያዩ መልኩ የተለያዩ አድካሚ ሥራዎችን ሰዎች ይሠራሉ፡፡ አንዳንድ ጊዜ ሰዎች ብዙ ሥራ ሠርተው ምስጋና ለሌለው ነገር ዕድሜዬን ፈጀው ብለው ይናገራሉ፡፡ እያንዳንዱ ሰው ለሠራው ሥራ ደመወዝን ወይም ትርፍን ይቀበላል፡፡

እንዱ ሌላኛው በደከመበት ነገር የብዙ ገንዘብና ንብረት ባለቤት ሆኖ እያለ ለዚያ ሀብት መገኘት የደከመበት ሰው ግን ምንም ድርሻ ሳይኖረው ወይም ሳይሰጠው ባዶ እጁን ይወጣል፡፡ እንደዚያውም ብዙዎች በጽድቅም ይለፋሉ ይደክማሉ ግን ሌላው ያልለፋበት ይበላዋል፡፡ የድካማቸውን የሚያገኙትም ቢሆን በፍጻሜው በዚህች ምድር ለስም ወይም ለዝና የሚቆር ነገር ነው ያካበቱት፡፡ ይኼን ማለት ግን ሥራ አይሥሩ፣ በላባቸው አይጠቀሙ የሚል አንድምታ እንዲኖር አያስፈልግም፡፡ ዋናው ነጥቤ ግን በዚህ እየደከምን ለዘላለም ቤታችን እናከማች የሚለውን ለማሳሰብ ነው፡፡

በዚህ ምድር ከምንደክምላቸው ነገሮች ውስጥየሚበልጠውንና በሰማይ የሚያሽልመንን ለይተን ማወቅ አለብን፡፡ እግዚአብሔርን በጽድቅ ና በ ታ ማ ኝ ነ ት ማገልገል ብ ድ ራ ቱ በምድር ላይ ብቻ የሚገደብ ሳይሆን በሰማይ ታላቅ ሽልማት የሚያሰጥ ነው፡፡

ሁሉም ሰው እንደሚረዳው እዚህ ምድር ላይ የምንኖረው ዕድሜ አጭር ነው፡፡ ይህንን የምናነብ ሁሉ ምን ያህል ዕድሜ በምድር እንደሚቀረን ማወቅ አንችልም፡፡ ነገር ግን ለዘላለም የምንኖርበት ማለቂያ የሌለው የዘላለም ቤት አለ፡፡ በዚህች ምድር ላይ አንቱ ተብለን በዚያ የዘላለም ቤት ያለ ሽልማት ብንቀር ከንቱ ነው፡፡

"መልካሙን ገድል ተጋድዬአለሁ ሩጫውን ጨርሼአለሁ ሃይማኖትን ጠብቄአለሁ ወደ ፊት የጽድቅ አክሊል ተዘጋጅቶልኛል"(2ጢሞ.4፥7)፡፡

ማናችንም በምድር ላይ በተከፈተልን በር ሁሉ መልካሙን የአገልግሎት ገድል መጋደል አለብን፡፡ አገልግሎት መከራና ስደት በሌለበት ወቅት ለክብርና ስም የምንሮጠውን አይነት የማትረፍያ መንገድ ሳይሆን አገልግሎት በጦር ሜዳ እንዳለ ወታደር ከዲያቢሎስ እና

ከጭፍሮቹ ጋር የምንጋደልበት ነው፡፡

አንዳንዶች አገልግሎትን የማይፈልጉት ከውጭም ከውስጥም ትግል የሚጠይቁ ነገሮች በመኖራቸው ምክንያት ነው፡፡ በዚህ የአገልግሎት ትግል ውስጥ እንደ ጳውሎስና ሌሎች የጌታ ባርያዎች የጹኑ ሰዎች በፈታታቸው ሽልማት ይጠብቃቸዋል፡፡ የየዕለት አምላካዊ ሥራ ለመወጣት እያቀደንና አየተጣጠርን ቢሆንም እንኳን ጾንተን ማጠናቀቅ ከቻልን ሽልማት አለው፡፡ ስለዚህ ነው እስከ መጨረሻው አገልግለን ጨርሻያለሁ ማለት ወደ ምንችልበት ምዕራፍ እስከምንደርስ ድረስ መጽናት የሚገባን፡፡

"ድል ለነሣውና እስከ መጨረሻም ሥራዬን ለጠበቀው እኔ ዳግም ከአባቴ እንደተቀበልሁ በአሕዛብ ላይ ሥልጣንን እሰጠዋለሁ"(ራዕ.2፥26-27)፡፡

በአገልግሎታችን የእግዚአብሔርን ሥራ እስከ መጨረሻ አክብረን ጠብቀን የምንሄድ ከሆነ አክብሮትና ሽልማትን የሚያስገኝ ሥራ ከውነናል፡፡ በዚህ ምድር ላይ በምናደርገው ነገር ሁሉ በሰማይ ሽልማትን የሚያመጣው የእግዚአብሔር ሥራ ብቻ ነው፡፡ በሰማይ ስንሄድ ሽልማት የሚሰጠው ከሰማይ ሆና አስቀድሞ ለወከለበት ሥራ ብቻ ነው፡፡

እግዚአብሔርን እያገለገልን ያለንም፤ ወደፊት በየትኛውም መንገድ እግዚአብሔርን ማገልገል የሚገባችሁ እግዚአብሔርን ማገልገል ከንቱ አይደለም፡፡መቼም ቢሆን ከንቱ ሆና አያውቅም፡፡ እንዲሁም በትጋትና በታማኝነት ጾንተን እስከ መጨረሻ አሳቡን አገልግለን ካለፍን በመንግሥቱ ውስጥ ያሽልመናል፡፡

፷

በአገልግሎት ግንዛቤ የሚጠይቁ ሌሎች ጉዳዮች...

1. የአገልጋዮች ሚስቶች (ባሎች) ማወቅ የሚገባቸው እውነት፤

ያለንበት ትውልድ አገልግሎትን አስመልክቶ ያለውን ጤናማ ያልሆነ ቅኝት እንዲያስተካክልና እንዲፈወስ፥ እግዚአብሔርን ማገልገል ብድራት እንዳለው እንዲያውቁ ያለፉትን ምእራፎች በሰፈው ተመልክተናል። ከዚሁ ጋር በተያያዘ ታዲያ በአገልግሎት ውስጥ ልናውቃቸው ከሚገቡን ተጨማሪ እውነታዎች በዚሁ ምእራፍ እናነሳቸዋለን።

ብዙዎቻችን ተረድተነዋል በምንለው መጠን እግዚአብሔርን ማገልገል የምንፈልግ ቢሆንም እንቅፋትና ወጥመድ የሚሆኑ ነገሮች ከተለያየ አቅጣጫ እየመጡ ወደኋላ ይጎትቱናል። ከእነዚህም ወደኋላ ሊጎትቱን ከሚችሉት ነገሮች ውስጥ አንዱ የትዳር ጥምረት ነው።

በዚህ ዓለም ላይ ስንኖር ሰዎች በሕይወታቸው ከሚኖራቸው የቅርብ ጥምረትና ትስስር ዋናው የትዳር አጋርነት ነው። በዚህ የትዳር አጋርነት ውስጥ ባለው አንድነት ለጥፋትም ይሁን ለልማት መዘርጋትን የሚፈጥሩ ነገሮች እንዳሉ ይታወቃል።

የአገልግሎት ሌጋሲ

በክርስቲያን ቤተሰብ ውስጥ ያለንን የትዳር አንድነት ለመለኮታዊ አጀንዳ መጠቀም ከተቻለ ቤተሰቡ በአገልግሎት ውስጥ ያለውን ልማትና ተድላ ማጣጣም የቻለ፣ የተባረከ ቤተሰብ ይሆናል። አለዚያም ያንን ጥምረት አሉታዊ በሆነ መልኩ አንደኛው ወገን ወይም በጋራ በመጠቀም አገልግሎትን ቸላ ለማለትና ከእርሱ ለመራቅ ካዋሉት ለጥፋት ምክንያት የሆነ ጥምረት ይሆናል።

በዚህ ተውልድ ከምናስተውላቸው የአገልግሎት እንቅፋቶች ውስጥ አንዱ ለአገልጋዮች ያለው የተሳሳተ ቅኝት አገልግሎትን እንዲንቁ የሚጋብዘበት ሁኔታ ይከሰታል።

ለምሳሌ፣ አንዳንድ እህቶች የወንጌል አገልጋይ የሆነ ወንድሞች ለጋብቻ ሲጠይቋቸው ከኑሮ አንፃር በመመዘን ሲገፉና ሲሸሹ በስፋት ይታያሉ። ከዚህም ባሻገር አንዳንድ የአገልጋይ ሚስቶች በአገልግሎት ውስጥ ከሚከፈለው ዋጋ አንፃር አገልግሎትን መጥላትና የአገልጋይ ሚስትነትን እንደ እርግማን ሲቆጥሩት ይስተዋላል።

እንደዚህ ያሉ አሉታዊ የአስተሳሰብ ቅኝቶች ጥቃቅንና ትኩረት ስጥተን ልንመለከታቸው የማይገቡ ቢመስሉም እንኳ ብዙዎችን ከአገልግሎት የሚያሸሹ፣ በአገልግሎት ደስተኛ እንዳይሆኑ የሚያደርጉና አገልግሎት የከበረ ነገር እንደሆነ አስቦ በኩራት የተልእኮን ድርሻ የሚወጣው ሰው እንዲሰናከል የሚያደርጉ እንቅፋቶች ናቸው።

"መከሩ ብዙ ነው ሠራተኞቹ ግን ጥቂቶች ናቸው" ተብሎልና የመከሩ ሠራተኞች እንዲበዙ ከተፈለገ የአገልግሎት ከቡርነት በአገልጋዮች የትዳር አጣማሪ ውስጥ ልዩ ትኩረት ማግኘት ይገባዋል።

እግዚአብሔርን ማገልገል በሚባል ታላቅ ሥራ ውስጥ እጅ በእጅየሚከፈል የሚታይ ትርፍ ያለበት ዓይነት ልዩነት ባይታይም እንኳን፣ የአገልጋይ የትዳር ተጣማሪዎች አገልግሎት በምድር ላይ ካሉት ሥራዎች የከበረና ከንቱ ያልሆነ ነገር እንደሆን ገብቷቸው በደስታ አብሮ ማገልገል ይጠበቅባቸዋል።

የአገልጋይ ሚስት በአገልግሎቱና በሕይወቱ ከፍተኛ ሚና ትጫወታለች። የአገልጋይ ሚስት ባልዋን ማገዝ የምትችልበት የመጀመሪያው ነጥብ ባልዋ በእግዚአብሔር የተጠራ የእግዚአብሔር አገልጋይ እንደሆን መቀበል ነው። የአገልጋይ ሚስት በመሆንዋ የባልዋ ጥሪ የእሷ ጥሪ እንደሆን መቀበል ይኖርባታል። እግዚአብሔር ባሏን ለአገልግሎት ሲጠራ ለእርስዋ ምን ዓላማ እንዳለው ለማወቅ በእግዚአብሔር ፊት መሆን ያስፈልጋታል። እግዚአብሔር በእርሷ ሕይወት ውስጥ ማክናወን የሚልፈገው ዓላማ ይኖራል። ስለዚህ ይሆንን የእግዚአብሔር ፈቃድ ለማወቅ የእርሱን ፊት መፈለግ ያስፈልጋል። ባልና ሚስት

ወይም የአገልጋይ ቤተሰብ የእግዚአብሔርን ጥሪ በጋራ ከተቀበሉና እንደ ቃሉ ለመኖር ከተሰጡ ቤተሰቡ በአገልግሎት ምክንያት ሊመጣባቸው የሚችለውን ተግዳሮቶች ለመቋቋም ኃይል ያገኛሉ:: [19]

የአገልጋይ ሚስት ወይም የአገልጋይ ባል በሚል የሚጠራው መገለጫ እንደሆነ እንጂ በትዳር ውስጥ እግዚአብሔርን ማገልገል አንዱ አገልጋይ ሌላው ተመልካች የሚያስብል ትርጉም የለውም:: ስለዚህ በአካል ጥምረት ውስጥ አንዱ ሲያገለግል ሌላው አብሮ እግዚአብሔርን እንደሚያገለግል በማሰብ አገልግሎትን በማክበር መቀጠል ያስፈልጋል::

"እግዚአብሔርን የሚፈሩት ሁሉ፥ በመንገዶቹም የሚሄዱ ምስጉኖች ናቸው:: የድካምህንም ፍሬ ትመገባለህ፤ ምስጉን ነህ መልካምም ይሆንልሃል:: ሚስትህ በቤትህ እልፍኝ ውስጥ እንደሚያፈራ ወይን ናት፤ ልጆችህ በማዕድህ ዙሪያ እንደ ወይራ ቡቃያ ናቸው"(መዝ. 128፥1-3)::

እግዚአብሔርን የሚፈራና በመንገዱ የሚሄድ ሰው ማለት በቅንነትና በንፅሕና እግዚአብሔርን የሚያመልክና እርሱን የሚያገለግል ሰው ማለት ነው:: በከፉ ዘመኖች እግዚአብሔርን በጽድቅ ጨለካነው የሚያገለግሉ በአምላክ ዘንድ የተመሠገኑ ናቸው:: እርሱን በመፍራት ትእዛዛቱን ተከትለው የሚያገለግሉ የተመሠገኑ ከመሆናቸውየተነሳከመልካም ነገር አይነድሉም::ከዚህ ቃል እውነት እንደምንረዳው እርሱን በመፍራት ፍቃዱን የሚያደርግ ሰው ሚስት በምንም ሁኔታ የምታማርር ሳትሆን እንደሚያፈራ ወይን ፍሬያማ ናት::

ባል ቢሆን ሚስት የአገልጋይ የትዳር ተጣማጅነት ማለት ፍሬያማነት ማለት ነው:: እግዚአብሔርን የሚያገለግለውን ትዳር እግዚአብሔር በፍሬ ይባርካል:: ምንም እንኳን በዚህ አንድነት ውስጥ ታላቅ የእግዚአብሔር ሥራ እንደሚሠራ ስለሚያውቅ ሰይጣን ከማንም በላይ እግዚአብሔርን የሚያገለግሉ ሰዎችን ትዳር በማፍረስ ውጤታማ አገልግሎትን ለማፍረስ የሚሮጥ ቢሆንም ለተልእኮ የጨከኑ ሰዎች ጸንተው እግዚአብሔርን በማገልገል በአሸናፊነት ማለፍ ይችላሉ::

ማስተዋል የሚገባን ዋና ነገር በትዳር ውስጥ አንደኛው ወገን ይሁን ወይም ሁለቱም የአገልግሎትን ዓላማ ባለመረዳት ለእግዚአብሔር ሥራ እንቅፋት በመሆን በአገልግሎት ውስጥ ካለ ታላቅ ባርኮት እንዳንነሳል ነው::

---

19 ከበደ በከሬ - ሚዛን የጠበቀ ሕይወት እና አገልግሎት ገጽ 49 ራዕይ አሳታሚ 1998 ዓ/ም

የአገልግሎት ሌጋሲ

የአገልጋይ ሚስት ትኩረት መሆን ያለበት አገልጋይ በአገልግሎትና ቤተሰብ መካከል ሊኖር የሚገባውን ሚዛን እንዴት መጠበቅ እንደሚችል እርሱን መደገፍና መርዳት እንጂ እግዚአብሔር እንዲያከናውን ከጠራው ታላቅ የወንጌል አገልግሎት ጥሪ ወደኋላ እንዲመለስ በቀጥታም ሆነ በተዘዋዋሪ ተጽዕኖ ማድረግ መሆን የለበትም። [20]

በየትኛውም መንፈሳዊ የሕይወት ደረጃ ያለን ብንሆን እግዚአብሔር ከንቱ አይደለም ያለውን አገልግሎት ባለማክበርና ታናሽ የሆነ የሥራ መስክ ምርጫ አድርጎ በመቁጠር በደስታና በአክብሮት ለእግዚአብሔር ምላሽ መስጠትን እንዳናስተጓጉል እውነታውን በጥልቀት መረዳት ያስፈልጋል።

እግዚአብሔርን የምታገለግሉ የትዳር ተጣማሪዎች ከዚህ በፊት ከነበረው በላይ አገልግሎታችሁ አዋጭና የተሻለ እንደሆነ አስባችሁ መዘርጋት አለባችሁ።

በሌላ መልኩ ትዳርን ስታስቡ አገልጋይና ከአገልግሎት ጋር የተያያዘ ሰው እንዳይሆን አስባችሁ የምትሸሹና በድፍረት እንዲህ ዓይነት ቃል የምትናገሩ ብትኖሩ ይህን እንዲህ ያለውን ብልሹ የአስተሳሰብ ቅኝት በማስተካከል አገልግሎትን ልታከብሩና ንስሐም ልትገቡ ያስፈልጋል።

ከአገልግሎት ጋር በተያያዘ መልኩ የትዳር ጥምረት አመለካከት መመዋጀት አለበት ስንል ሙሉ ጊዜ የሰጡና በተለየ መልኩ የተጠሩትን ብቻ ሳይሆን በእግዚአብሔር ስም በገንዘብም ይሁን፣ ቤቱን በማጽዳት ወዘተ... በየትኛውም መስክ የሚያገለግሉትን የሚመለከት ነው።

ስለዚህ በቀሪ ዘመናችሁ በትዳራችሁ ጌታን የምታገለግሉ ባሎችና ሚስቶች እንዲሁም ብዙ ዘመን በአገልግሎት ምክንያት ዋጋ የከፈላችሁ በደስታ አምላካችሁን አገልግሉ፤ እግዚ አብሔርን ማገልገል ከንቱ አይደለም።

2. የአገልጋይ ልጆች ማወቅ የሚገባቸው እውነታ፤

የመጨረሻው ዘመን አገልግሎት በምድር ላይ በሙላት እንዲሄድ ከአገልግሎት ጋር ተያያዥነት ያላቸውን ሁሉን መድረስና ማስተማር የግድ ይሆናል። በምንም ሁኔታ ውስጥ በዚህ ምድር እግዚአብሔር ሥራዎቹን የሚሠራው በሰው ነው። አገልጋይ የሆነው ሰው ደግሞ ሰው ነውና ቤተሰብ ያለው (ሚስት/ባል እና ልጆች) ያሉት ነው።

እግዚአብሔርን በማንኛውም ነገራቸው የሚያገለግሉ ቤተሰቦች ልጆች ስለ አገልግሎት በቂ ግንዛቤ የማይኖራቸው ከሆነ ለአገልግሎት እንቅፋት ከመሆን አይመለሱም። ሁል ጊዜ በአንድ ጉዳይ ላይ በቂ ዕውቀት ማጣት ጥፋትን ሊያመጣ ይችላል።

የአገልጋዮች ልጆች እግዚአብሔርን ማገልገል ከንቱ እንዳልሆነ ከሚታይ ነገር ባለፈ መልኩ መረዳት አለባቸው። ይልቁንስ ወላጆቻቸው በጣም የታደሉና ልጆቹም እነርሱ ጌታን ያገለገሉበትን በረከት ለመካፈል የታጩ መሆናቸውን ማወቅ አለባቸው።

በእግዚአብሔር ቃል ውስጥም ይሁን በእኛም ባለፉት ትውልድ መካከል ቤተሰቦቻቸው እግዚአብሔርን ያገለገሉ ሰዎች ልጆች በተለያየ አቅጣጫ ተባርከዋል።

"እነሆ እኔና እግዚአብሔር የሰጠኝ ልጆች ለእስራኤል በፅዮን ተራራ ከሚኖረው ከሠራዊት ጌታ ከእግዚአብሔር ዘንድ ምልክትና ተአምራት ነን" (ኢሳ. 8፥18)።

ነቢዩ ኢሳይያስ ከእግዚአብሔር በተሰጡት ልጆች አልተማረረም። እንዲያውም ለእስራኤል ከእግዚአብሔር ዘንድ ምልክትና ተአምራትእንደሆነ ተናገረ። እንደዚሁም እግዚአብሔርን ማገልገል የቻለ ቤተሰብ ልጆች ከሆናችሁ ለትውልድ ምሳሌና ምልክት መሆንየሚገባችሁናችሁ። ስለዚህ ያለዕውቀት በአገልጋይ ልጅነት ከማዘንና ከማማረር ይልቅ ለትውልድ ምልክት የምትሆኑበትን በረከታችሁን መፈለግና መገናኘት ነው።

በእርግጥ ማንኛችንም ብንሆን ከምንፈልገው ቤተሰብ መርጠን አልተወለድንም። ከድሃ ይሁን ከሀብታም፣ ከገጠር ነዋሪ ይሁን ከከተሜ፣ ከነጭ ይሁን ከጥቁር የተወለድንበትን ቤተ ሰብ አክብረን መለወጥ ያለባቸው ነገሮች ካሉ ለመለወጥ አስፈላጊውን ነገር ነው መከወን የሚጠበቅብን። እግዚአብሔርን ከሚያገለግሉ ቤተሰብ መወለዳችንን ደግሞ ከተባረከና ዕድለኛ ከሆነ ቤተሰብ እንደተወለድን ገብቶን እግዚአብሔርን በማክበር የአገልግሎቱ ተካፋይና እኛም ዱላውን ተቀብለን ለመሮጥ የምንዘጋጅ መሆን አለብን። በአንድ ቤተሰብ ውስጥ ያለውን የእግዚአብሔር አገልግሎት እንደ ዱላ ቅብብል ባለመቀበል ንቀን ወይም ችላ ብለን ከተውነው እኛ ከቤተሰባችን በተቀበልነው ተባርከን ብንሆን እንኳ ከእኛ በኋላ ያለው ትውልድ የተረገመ ሊሆን ይችላል።

እዚህ ላይ አገልግሎትን ከወላጆቻችን እንደ ዱላ ቅብብሎሽ ተረክበን ስል ለአንዳንዶች አገልግሎት ውርስ ነው እንዴ? የሚል ነገር ይነሳ ይሆናል። ወላጆቻችን ወንጌላዊ የነበሩ ቢሆን እኛ የግድ ወንጌላዊ መሆን ይኖርብናል ለማለት ሳይሆን እነሱ እግዚአብሔርን ለማገልገል የነበራቸው የአገልጋይነት መንፈስ እኛ በተሰማራንበት ትምህርት፣ ሙያ ወይም ስልጣን ያንን የወላጆቻችንን የአገልጋይነት መንፈስ ይዘን ብንቀሳቀስ እነሱ በቃላቸው

የእንግልሎት ሌጋሲ
ያወጁትን ወንጌል እኛ በሥራችን፣ በሙያችን እንገለጸዋለን፡፡

ከዚህም እልፍ ባለ መልኩ ደግሞ አገልግሎትን ከወላጆቻቸው ተቀብለው በእግዚአብሔር
ጸጋ የሚያስኬዱ እንደ ፍራክሊን ግርሃም(የወንጌላዊ ቢሊ ግርሃም ልጅ) ያሉ ደግሞ
እንዳሉ ማስታወስ ጥሩ ነው፡፡

የአገልጋይ ቤተ ሰብ የሆንን ማወቅ የሚገባን በአገልግሎት ውስጥ ያለው ባርኮትና
ውጤት ለጊዜው የሚታይ ብቻ ሳይሆን ዘመንን የሚሻገር በመሆኑ ይህንን ተገንዝበን
ለጊዜው ባለው ችግር በማማረር ለአገልጋይ ቤተ ሰባችሁ በምትሰጡት ከፉ ምላሽ
እናንተን ለማስደሰት እነርሱ ከጽድቅ አገልግሎት እንዳይወጡ ጥንቃቄ ልታደርጉ ይገባል፡፡

"ልጆችህ በማዕድህ ዙሪያ እንደ ወይራ ቡቃያ ናቸው"(መዝ.128፥3)፡፡ እግዚአብሔርን
በመፍራት የሚያገለግል ቤተሰብ ልጅ ቃሉ እንደሚነግረን የወይራ ቡቃያ ነው፡፡ ወይራ
ከዛፎች መካከል ጠንካራ እንጨት ነው፡፡ ለጊዜው እንክብካቤ የሚያስፈልጋቸው
ቡቃያዎች ብትሆኑ እንኳን ነገ ትውልዱን በጠንካራ ነገር የምትጠቅሙ እንደ ወይራ
ዛፎች ትሆናላችሁ፡፡ እግዚአብሔርን በመፍራት የሚያገለግል ቤተ ሰብ ልጅ መሆን
የመልካም ተስፋ ባለቤት መሆን ነው፡፡

እግዚአብሔርን የማገልገል ዕድል ያገኙ ቤተ ሰብ ልጆች እድለኞች መሆናችሁን
ጠንቅቃችሁ ማወቅ አለባችሁ፡፡ እግዚአብሔርን ማገልገል ከጉ ካልሆነ ቤተ ሰቦቻችሁ
ያገለገሉት በእናንተ ሕይወት ከጉ አይደለም፡፡ ይልቁንም እነርሱ ባገለገሉት እናንተ
የምትባረኩበት መንገድ ካለ ከመንፈሳዊ የሕይወት ሳትወጡ የት አለ?
ብላችሁ ከዚያ በረከት ጋር ለመገናኘት መዘጋጀት አለባችሁ፡፡

እርግጠኛ መሆን የሚገባችሁ ቤተ ሰባችሁ በጽድቅ እግዚአብሔርን አገልግለው ካለፉ
እናንተ አትወድቁም ብሎም ከመልካም ነገር ሁሉአትጎድሉም፡፡"ለሚወዱኝ ትእዛዜንም
ከሚጠብቁ እስከ ሺህ ትውልድ ድረስ ምሕረትን የማደርግ እኔ እግዚአብሔር ቀናተኛ
አምላክ ነኝ" (ዘጸ.20፥6)፡፡

እግዚአብሔርን ከመውደድና ትእዛዙን ከመጠበቅ መንገዶች አንዱ እርሱን በንጽሕናና
በጽድቅ ማምለክና ማገልገል ነው፡፡ ወላጆቻችን በጽድቅ እግዚአብሔርን ማገልገል
ከቻሉ ታላቅ መለኮታዊ ምሕረት ያለበትን ቅርስ እንደወረሱ መረዳት አለብን፡፡
ስለዚህ በጽድቅ መኖርና እግዚአብሔርን ማገልገል በአንድ ትውልድ ሕይወት
ላይ ብቻ የሚያበቃ ሳይሆን ለቀጣይ ትውልድ የሚተላለፍ ታላቅ ዕድል ነው፡፡
ስለዚህ የአገልጋይ ልጆች ደስ ልትሰኙ ይገባል፡፡ ከተባረከ ዕድላችሁ ጋር ስለተገናኛችሁ

እግዚአብሔርን አመስግኑ።

ለአገልጋይ ልጆች ያለኝ መልእክት ምንም እንኳን በአንዳንድ ችግር ውስጥ ብታልፉና ቅንጡ በሆነ ትምህርት ቤቶች የመማር እድሉን ባታገኙ ፣ የገንዘብ ባለጸጎች የሚኖራትን ኑሮ እናንተ ባትኖሩ፣ የእናንተ በረከት እግዚአብሔርን በጽድቅ ላገለጉ የሚሆን የማይጠፋ በረከት ስለሆነ የአገልጋይ ልጆች በመሆናችሁ እግዚአብሔርንና የእርሱን አገልግሎት አክብራችሁ እናንተም ተረኛ አገልጋዮች መሆን እንድትችሉ ዓይናችሁን ከሚታየው ነገር አንስታችሁ ልክ እንደ ሐዋርያው ጳውሎስ ፣ "ዐይናችን የሚያተኩረው በሚታየው ነገር ላይ ሳይሆን በማይታየው ላይ ነው፣ የሚታየው ጊዜያዊ ነውና፣ የማይታየው ግን ዘላለማዊ ነው"(2ቆሮ.4፥18) ወደሚለው የእምነት አይታ ውስጥ ግቡ።

3. የአገልጋይ ቤተሰብ ማወቅ ያለበት እውነት

ከአገልጋዮች ጋር በተያያዘ ለእግዚአብሔር ሥራ እንቅፋት ከሚሆኑት ውስጥ ልጆች፣ ቤተሰብ፣ ዘመድ አዝማድና ጓደኛ ጭምር ነው። ስለዚህም እንቅፋት ላለመሆንና አገልግሎቱን ላለማሰናከል፣ በማንኛውም ነገራቸው እግዚአብሔርን ለማግልገል የመረጡ ልጆች ቤተሰብ የሆኑ የአገልግሎትን ምንነት መረዳት አለባቸው። ከላይ እንዳነሳነው በአንድ አንድ ቤተሰብ ውስጥ አገልግሎት እንደ ተራና ታናሽ ሥራ ተደርጎ ከተቆጠረ ወደ አገልግሎት የሚገቡ ልጆችን መቃወምና ምርጫቸውን እንዳያደርጉት በዚያ የተሳሳተ ቅኝት እንቅፋት ወደ መሆን ይደረሳል።

እነርሱ የአገልግሎትን ምንነት ባለመረዳት ለእግዚአብሔር ሥራ በቂ ምላሽ ሳይሰጡ የኖሩ ከሆነ ልጆቻቸው በዚያ መንገድ እንዲሄዱ ምክንያት መሆን የለባቸውም።

ልጆች፣ ወንድም፣ እህት ያለን ቤተሰብ ሁሉ ከእናንተ ጋር ተያያዥነት ያላቸው በከፉም ይሁን በመልካም ነገር የእናንተን ስም ሊያስጠሩ የሚችሉ ሰዎች በቀጥታ ሙሉ ጊዜያቸውን በመስጠትም ይሁን እየተማሩ የራሳቸውን ሥራ እየሠሩ እግዚአብሔርን ለማግልገል ባላቸው ምርጫ እንቅፋት ልትሆኑባቸው አይገባም። ይልቁንም እግዚአብሔርንማገልገል ከንቱ እንዳልሆነ በመረዳት ማበረታታትና የበለጠ በትጋትና በታማኝነት እንዲዘረጉ በማድረግ ከዕድላቸው ጋር እንዲቀጥሉ ማድረግ ይጠበቅባችኋል።

የአገልጋይ ቤተሰቦች ፤ የእናንተ ቤተሰብ የሆነው ሰው እግዚአብሔርን ማገልገል በመቻሉና ለማገልገልም ዕድል ስላገኘ ደስ ልትሰኙ ይገባል። እንዲሁም የቤተሰባችሁ

የአገልግሎት ሌጋሲ

አካል አገልጋይ በመሆኑ አንዳንዴ በአገልግሎት ውስጥ ያለውን ዋጋ ቢከፍልም ለአምላክ ነውና አበረታቱት፤ ከጎንም ሁኑ፤ እግዚአብሔርን ማገልገል ከንቱ አይደለም። ሆኖም አያውቅም።

4. የአገልጋይ ግንዛቤ፤

"የሚያገለግለኝ ቢኖር ይከተለኝ፤ እኔም ባለሁበት አገልጋዬ ደግሞ በዚያ ይሆናል። የሚያገለግለኝም ቢኖር አብ ያከብረዋል"(ዮሐ.12፥26)።

በዓመታት መካከል ሁሉ እግዚአብሔርን እያገለገልን ያለንና ወደፊትም እግዚአብሔርን ለማገልገል የተጠራን ሰዎች ማወቅ የሚገባን እውነት አገልግሎት የከበረ ነገር መሆኑን ነው። እግዚአብሔርን ማገልገል በምድር ላይ ተራ ሥራና ከሥራዎች ሁሉ መካከል ትንሽ የሆነ ዕድለ ቢስ ሰው እጅ የወደቀ ነገር አይደለም።

ማንም ሰው አንድ ነገር በትክክለኛ መንገድ ይዞ ወደ ፍጻሜ መሄድየሚችለው የያዘውን ነገር ከቡርነት ጠንቅቆ ሲያውቅ ብቻ ነው። እኛም ብንሆን አገልግሎትን በትጋትና በታማኝነት ይዘን አስከ ፍጻሜው መሄድ የምንችለው እግዚአብሔርን ማገልገል ከንቱ እንዳልሆነ በትክክል ስንገነዘብ ነው። አስቀድመን በቃሉ ውስጥ እንዳየነው እግዚአብሔር ከንቱ እንዳልሆነ የተናገረውን ነገር እኛ ያለንበት ሁኔታ መቀየር አንችልም። በእኛ ላይ በአገልግሎት ምክንያት ምንም ነገር ቢደርስብን አገልግሎት ከንቱ አይደለም።

ስለዚህ በዘመናችን እግዚአብሔርን ማገልገል ምርጫ የሆነልን ሁሉ የተሳለ ነገር እንደመረጥንና ከመለኮት የሆነ ታላቅ ዕድል ያለበት ዕጣ እንደደረሰን እንወቅ። በዓመታት መካከል በተገባር እንዳየነው ሰይጣን እርሱን ያገለገሉትን ሽንኩራ አገዳ ታኽኮ እንደሚጣል ይጥላቸዋል። የእኛ ጌታ ግን " የሚያገለግለኝን አብ ያከብረዋል" እንዳለ የሚጠብቀን ከበር አለ።

"ዐይን ያላየውን፤ ጆሮ ያልሰማውን፤ የሰውም ልብ ያላሰበውን፤ እግዚአብሔር ለሚወዱት አዘጋጅቶአል"(1ቆሮ.2፥9)።

እግዚአብሔርን ማገልገል በብድራቱ በአብ ዘንድ የምንከብርበት የከበር መንገድ ከሆነ ጌታን በማገልገል ውስጥ ብዙ መሥዋዕትነት የሚጠይቁና የውርደት መንገዶች የ ሚ መ ስ ሉ መስቀሎች ቢኖሩም፤ አብ ስለሚያውቃቸው ሁሉንም ለእርሱ ትተን በአገልግሎታችን መበርታት አለብን። በየትኛውም መንገድ ጌታን የምናገለግል ወገኖች ከተመረጠና ከከበር ሥራ ጋር እንደተገናኘ ሰው በደስታ ፊታችን ፈክቶ

ማገልገል አለብን፨

አንዳንዶች ይኼን የከበረ አገልግሎት በታላቁ ጌታ ስም እያገለገሉ፣ ነገር ግን የማያውቋቸው ሰዎች ሲተዋወቋቸውና ሥራቸው ምንድን ነው ሲባሉ፣ "የወንጌል አገልጋይ ነኝ" ማለት የሚያሳፍራቸው አሉ። ይህ ተገቢ አይደለም። አንተ ያፈርከበትን ማን እንዲያከብርልህ ትፈልጋለህ? ነቢዩ ዮናስ ከአምላኩ የኮበለለ ዐመፀኛ አገልጋይ ሆኖ እንኳ ከመርከበኞቹ ለቀረበለት የሥራህ ምንድን ነው ጥያቄ ምንም ሳያቅማማ ነበር መልስ የሰጠው፣

"ሥራህ ምንድን ነው? ከወዴትስ መጣህ? አገርህስ የት ነው? ከየትኛውስ ሕዝብ ነህ? አሉት። እርሱም፣ እኔ ዕብራዊ ነኝ፣ የብስንና ባሕርን የፈጠረውን፣ የሰማይን አምላክ እግዚአብሔርን አመልካለሁ አለ"(ዮና.1፥8-9)።

የዚህ ክፍል ሀሳብ አገልጋዩ የከበረ ነገር እንደመረጠና የከበረ ሥራ እንዳጋጠመው አውቆ በአክብሮትና በምስጋና እንዲቀጥል ለማሳሰብ ያህል ነው። ለእግዚአብሔር ሥራ እንቅፋት ከሚሆኑ ነገሮች አንዱ አገልጋይ ስለአገልግሎት ያለው አናሳ ግምት ስለሆነ ይህንን ማስወገድና በቀሪ ዘመናችን አገልግሎታችንን አክብረን መጨረስ አለብን።

5. ትውልድ አገልግሎትን ማክበር አለበት፣

ስለአገልግሎት ስንነጋገር ትውልዱን ስለማገለግልና ትውልዱም አገልጋይ እንዲሆን ስለማድረግ ጭምር ነው። ይህ ትውልድ ስለአገልግሎት በቂ ዕውቀት ኖሮት አገልግሎትን ማክበር ከቻለ ለመጨረሻው የመከሩ ሥራ ታማኝ የሆኑ የጪከኑ አገልጋዮች ይነሳሉ።

እንዲሁም ይህ ትውልድ አገልግሎትን አክብሮ በጽድቅ እያገለገለ ምሳሌ ካልሆነ የሚቀጥለውም ትውልድ አገልግሎቱን አክብሮ ለቀጣዩ ትውልድ የአገልግሎትን ከቡርነት ካላስተላለፈ በቀጣዩ ትውልድ ላይም ማንነቱ እየወደቀ ተረከቢ ትውልድ አይኖረውም።

እንግዲህ በተግባር እንደምንመለከተው አብዛኛውን ይህ ትውልድ ለአገልግሎትና ለአገልጋይ እንደሚገባው በቂ አክብሮት ያለው አይመስለኝም። ምክንያቱም ይህ ትውልድ በድህረ ዘመናዊነት አስተሳሰብ እየተጠቃ ያለ በመሆኑ ለብዙዎች እግዚአብሔርን ማገልገል ማለት ምኑነት የሚመስልበት ወቅት ነው።

ብርግጥ ይኄ አመለካከት ዛሬ የጀመረ ሳይሆን ቀደም ሲልም በየዘመኑ አገልግሎትንና

የአገልግሎት ሌጋሲ

አገልጋዮችን የሚያቀሉ ለመለወጥ ያልተዘጋጁ ሰዎች የነበሩበት ወቅቶች ነበሩ።

"እንተም፥ የሰው ልጅ ሆይ፥ የሕዝብህ ልጆች በቅጥር አጠገብና በቤት ደጆች ውስጥ ስለ አንተ ይናገራሉ፥ እርስ በርሳቸውም፥ አንዱ ከአንዱ ጋር፦ እንሂድና እግዚአብሔር ያለው ቃል ምን እንደ ሆነ እንስማ ብለው ይናገራሉ። ሕዝብ እንደሚመጣ ወደ አንተ ይመጣሉ፥ እንደ ሕዝቤም በፊትህ ይቀመጣሉ፥ ቃልህንም ይሰማሉ ነገር ግን አያደርጉትም፤ በአፋቸው ብዙ ፍቅር ይገልጣሉ፥ ልባቸው ግን ስስታቸውን ትከተላለች። እነሆ፥ አንተ መልካም ድምፅ እንዳለው እንደሚወደድ መዝሙር ማለፈያም አድርገህ በገና እንደሚጫወት ሰው ሆነህላቸዋል፤ ቃልህንም ይሰማሉ ነገር ግን አያደርጉትም"(ሕዝ. 33፥30-33)።

እነዚህ በነቢዩ ሕዝቅኤል ዘመን የነበሩ የእስራኤል ሰዎች የእግዚአብሔርን ሰው ይሁን የእግዚአብሔርን አገልግሎት የሚያከብሩ አልነበሩም። ከሩቅ ሆኖ ለሚያይ ሰው ፕሮግራምና ጉባኤ አከባሪ ይመስላሉ። ነገር ግን በተግባር ነቢዩን እንደ ሙዚቃ መሳሪያ የሚቆጥሩ ፤ ስለ አገልግሎት ክብር የማይሰጡ ነበሩ። ወደ ጉባኤ ሲመጡ ተጠራርተው ሕዝብ ሆነው ይመጣሉ። ነገር ግን አመጣጣቸው በእግዚአብሔር ዐይን በአከብሮት አይደለም። በእኛም ዘመን ሕዝቡ ከኮንፍረንስ ወደ ኮንፍረንስ ይገለባበጣል። ጉባኤ ያጣብባል። ወደ ጉባኤዎች ሲመጡ እንደ ታላቅ ሠራዊት ሆነው ነው። ነገር ግን በተግባር ለእግዚአብሔር አገልግሎት በአከብሮት ምላሽ የሰጠ፤ የተለወጠ ልቦና ያለው ሕዝብ እምብዛም ነው።

ማንኛችንም በየትኛውም መንገድ በእግዚአብሔር ስም የአምላክን ሥራ የሚሠሩ ሰዎችን ማበረታታትና ማክበር አለብን። ብሎም አገልግሎት የተወሰኑ ሰዎች ሥራ ሳይሆን የሁላችንም ነውና እኛም እግዚአብሔርን ማገልገል ከንቱ እንዳልሆን አውቀን የእግዚአብሔርን ሥራ አከብረን በያለንበት ቦታና ጊዜ ሁሉ እግዚአብሔርን ማገልገል ይገባናል። ሰውን ለዘብተኛ እንዲሆን ለሚያደርግ ለድኅረ ዘመናዊነት (Postmodrnization) ፍልስፍና ሰለባ ሳንሆን በቅንነትና በጽድቅ እግዚአብሔርን ለማገልገል ትውልዱን ሁሉ ማዘጋጀትና ማቅናት አለብን።

ለአገልግሎት ተገቢውን ክብር ባንሰጥ፦

ሕይወታችን ከልምላሜ ይርቃል፦ በዘመናችንም ቢሆን እግዚአብሔርን ያገለግሉ የነበሩና በተለያየ ምክንያት ትተው በማጎንበጥም ይሁን በማጣት ውስጥ ያሉ ቢሆኑ

ልምላሜ በሕይወታቸው አይታይም፡፡ ከምድረበዳ ማንነት የራቀና ልምላሜ ያለበትን ኑሮ ለመኖር ከፈለግን እግዚአብሔርን ባለን ነገር ሁሉ ማግልገል ይገባናል፡፡ እግዚአብሔርን ባለማገልገል ብዙ ሀብትና ዝና ቢኖረን ለውስጣችን ልምላሜና እረፍት ምክንያት አይሆንም፡፡ እረፍት ያለው አምላክን በማገልገል ውስጥ ነው፡፡

ዕድላችንን ሌላ ይወስደዋል፡– እግዚአብሔር በየዘመኑ ለሰዎች ልጆች በሚሰጠው ዕድል የራሱ አጀንዳ በአግባቡ እንዲፈፀም ነው፡፡ ምንም ለእኛ አገልግሎት ዕድል ቢሆንም ለአምላካችን ግን በፕሮግራሙ መሠረት በወቅቱ መፈፀም ያለበት በዚሁ ሥሌዳው የያዘው ዘላለማዊ አጀንዳው አንዱ አካል ነው፡፡

አንድ ሰው በትውልዱና በዘመኑ መካከል ባለበት ሁኔታ፣ ባለበት ጊዜ፣እንዲሁም ባለበት ሥፍራ የተሰጠውን ዕድል ተጠቅሞ የመለኮት ዘላለማዊ አጀንዳ አካል የሆነውን አገልግሎት ዕድል በአክብሮት፣ በትጋትና በታማኝነት ካልተወጣ የአጀንዳው ባለቤት ሥራውን ለማስቀጠል እርምጃ መውሰዱ የማይቀር እውነት ነው፡፡ "ደግሞም ሹመቱን ሌላ ይውሰዳት ተብሎ ተጽፎአልና"(ሐዋ.1፥20)፡፡

ከዚህ የይሁዳ ታሪክ እንደምንረዳው ዕድሉን ቸል በማለቱ ዘመኖቹ ጥቂት ሆኑ ሹመቱን ሌላ ወሰደው ተብሎ በይሁዳ ፈንታ ማትያስ የተባለው ሰው ተተከቶ ሌላ ዕድለኛና የመለኮት ዕድል ተጠቃሚ እንደሆነ ይታወቃል፡፡ እኛም በዘመናችን እግዚአብሔር የሰጠን አገልግሎት ዕድል ሳይገባን ቀርቶ በትውልዳችን መካከል የተሰጠንን ኃላፊነት በንቀትና በቸልተኝነት ሳንወጣ ብንቀር ፤ ለእኛ የተሰጠን ሹመትና ዕድል ለሌላ መስጠቱ የማይቀር እውነት ነው፡፡

ሁላችንም መገንዘብ የሚገባን እውነት እግዚአብሔር ከእኛ ከብርና ስም ይልቅ ለዘላለማዊው አጀንዳው ስለሚገደው እኛ ቸላ ብለን ያለጽድቅ በምናበላሸው ሥራ መታገስ አይችልም፡፡ እንግዲህ ቆም ብለን አካባቢያችንና ያለፍናቸውን ታሪኮች መመርመር ብንችል በእግዚአብሔር መለኮታዊ ፈቃድ ከተተኩ ሰዎች ባሻገር የአገልግሎት ዕድልን ባለመጠቀም የኃላፊነትና የአገልግሎት ዘመናቸው ጥቂት ሆኖ ሹመታቸውን ሌላ የወሰደባቸውን መታዘብ እንችላለን፡፡

በዚህ ዘመን ያለን አገልጋዮች "ነገ በእኔ" ብለን ከሌሎች ስህተትና ትምህርት ወስደን የአገልግሎትን ዕድል በአክብሮት በመጠቀም በጥንቃቄ ካልተጓዝን የተሰጠንን ዕድል ሌሎች መውሰዳቸው የማይቀር ነገር ነው፡፡

የአገልግሎት ሌጋሲ

ሩጫውን እንደ ጻውሎስ በድል ለመጫረስ ትጋትን ማሳየት አለብን። አስቸጋሪ የሆኑ የውስጥና የውጭ ፈተናዎች ቢኖሩብንም ያንን አሸንፈን ወደ ፍጻሜ ለመሔድ በእግዚአብሔር ጸጋ መጫከን አለብን።

"መልካሙን ገድል ተጋድዬአለሁ ሩጫውን ጫርሼአለሁ ሃይማኖትን ጠብቄአለሁ ወደፊት የጽድቅ አክሊል ተዘጋጅቶልኛል"(2ጢሞ.4፥7)። እንደ ጻውሎስ ገለጻ አገልግሎት ምንም ዕድል ቢሆን እንደ ጦር ሜዳ ተጋድሎ ያለበት ነው። እንድ ሰው አገልግሎት በእግዚአብሔር የሆነ ዕድል እንደሆነ ቢያስብም ግን በውጫና በውስጥ ጦርነቶች እንዳሉበት መረዳት አለበት።

በመጫረሻም ልንረዳው የሚገባን አገልግሎትን ችላ እንድንልና በተለያየ ምክንያት ተስናከለን ከአገልግሎት መስመር እንድንወጣ የሚያደርጉ የዕለት ከዕለት የረቀቁ መናፍስታዊ ውጊያዎች ያሉ ሲሆን በሌላ በኩልም በሥጋዊ እነነት የተሞሉ የከፉ ሰዎች ሰልፍ ጭምር እንደሚገባ እንዳናገለግል ይዋጋናል።

ጻውሎስም በአገልግሎቱ ዘመን ከመስመር እንዲወጣ በውጫም በውስጥም ጦርነት ነበረበት። ነገር ግን ትግሉን ታግሎ ለጠላት የረቀቀ አሥራር እጅ ሳይሰጥ እስከ ፍጻሜው በመሔድ ሩጫውን ጫርሼአለሁ እንዲሁም ለጽድቅ አክሊል ተዘጋጅቻለሁ በማለት ድሉን አውጇአል።

የጻውሎስን ሹመት ሌላ ሰው አልወሰደበትም። የጀመረውን ተጋድሎ ወደ ፍጻሜ በጌታ ጸጋ አድርሷል። እኛም በዚህ የመጫረሻ ዘመን ጦርነት ባለመታከት፣ አገልግሎታችንን ችላ ብለን ወደኃላ እንድንሳብ የሚያደርጉ ነገሮችን አልፈን እስከ ፍጻሜ መሔድ ይገባናል። ሩጫውን በድል የከወነው ጻውሎስ "ለአክሪጳም፦ በጌታ የተቀበልከውን አገልግሎት እንድትፈጽሙው ተጠንቀቅ በሉልኝ" (ቆላ.4፥17) የሚል መልእክት ወደ ቆላስያስ ሰዎች ልኮ ነበር።

ይኼንን ያለበት ምክንያት እንዳለው መቸም ግልጽ ነው። ጻውሎስ በሕይወቱና በአገለግሎቱ ብዙ ሰዎች አገልግሎታቸውን መፈፀም ሲያቋታቸው በዐይኑ ተመልክቷል። ጻውሎስ አክሪጳን ተጠንቀቅ ያለበት ምክንያት ማንም ሰው ካልተጠነቀቀ አገልግሎትን ከመፈፀም ሩጫ ሊያቋርጥ እንደሚችል ስለሚያውቅ ነው። "ዴማስ የአሁኑን ዓለም ወደ ትቶኛልና፣ ወደ ተሰሎንቄም ሄዶአል፤ ቄርቂስም ወደ ገላትያ ቲቶም ወደ ድልማጥያ" አገልግሎትን እርግፍ አድርገው ጥለው ሄደዋል(2ጢሞ.4፥10)።

፫

በዘመናችን አገልግሎት ላይ የሚታዩ አራት መልኮች

1. የአገልግሎት ባርኮትን ባለመረዳት በምሬት የሚያገለግሉ፦

አገልግሎት ለእግዚአብሔር ክብር፤ ለሰዎች ጥቅም፤ ለእኛም በረከት በመሆኑ ደስ ብሎን የምንከውነው እንጂ "የአርባ ቀን እድሌ" እያሉ እንደሚያማርሩ ሰዎች ያለ እኛ ፈቃደኝነት በጫንቃችን ላይ የወደቀ ቀንበር ይመስል እያጉረመረምንና እየተማረርን የምንከውነው ግዳጅ አይደለም። አገልግሎት በመስቀል ላይ ለተደረገው ታላቅ ቤዛነት የፍቅር ምላሽ እንዲሆን በደስታ እና በሙሉ ፍላጎት የሚደረግ ተግባር ነው። በዘመናችን ሁሉ ደስ ብሎን መሥራት ያለብን ሥራ ቢኖር እግዚአብሔርን ማገልገል ነው።

"የእስራኤልም ልጆች ካህናትና ሌዋውያኑ የቀሩትም ምርኮኞች፤ የዚህን የእግዚአብሔር ቤት ቅዳሴ በደስታ አደረጉ"(ዕዝ.6፥16)።

"እግዚአብሔርን በደስታ አገልግሉት፤ በፍስሐ ዝማሬ ፊቱ ቅረቡ"(መዝ.100፥2)። አገልግሎት በደስታ የምንከውነው ተግባር መሆኑ ከቃለ እግዚአብሔር ብዙ ሥፍራ መጥቀስ ይቻላል።

የአገልግሎት ሌጋሲ

አገልግሎት እግዚአብሔር አንድን ሰው በግድ ካላገለገልከኝ ብሎ በጫና የሚሰጠው ሥራ ሳይሆን ግለሰቡ ፈቃዱን ተጠቅሞ በደስታ ምላሽ የሚሰጥበት ጥሪ እንደሆነም ከነቢዩ ኢሳያስ አገልግሎት መረዳት ይቻላል።

"የጌታንም ድምፅ ማንን እልካለሁ? ማንስ ይሄድልናል? ሲል ሰማሁ። እኔ እነሆ እኔን ላከኝ አልኩኝ"(ኢሳ.6፥8)።

አገልግሎት ለእግዚአብሔር የተልእኮ ድምፅ በፈቃዳችን ራሳችንን መስጠት ብለን መደምደምም ይቻላል።

ስለዚህ በአገልግሎታችን ደስ ተሰኝተን የምንመላለስ እንጂ እያማረርንና እያጉተመተምን ልንቀሳቀስ አይገባም። እውነታው ይኼ ሆኖ ሳለ አንዳንድ አገልጋዮች ግን "ሁል ጊዜ በጌታ አጉረምራሚዎች ሁኑ" የሚል ጥቅስ ያነበቡ ይመስል፣ በአገልግሎታቸው ደስ ከመሰኘት ይልቅ በምሬት የተሞሉ፣ ከምስጋና ይልቅ ቅሬታን የሚያንጸባርቁ በብዛት ይስተዋላሉ።

"ሕዝቤ እውቀት በማጣቱ የተነሣ ጠፍቶዋል"(ሆሴ.4፥6) ተብሎ እንደተዘገ ስለ አገልግሎት በቂ መረዳት ከማጣትና በወቅቱ እያደረሰብን ካለው የውስጥና የውጫ ሰልፍ ተነስተን በአገልግሎት ላይ የምንማርር ሰዎች ሳናውቀው በእግዚአብሔር እና በሕዝቡ ላይ ኃጢአት እየሠራን ነው።

በአንዳድ ጉዳዮች ከአገልጋዮች ጋር ስንጨዋወት የመከሩ ሠራተኞች ከመሆናቸው የተነሳ በማመስገን ፋንታ፣ ጎደለን፣ አነሰን በሚሉት ነገር ራሳቸውን ከሌላው ጋር በማስተያየት ተራና እግዚአብሔርን የሚያሳዝኑ ቃሎችን ማውራት የተለመደ ባሕርይ ሁኗል።

በሚልክያስ 3፥13-14 "ቃላችሁ በእኔ ላይ ድፍረት ሆኖአል… እናንተም እግዚአብሔርን ማገልገል ከንቱ ነው ብላችኋል።" ያላቸው ሰዎች በዘመናቸው እግዚአብሔርን በጽድቅ ሲያገለግሉ ኖረው ሁኔታዎችንና ዘርያቸውን በመመልከት እግዚአብሔርን ማገልገል ከንቱ ነው ብለው የድፍረት ቃላትን የተናገሩ ነበሩ።

በዚህም ዘመን አገልግሎታቸውን ያላቋረጡ ነገር ግን በደስታና በምስጋና ቃላት ሳይሆን በምሬትና በእንጉርጉሮ ቃላት ታጅበው የሚወጡና የሚገቡ አሉ። ይህንን የምታነቡ

አገልጋዮች እናንተ በምን አይነት መንፈስ እግዚአብሔርን እያገለገላችሁ እንዳለ ራሳችሁን መፈተሽ ይገባችኋል::

በዚህ እውነት ውስጥ የተግባር ምላሾች መፈተሽ አለባቸው:: በሰው ዘንድ በጣም የተመሠገኑና በአገልግሎት ሩጫ ውስጥ እንደ ታታሪ ሠራተኛ የሚቆጠሩ እንዲሁም ስለአገልግሎት ዋጋ መክፈላቸው የኢደባባይ እውነት የሆነላቸው አገልጋዮች ሆነው ግን በእግዚአብሔር ዘንድ መራራት ባለበት የድፍረት ቃል የተሞሉ ሰዎች መስተካከል አለባቸው::

በአገልግሎት ውስጥ ያለውን በረከት መካፈል የምንችለው ለማግለገል ዕድል የተሰጠን ሰዎች እንደሆንን ገብቶን በደስታና በምስጋና መንፈስ ከልባችን እግዚአብሔርን እያከበርን ስንቀጥል ነው::

እግዚአብሔርን ማገልገል ማለት የሰይጣንን ሥራ በማፍረስ ሰማያዊውን መንግሥት በምድር ላይ ማስፋፋት ነው:: ይህ ሥራ ደግሞ ከጨለማው መንግሥት ጋር የመጋፈጥና በጠላት ላይ በመዝመት ባላንጣን ማብዘት ነው::

ከዚህ የተነሳ በኑሮአችን፣ በሥነ ልቦናችን፣ እንዲሁም በብዙ አቅጣጫ የሰይጣን ሰልፍ ሊበረታብንና ተማርረን ከአገልግሎት ዕድል እንድንወጣ ከፍተኛ ጫና ሊኖርብን ይችላል:: ነገር ግን ከሰልፍ ብርታት ባሻገር አምላክን እያመሰገንን በደስታ ማገልገል ይገባናል::

ስለዚህም የመከሩ ሠራተኞች የሆንን ሁላችን ፣ ከሰማይ የተመረጥንና አምላክን ለማገልገል ታላቅ ዕድል ያገኘን መሆኑን ተረድተን በደስታና በምስጋና ቃል ማገልገላችንን ከፊት ይልቅ በትጋት መቀጠል ይገባናል::

2. የአገልግሎትን ምስጢር ባለመረዳት ዳር የቆሙ፤

"ብዙ ሕዝብም እረኛ እንደሌላቸው በጎች ተጨንቀው ተጥለውም ነበርና አዘነላቸው:: በዚያን ጊዜ ደቀ መዛሙርቱ መከሩስ ብዙ ነው ሠራተኞች ግንጥቢቶች ናቸው:: እንግዲህ የመከሩን ጌታ ወደ መከሩ ሠራተኞች እንዲልክ ለምኑት አላቸው" (ማቴ.9፥36-38)::

የአገልግሎት ሌጋሲ

የመከሩን ሥራ ወደ ፍጻሜ ለማድረስ የተወሰኑ ሰዎች እየሠሩ ሌሎች እየተመለከቱ የሚዘልቅ አይደለም። በእግዚአብሔር መንግሥት ውስጥ በክርስቶስ ኢየሱስ በኩል የተጠራን ተልእኳችንን በየድርሻችን መወጣት ይገባናል። አገልግሎት የተወሰኑ ሰዎች ሥራ መስሎን አንዳንዶች ዳርቆመን የምንመለከተው ጉዳይ ሳይሆን ሁላችንንም የሚያሳትፍ እና ለሁላችንም እኩል የተደረገ ጥሪ ነው።

"እናንተ:- ገና አራት ወር ቀርቶአል መከርም ይመጣል ትሉ የለምን? እነሆ እላችኋለሁ፥ ዓይናችሁን አንሡ አዝመራውም አሁን እንደ ነጣ እርሻውን ተመልከቱ። የሚያጭድ ደመወዝን ይቀበላል፥ የሚዘራና የሚያጭድም አብረው ደስ እንዲላቸው ለዘላለም ሕይወት ፍሬን ይሰበስባል"(ዮሐ.4፥35-36)። አገልግሎት በምንም ምክንያት ቀጠር የሚጠይቅ ነገር ሳይሆን አሁኑ ማጭዱን እንስተን የምንገባበት እንደሆነ ጌታ ኢየሱስ ከላይ በተናገረው ቃል ግልፅ አደርጎታል።

በገበሬ ቤተሰብ ውስጥ መከር ደርሶ መከሩን በመሰብሰብ የማይሳተፍ ሰው ቢኖር ጤና የጎደለውና የታመመ ሰው ብቻ ነው። እርግጥ ነው ሁሉም አጫጅ አይደለም፤ ነገር ግን ሁሉም በሚችለውና በሚመለከተው መንገድ መከሩ ላይ እንዲሳተፍ ይደረጋል። ለምሳሌ ሚስት ምግብ በማዘጋጀት፤ ልጆች በመላላክ ... ወዘተ ይሳተፋሉ። ልክ እንደዚሁ ሁሉ በወንጌሉ የመከር ሥራ በምንችለውና በሚመለከተን አቅጣጫ ብንሰማራ መልካም ነው። ነገር ግን የአገልግሎትን መልካምነት ባለመረዳት፤ አልያም በውስጡ ያለውን ትግል እንዲሁም በአንዳንድ ተገቢ ሥራ በማይከውኑ አገልጋዮች ዘንድ የሚስተዋለውን የዐመፅ አድራጎት በመመልከት የአገልግሎት ሽሽትን እንደ አማራጭ የሚወስዱና ዳር ቆመው የሚመለከቱ ወገኖች እየተበራከቱ ነው። ይህ በምንም መልኩ ተገቢ አይደለም።

ስለዚህ ዳር የቆሙ ተመልካቾች፤ በተለያየ ምክንያት አገልግሎት ያቋረጡ የመከሩ ሠራተኞች ቀን ሳለ የላከኝን ሥራ ላደርግ ይገባኛል ያለውን ጌታ ልብ ብላችሁ ከቆማችሁበትም ሆነ ካቆማችሁበት በመነሳት የአገልግሎትን ሰማያዊ ብድራት በመመልከት የድርሻችሁን ልትወጡ ጊዜው አሁን ነው።

እንዲሁም የአገልግሎትን ትርጉም ባለማወቅ በዘመናችሁ ሁሉ ምንም የማገልገል አሳብ የሌላችሁና ወደ ጉባኤ በመምጣት አምልኮ ከመካፈል ያለፈ የአገልግሎት ዕቅድ የሌላችሁ፤ እግዚአብሔርን ማገልገል ከንቱ ስላልሆነ ከአምላክ በተሰጣችሁ እውቀት፤ ሥልጣንና ሀብት በቀረው ዘመናችሁ ለማገልገል ከተቀመጣችሁበት ተንቀሳቀሱ።

3. ለቀጣይ ትውልድ ግድ የማይላቸው በአገልግሎት ስም ቤሳቤስ የሚያግበሰብሱ

እግዚአብሔርን ማገልገል የሁሉም ክርስቲያን ድርሻ እና ኃላፊነት ነው ሲባል በተገኘውና በተከፈተው በር ሁሉ እግዚአብሔርን ማገልገል ብቻ ሳይሆን በጽድቅና በቅድስና እግዚአብሔርን የሚያከብር አገልግሎት ማገገላችንን እርግጠኞች ልንሆን ይገባል።

በየትኛውም ዘመን ቢሆን የተለያየ አካሔድ የሚሄዱ ሰዎች መኖራቸው የታወቀ ነገር ነው። በእውነትና በጽድቅ በመሔድ ለትውልድ መልካም ምሳሌ የሚሆኑ አገልጋዮች እንዳሉ ሁሉ በጥፋትና በወጮ በመሔድ ለትውልድ ክፉ ምሳሌ የሆኑ ነበሩ።አሉ። ወደፊትም ይኖራሉ።

ስለዚህ እግዚአብሔርን በዘመኑ ለማገልገል የፈቀደ ሰው ሁሉ በቃሉ ውስጥና በዘመኑ ላይ በተግባር ክፉና መልካም ምሳሌ የሆኑ ሰዎችን አካሔድ በትክክል ማወቅና ከክፉው አካሔድ መጠንቀቅ አለበት።

በዘመናችን ያሉትን አገልጋዮች ሁሉ እንደ እግዚአብሔር ቃል አካሔዳቸውን ሳንመረምር ተግበስብሰን የምንከተል ከሆነ፤ክፉ አመላቸው ተጋብቶብን ተበክለን ልንቀር እንችላለን።

የአንዳንዶችን አካሔድ ልብ ብለን ማስተዋል ብንችል በጽድቅ እና በጥንቃቄ እግዚአብሔርን አገልግለው ከማለፍ ይልቅ በአገልግሎት ስም ጽድቅ አልባ በሆነ አካሔድ ቤሳቤስ በማግበስበስ ከእውነት መስመር እንደሳቱ አውቀን ከእነሱ መጠበቅ በተቻለ ነበር።

በዚህ ወቅት ለአንዳንዶች የአገልግሎት ስኬት ገንዘብና ንብረት ማግበስበስ እንደሆነ በጽኑ በመታመኑ አገልጋይነት በቤሳቤስ መበልጸግ ተደርጎ በብዙኀኑ አእምሮ በተሳለበት ብልሹ ቅኝት ሕዝቡ ተበከሷል። በእርግጥ ሁላችንም ማወቅ የሚገባን አገልጋይ በገንዘብም ሆነ በኑሮ መቸገር የለበትም። የአገልግሎት ግቡ ግን ቤሳቤስ መሰብሰብ አለመሆኑን ልናስምር ይገባል።እግረ መንገድ ወደ አገልጋይ የሚመጣው ቤሳቤስ ግን ኃጢአት አይደለም። አይሆንም።

የአገልግሎት ሌጋሲ

ድኅነትና ችግር በራሱ የጥሩ አገልጋይ መለኪያም መሆን አይኖርበትም። ነገር ግን አገልጋይ መቸገር ባይገባውም ችግሩን ለማሸነፍ በጽድቅ በእግዚአብሔር በመታመን ሀዘንን የማትጨምረዋን የአምላክን በረከት መጠበቅ አለበት እንጂ እንደተባረከ በሰው ዘንድ እንዲቆጠር በአገልግሎት ስም ያለ ጽድቅ የሚገኙ ነገሮችን ለማካበት በአገልግሎት ስም መከረባበት የለበትም።

"የእግዚአብሔርን በረከት ባለጠጋ ታደርጋለች ሀዘንንም ከእርስዋ ጋር አይጨመርም" (ምሳ.10፥22)።

ሰውን ባለጠጋ የሚያደርገው የእግዚአብሔር በረከት በየትኛውም መንገድ እግዚአብሔርን የሚያገለግለውን ሰው ይመለከታል። ነገር ግን የድኅነትን አጥር ለመሻገር ሀዘንን የሚያስከትልና ለትውልድ መርገምን በሚያመጣ መልኩ ያለጽድቅ መሰብሰብ መለኮታዊ ባርኮት አይደለም።

አገልግሎትን ስናስብ፣ ለእግዚአብሔር ፍቅር ምላሽ ለመስጠት፣ የሰጠንንም የወንጌል ተልዕኮ ለመፈጸም መትጋት እንጂ በአገልግሎት ጥቅም ለማግኘት ሊሆን አይገባም። እግዚአብሔርን ማገልገል ከንቱ ስላልሆነ እርሱ በራሱ መንገድ በሚያስፈልገን ነገር ሁሉ ይባርከናል። ይህ ማለት እኛ ትርፍና ኪሣራ መዝነን እከሌ ስላገለገለ እንደዚህ ከሆነ እኔ ደግሞ እንደዚያ አገኛለሁ በሚባል በገበያ ስሌት መሆን የለበትም።

በዚህ ዘመን ለመንፈሳዊ ኮንፈረንስ የሚጋበዙ አገልጋዮች ለአገልግሎት ወደ ተጋበዙበት ስፍራ ከመሔዳቸው በፊት ይኼን ያን ያህል ገንዘብ በባንክ አካውንቴ ውስጥ አስገቡ ብለው ደፍረው እስከመናገር የደረሱ እንዳሉ ይሰማል። ከአገልግሎት በኋላ ቤተ ክርስቲያን በምትሰጣቸው የፍቅር ሥጦታ እንኳን አነሰኝ ይጨመርልኝ በሚል እሰጣ ገባ ውስጥ የሚገቡም ብዙዎች ናቸው።

በእንደዚህ ዓይነት ሁኔታ የሚገለጡ አገልጋዮች ምናልባት ችግራቸውን በዚህ መንገድ ለመወጣት ወይም መሠረታዊ የሆነ የገንዘብ ፍቅር ያለቸው ሊሆኑ ይችላሉ። ነገር ግን እግዚአብሔርን ለማገልገል ያገኘነውን ታላቅ ዕድል ከምናገኘው ቱርፋት ጋር ማቆራኘት ፍጹም ተገቢ አይደለም።

እውነተኛ መንፈሳዊነት ባለን ነገር ከመርካት ጋር ትልቅ ትርፍ ነው። በጳውሎስ ዘመን እንኳን መንፈሳዊ ነገርን እንደ ትርፍ ማገኛ መንገድ የሚቆጥሩት፣ በእጃቸው

ባለው ነገር የማይረኩ፤ ኑሮዬ ይበቃኛል ማለት የማይችሉ አገልጋዮች ነበሩ።
ወንጌልን በዘመናችን አገልግለን ማለፍ ካለብን፤ በወንጌል ለመኖር ሳይሆን ለወንጌል
ለመኖር የቆረጥን መሆን ይጠበቅብናል። በዚህ ዘመን ለወንጌል ለመኖር ከማቀድ ይልቅ
በወንጌል ለማትረፍና በወንጌል አገልግሎት ስም ኑሮን ለማደላደል የሚፈልጉ
ብዙዎች ናቸውና።

"ገንዘብን መውደድ የክፋት ሁሉ ሥር ነውና፤ አንዳንዶች ይህን ሲመኙ፤
ከሃይማኖት ተሳስተው በብዙ ሥቃይ ራሳቸውን ወጉ። አንተ ግን፤ የእግዚአብሔር
ሰው ሆይ፤ ከዚህ ሽሽ፤ ጽድቅንና እግዚአብሔርን መምሰል እምነትንም ፍቅርንም
መጽናትንም የዋህነትንም ተከታተል"(1ጢሞ.6፡10-11)።

ለእግዚአብሔር ወንጌል አገልግሎት ገንዘብ በጣም ጠቃሚ ነገር ነው። ገንዘብ በራሱ
የኃጢያት ሥር እንደሆነ ጳውሎስ አይነግረንም። ነገር ግን ገንዘብን መውደድና
ባለጠጋ ለመሆን መፈለግ በጥፋት መንገድ መሄድ የክፋት ሥር ነው። ለዚህ ነው
ጳውሎስ እንደሌሎች እንዳይሆን ጢሞቴዎስ ገንዘብን ከመውደድና ለባለጠግነት
ከመጓጓት እንዲሸሽ፤ በምትኩም ጽድቅን እንዲከተል ያሳሰበው።

በዚህ ዘመን እግዚአብሔርን የምናገለግል ሰዎች ለልጆቻችን ጽድቅ አልባ በሆነ
መንገድ ተጉዘን ንዋይ ብናካብትላቸው ፤ ፍላጎታቸውን ሁሉ ብናሟላ በዘመናቸው
ላይ ከፉ እስራትንና ጥፋትን የሚያመጣ መርገምን እያወረስናቸው እንደሆነ ልናውቅና
እንዲህ ያለውን ነገር ላለማውረስ ልንጠነቀቅ ይገባል።

 "ከፉ ሰው የሚያገኘው ትርፍ መቅኖ የለውም፤ ጽድቅን የሚዘራ ግን አስተማማኝ ዋጋ
ያገኛል"(ምሳ.11፡18)።

ስለዚህ በኃጢአት መንገድ እየዬድን ብናገለግል እግዚአብሔር የሚደስትበት አውነተኛ
ሕይወት እየኖርን አይደለም። ነገር ግን ምንም የሚታይ ነገር ባይኖረን እግዚአብሔርን
በጽድቅ ለማገልገል ከጨከንን የታመነ ዋጋ ለእኛም ሆነ ለልጆቻችን አለን።

በኃጢአት ድፍረት ፌደን የምናግበሰብሰው ቁሳቁስ ለትውልዳችንና ለራሳችን መርገም
ነው። እንዲህ ያለው ከፉ ተግባር ደግሞ ለተተኪው የመከፉ ሥራተኞች እንቅፋት
ነው የሚሆነው።

እንዲሁም ጽድቅ አልባ በሆነ መንገድ ፤ በንዋይ ፍቅር ተነድፈው የሚያገልግሉትን ምሳሌ በማድረግ ለመከተል የምትፈልጉ ጀማሪ ወጣት አገልጋዮች ምሳሌዎቻቹ በድፕ ስፍራ የቆሙ፤ የሚከተላቸውን የእግዚአብሔር ቁጣ ያላስተዋሉ መሆናቸውን ልብ አድርጋችሁ በእነሱ ውጫዊ ነገር እንዳትሳቡና እነሱን እንዳትመስሏቸው ቀን ሳለ ዐይናችሁን ከፍታችሁ የቅዱሳት መጻሕፍት ምክርን ልብ እንድትሉ ያስፈልጋል።

በዚህ ውስጥ ታዲያ ልናስተውለው የሚገባ ነገር ገንዘብና ንብረት ያላቸው አገልጋዮች ሁሉ ያለጽድቅ ያካበቱት እንደሆን መደምደም የለብንም። በእግዚአብሔር ፊት በንጹሕ መንገድ ሂደው በቁሳቁስ የተባረኩ አገልጋዮችን መኮነን እንደሌለባቸው መታወቅ አለበት።

በዚህ ክፍል ላይ እንዲስተካከልና ትውልዱ እንዲያይ የተፈለገው አገልግሎትንና የገንዘብ ፍቅርን መለየት እንዲቻልና ባልተፈለገ መንገድ ጽድቅ አልባ በመሆን አካሄድ ለገንዘብ ብቻ የሚሮጡ ሰዎች እንዳሉ በመረዳት የእኛን መንገድ እንድናስተካክል ነው።

4. አገልግሎት ገብቶአቸው በጽድቅ ጨክነው የሚያገለግሉ፤

እግዚአብሔር በየትኛውም ዘመን ለእሱ የሚሆኑ ቅሬታዎች አጥቶ አያውቅም። የቅሬታዎች መኖር ደግሞ አገልግሎት ከትውልድ ወደ ትውልድ ከነ ሙሉ ክብሩ እንዲሻገር ምክንያት ሆኗል። በዘመናት ሁሉ የነበሩ የእግዚአብሔር ቅሬታዎች በአስከፊ ዘመን እንኳ ልባቸውን ጠብቀው የሚተጉ ታማኝ አገልጋዮች ናቸው።

እንዲህ ያሉትን ቅሬታዎች መመልከትና ፈለጋቸውን መከተል ለተተኪው ትውልድ ብሩህ ተስፋን ያሰንቃል። የማገልገል አቅምን ያጎለብታል።

"እንግዲህ እኔን የምትመስሉ ሁኑ ብዬ እለምናችኋለሁ"(1ቆር.4፥16)። ሐዋርያው ጳውሎስ በእሱ ዘመን ለነበሩትም ሆነ፤ ከሁለት ሚሊንዬም በኋላ ለምንነገነው አገልጋዮች ምሳሌ መሆን የሚችል ታማኝና ልባም የወንጌል ሠራተኛ ነው። እርሱ ምሳሌ የሚሆን የአገልግሎት ስብዕናን ገንብቶ ፤ ተከታዮቹን በሙሉ ልብ እኔን የምትመስሉ ሁኑ በማለት የሚሞግትና የሚያበረታታም ነበር። ዛሬም በዚህ ዘመን ዓይናችንን ከፍተን ዙሪያችንን ብናስተውል፤ በጽድቅ ዋጋ እየከፈሉ የሚያገግሉ ለትውልድ ምሳሌ ሊሆኑ የሚችሉ አይታጡም።

"የዚያን ጊዜ እግዚአብሔርን የሚፈሩ እርስ በእርሳቸው ተነጋገሩ፤ እግዚአብሔርም አደመጠ፤ ሰማም፤ እግዚአብሔርንም ለሚፈሩ ስሙንም ለሚያስቡ የመታሰቢያ መጽሐፍ በፊቱ ተጻፈ።"(ሚል. 3፥16)።

በፈሪሃ እግዚአብሔር የሚመላለሱት የሚልክያስ ዘመን ቅሬታዎች የተገኙት፤ እግዚአብሔርን ማገልገል ከንቱ እንደሆነ በድፍረትና በማጉረምረም የሚናገሩት ወገኖች በኖሩበት ዘመን ውስጥ ነው።

ፈሪሃ እግዚአብሔርን ምርጫቸው ያደረጉት አገልጋዮች ሁሉ ነገር አልጋ በአልጋ ሆኖላቸው ሳይሆን፦ እግዚአብሔርን በመፍራት በጽድቅ መንገድ ላይ የሚራመዱ ቅዱሳን ምንም እንኳን በዚህ ምድር ላይ በኑሮአቸው ባይደላቸውም ሁልጊዜ ግን ነፍሳቸው የምትረካበት የማይጠፋ ጽኑ ተስፋ አላቸው። በእንግድነት ዘመናቸው በዚህ ምድር ላይ ሲኖሩ የሚገጥማቸው ምድራዊ የሕይወት ሳንካ ተስፋቸውን አያናውጠውም። በሚቆረቁር ነገር ላይ ሆነው ሕመም አልባ የሆነውን የወደፊት ኑሮአቸውን አትኩረው ይመለከታሉ። ጌታን በመፍራት ለሚኖሩ ጻድቃን የተሰጠው ተስፋ ከዘመን ጋር የሚያከትም ጊዜያዊ ሳይሆን ዘላለማዊ ነው። መቼም ተስፋን ስናስብ ተስፋ ሰጪውንም ማሰባችን አይቀሬ ነው። እግዚአብሔርን የሚፈሩ የጻድቃን ተስፋ ምድራዊና ነገ ወደ አፈር በሚገባ ሥጋ ለባሽ የተሰጠ ሳይሆን፤ ዘላለማዊና ሕያው ከሆነው ከእግዚአብሔር የተሰጠ ነው። ጌታን የሚፈራ ጻድቅ በዚህ ምድር ላይ ሲኖር በግፍና በ ወ ሜ ፃ የተጀቦነውን የኑጥአንን ቅጽበታዊ ስኬት በመመኘት ጊዜውን አያባክንም። ነገ እንደ ጉም በንፋ በሚጠፋው ምድራዊ ብልጽግና ላይም ልቡን አይጥልም። ሆኖም ግን፤ በልቡ ላይ የሚያነግሡው አምላኩን ብቻ ነው። ስለሆነም፤ ሁልጊዜ ከጌታው በተሰጠው የማይቋረጥ መለኮታዊ ተስፋ ነፍሱ እየነደቀች በዚህ ምስቅልቅሉ በወጣ ዓለም ውስጥ አምላኩን እያከበረ ይኖራል። በማይመች ሁኔታ ውስጥ ደስ እንዲለውና በጌታው ላይ ያለውን መታመን እንዲጨምር የሚያደርገው ከጌታው የተሰጠው መለኮታዊ ተስፋ ነው። ታዲያ ይሄንን ተስፋ ለአፍታ እንኳን አይዘነጋውም፤ ያስበዋል፤ ያሰላስለዋል ይኖረዋማል።[21]

"ኤልያስ በእስራኤል ላይ ከስ ወደ እግዚአብሔር እንዴት እንዳቀረበ፤ መጽሐፍ ስለ እርሱ ምን እንደሚል አታውቁም? ጌታ ሆይ፤ ነቢያትህን ገድለዋል፤ መሠዊያዎችህን

---

21 ጎሩይ አደማሱ - እግዚአብሔርን የመፍራት በረከት https://hintset.org/articles/sermon/the-blessings-of-fearing-god

የአገልግሎት ሴጋሲ

አፍርሰዋል፤ እኔም ብቻዬን ቀረሁ፤ ሊገድሉኝም ይፈልጋሉ። እግዚአብሔር የሰጠው መልስ ግን ምን ነበር? ለበአል ያልሰገዱትን ሰባት ሺህ ሰዎች ለራሴ አስቀርቻለሁ። በአሁኑ ጊዜም እንደዚሁ በጸጋ የተመረጡ ትሩፋን አሉ"(ሮሜ. 11፥2-5)።

ከዚህ ቃል እንደምንረዳው እግዚአብሔር በትውልድና በዘመን ሁሉ መካከል ምልክትና ምሳሌ ሊሆኑት የሚችሉ ቅሪታዎች አሉት።

ስለዚህ ስንጽፍ ይሁን ስናስተምር አንድ ጥግ በመያዝ ምንም በትክክለኛ መንገድ የሚሄድ አገልጋይ ወይም ሕዝብ እንደሌለ መናገር የለብንም። ከዚህም እውነት አንፃር በብዙ ዋጋ መከፈል ውስጥ በደስታ አምላካቸውን የሚያገለግሉ በአካሄዳቸው እግዚአብሔርን ደስ ያሰኙ ሰዎች ነበሩ።አሉ። ወደፊትም ይኖራሉ።

በጽድቅ አገልግሎት ጸንተን እየቀጠልን ያለን በዚህ በሚታዩንና በሚገጥሙን አታካች ነገሮች ሳንወሰድ ተልእኳችንን እስከ መጨረሻው በድል እንድንወጣ እርስ በርሳችን እንደ ሚልከያስ ዘመን ቅሪታዎች ልንበረታታ ይገባናል።

"አንተ ግን እስከ ፍጻሜው ድረስ ሂድ አንተም ታርፋለህ በቀኑም መጨረሻ በዕጣ ክፍልህ ትቆማለህ"(ዳን.12፥13)። ይህ ቃል በምርኮ ምድር ራሱን ለእግዚአብሔር ለቀደስ ታማኝ አገልጋይ የተነገረ ነው።

የዳንኤል ታሪክ እንደሚታወቀው ለእግዚአብሔር ያለውን አምልኮ ባለማቋረጥ የተራቡ አናብስት በታነሩበት ጉድጓድ እስከመወርወር የደረሰ የልብ መሰጠት የነበረው አገልጋይ ነው። ይህ ሰው ታማኝ አገልጋይ ነው እስከ ፍጻሜ ድረስ ሂድ የሚል ማበረታቻ የተሰጠው።

በዚህ ትውልድ መካከል ለጽድቅ ሕይወት የሚከፈለውን ዋጋ ሁሉ ለመክፈል ፤ ወንጌልን ከነ ሙሉ ክብሩ ወደ ተተኪው ትውልድ ለማሻገር በመትጋት ላይ ያላችሁ በዚሁ መታመናችሁ ስማያዊውን ብድራት በማሰብ እስከ ፍጻሜ ድረስ በዚህ አቋማችሁ ጸንታችሁ መቀጠል ይገባችኋል።

"ነገር ግን በመጨረሻው ቀን የሚያስጨንቅ ዘመን እንዲመጣ ይህን እወቅ። ሰዎች ራሳቸውን የሚወዱ ይሆናሉና፤ ገንዘብን የሚወዱ፤ ትምክሀተኞች፤ ትዕቢተኞች፤ ተሳዳቢዎች፤ ለወላጆቻቸው የማይታዘዙ፤ የማያመሰግኑ፤ ቅድስና የሌላቸው፤ፍቅር

የሌላቸው፥ዕርቅን የማይሰሙ፤ ሐሜተኞች፤ ራሳቸውን የማይገዙ፤ ጨካኞች፤ መልካም የሆነውን የማይወዱ፤ ከዳተኞች፤ ችኩሎች፤ በትዕቢት የተነፉ፤ ከእግዚአብሔር ይልቅ ተድላን የሚወዱ ይሆናሉ፤ የአምልኮት መልክ አላቸው ኃይሉን ግን ከደዋል፤ ከእነዚህ ደግሞ ራቅ"(2ጢሞ.3፥1-6)።

እነዚህ በስፋት የተጠቀሱ የመጫረሻ ዘመን ምልክቶች በአሁኑ ዘመን በቤተ ክርስቲያን ውስጥ በሙላት እየታዩ ናቸው። የመጫረሻዋን ዘመን ቤተ ክርስቲያን እያስጫነቅ ያለው ከቀን ወደቀን እየጫመረ ያለው የሞራል ውድቀት ነው።

ሰዎች ከጽድቅ ሕይወት ድንገት አይወጡም። ካልተጠነቀቁ ካልነቁ በዙሪያቸው የሚያዩዋቸው ነገሮች ይወርሷቸዋል። ስለዚህ በምንም ሁኔታ ውስጥ ጨከነን በጽድቅ እግዚአብሔርን እያገለገልን ያለን ሰዎች በሚያስጫነቀው በመጫረሻው ዘመን ክፋት ሳንጠላለፍ እስከ ፍጻሜው ድረስ ጸንተን ለመቀጠል ልንጫክን ይገባል። በጽድቅ ሕይወት እና አገልግሎት ወደፊት እንራመድ። እንበርታ። መዝሙረኛውም በቅኔው ልባችንን እንዲህ ሲል ይደግፋል።

ተራመድ፤ በርታ በርታ
ጉዞህንም ፈፅም
ሕይወትህንም አድን...
አትሞኝ ከቶ በዓለም ደስታ
ስለማታገኝ የሕይወት እርካታ
መቅረዝህ ይብራ ቄም ተዘጋጅተህ
ጌታ ሲመለስ ትነጠቃለህ....[22]

____

22 ዘማሪ ዶ/ር ደረጄ ከበደ - ተራመድ በርታ

ክፍል ሁለት

በዚህ ክፍል የአገልግሎት ሌጋሲያቸው የተከተቱት ቀደምት የወንጌል አገልጋዮች ከልጆቻቸው ጋር መጋቢ አመሉጌታ በቃለ ምልልስ ወስዶ የተረከው ነው፡፡

፮

በጽድቅ ያገለገሉ አባቶችና የቤተሰባቸው ፍሬዎች

በአሥራ ዘጠነኛው ክፍለ ዘመን መባቻ በዓለም አቀፍ ደረጃ የተነሳሳውን፤ የወንጌል ሪቫይቫል ተከትሎ የወንጌል ሚሽነሪዎች ከአሜሪካ፤ ከስዊዲንና ከፈንላድ ወደ አገራችን ኢትዮጵያ በመምጣታቸው፤ በደቡብ ኢትዮጵያና በወለጋ ክፍለ ሀገር የመከሩን ሥራ ሲከውኑ ባገኙቸው የወንጌል ፍሬዎች "የሀገሩን ሰርዶ በሀገሩ በሬ" እንደሚባለው፤ ኢትዮጵያዊነን በኢትዮጵያውያን የወንጌል አገልጋዮች ለመድረስ ብዙ ውጣ ውረዶች፤ ስደት፤ የሕይወት መሥዋዕትነት በጠየቀው አገልግሎት፤ በርካታ ኢትዮጵያዊ አባቶችና እናቶች ወንጌሉን በመስበክ፤ በማስተማር፤ በመጸለይ፤ ቤተ ክርስቲያንን በማደራጀትና በመምራት የእግዚአብሔርን ፈቃድ ፈጽመው ወንጌልን ከነ ሙሉ ክብሩና በረከቱ ለተተኪው ትውልድ እንደ ዱላ ቅብብሎሽ አስረከበዋል። ስለ እግዚአብሔር መንግሥት ብዙ ዋጋ በከፈሉት በእነኝህ የወንጌል አባቶችና እናቶች ትውልዳቸው፤የወለጆቻቸውን የበረከት ፍሬ እየበሉ ነው።

እኒህ ቀደምት የወንጌል አገልጋዮች፤ የባዕድ አምልኮ ተከታይ ከሆኑት የቀያቸው ሰዎች፤ ወገን ዘመዶቻቸው፤ በከተማም ሆነ በገጠር የመከራን ገፈት ተጎንጭተዋል። በሃያኛው ክፍለ ዘመን መጀመሪያ አገራችንን ኢትዮጵያን በኃይል ወርሮ ከነበረው ከፋሽስት ኢጣሊያ ወታደር፤ በጉላም ከንጉሳዊው አስተዳደር ሹማምንት፤ ከደርግ አብዮት ጠባቂዎች ጋር

የእግልግሎት ሌጋሲ

ለሕይወታቸው ሳይሳሱ፤ በፍርሃት ቆፈን ሳይያዙ፤ ስለ ወንጌል በነፍሳቸው ተወራርደው ሃይማኖት የለሹን የኮሚኒስት ሥርዓት ተፋልመዋል፡፡

አርሶ አደር የወንጌል አርበኞቹ ፤ ከአንዱ ነጥ ወደሌላኛው ነጥ፤ ከደጋው ወደ በርሃው፤ የከረምቱ ዝናብ፤ የበጋው ሐሩር ሳይሉ ወንጌልን ሲሰብኩ፤ የገዛ እራሳቸውን መሬት የሚያርሱበት ጊዜ ሳይበቃቸው ቀርቶ በእርሻቸው ላይ ሠርዶ አየበቀለ ፋታ በማይሰጠው ርሃብ ፤ ዓመታትን ለዘለቀ ኢኮኖሚያዊ ችግር እጅ ሳይሰጡ ፦ የእግዚአብሔርን መንግሥት አስፋፍተዋል፡፡

ይህ ትውልድ የእግዚአብሔርን መንግሥት በዚህ ምድር ለማስፋት ፤ የወንጌል አገልግሎትን ከልብ በመስጠት ለማገልገል፤ በትውልዱ ላይ የጽድቅን ተጽዕኖ ለማምጣትና ለተተኪው ትውልድ በረከት ሆኖ ለማለፍ፤ ከእሱ ቀደምት የሆኑትን የወንጌል አርበኞች ታሪክ ማወቅ እና ከእነሱ የአገልግሎት ሕይወት መማር ግድ ይለዋል፡፡

እግዚአብሔርን ማገልገል በየትኛውም ዘመንና ትውልድ ከንቱ ሆኖ ቀርቶ አያውቅም ስንል፤ እግዚአብሔርን በምናገለግልበት ወቅት የምናገኘውን ትሩፋት እንዲሁም በሰማይ ያለውን ታላቅ ሽልማትን ታሳቢ በማድረግ ብቻ ሳይሆን፤ እዚሁ በምድር በልጅ ልጆቻችንም ላይ በጎ ተጽእኖ የሚያመጣ የማይሻር ሥራ እንደሆነ መረዳት ጬምር ያስፈልጋል፡፡

ያለፈው ለትናንት፤ ትናንት ደግሞ ለዛሬ መሠረት ነው፡፡ ከሃሳት ትውልድ በፊት በምድራችን ከወንጌል ሥራ ጋር በተያያዘ የእግዚአብሔርን ፈቃድ የከወኑ የእግዚአብሔር ሰዎች ዘሬ ላይ የልጅ ልጆቻቸው የእነሱን በረከት እየበሉና ለምድራችንም ሆነ ለክርስቶስ ቤተ ክርስቲያን በተለያያ መልኩ ጠቃሚ ሁነዋል፡፡

ለዚህም እንደማሳያ በስም ጥራው የወንጌል አገልጋይ ጆናታን ኤድዋርድስስ እና እጅግ አደገኛ ወንጀለኛ በሆነው በማክስ ጁክስ የዘር ሐረግ ላይ የተሠራውን ጥናት መመልከት ይቻላል፡፡

የጆናታን ኤድዋርድስ እና የማክስ ጁክስ ታሪክ እንደ ማነጻጸሪያ፤

በአሜሪካን አገር ፤ እንደ እግዚአብሔር ፈቃድ በማገልገል እና ዓመጸኛ ኑሮ በመኖር ዘመናቸውን የፈጸሙ ሰዎች የHC ሐረግ ታሪክ A.E. Winship የተባለ አሜሪካዊ ምሁር እና Richard L.Dugdale በተባለ ሶሺዮሎጂስት ጥናት ተደርጎ ነበር።

የመጀመሪያው ጥናት የተደረገበት ደግሞ፤ በአሥራ ሰባተኛው ክፍለ ዘመን የነበረው ጆናታን ኤድዋርድስ የተባለው የፓሩሺያን ሰባኪ ሲሆን ፤ በጊዜው በጣም እጅግ ከታወቁት ወንጌላውያን ሰባኪዎች አንዱና ተወዳጅ ነበር። ዕድሜው ሠላሳ ዓመት በነበረ ጊዜ ዬል ዩኒቨርሲቲ ገብቶ ከዚያም በመጨረሻ የፕሪንስቶን ኮሌጅ አስተዳደር ሆኖ ነበር። በ1727 ዓ/ም ሳራ ከተባለች ሴት ጋር ትዳሩን መሥርቶ በትዳርም ውስጥ አሥራ አንድ ልጆች በመውለድ ተባርከዋል። ኤድዋርድስ ሁል ጊዜም በመኖሪያ ቤቱ በሚሆንበት ጊዜ የአንድ ሰዓት ያህል የቤተሰብ አንድነት ጊዜ በጸሎትና በቃል ማድረግን ያዘወትራል። በጸሎታቸውም ላይ እያንዳንዱን ልጆቹን እጅ እየጫነ ይባርካቸዋል። ጆናታንና ባለቤቱ ሳራ ፤ በዘመናቸው ሁሉ እግዚአብሔር አምላክን በማወቅና በማምለክ ከልጆቻቸው ጋር መልካም ጊዜን አሳልፈዋል።

እነዚህ የተባረኩ ወላጆች ወደ ጌታ ከሄዱ ከ150 ዓመት በኋላ አሜሪካዊው የጥናት ምሁር የሆነው ዊንሺፕ የነዚህን ቤተ ሰብ የHC ግንዳቸውን የተመለከተ የHC ተዋረድን ጥናት ለማድረግ ይወስናሉ። በጆናታን ኤድዋርድስ ዘመንም ይኖር የነበረ ማክስ ጁክስ የተባለን ግለሰብ የHC ሐረግ ተዋረድን ደግሞ በ1877 ዓ/ም ሪቻርድ ዱግዴል በተባለ የሶሺዮሎጂስት (የማኅበረተሰብ ጥናት) ምሁር ተጠንቶ ነበር።

በጥናቱም መሰረት የጆናታን ኤድዋርድስ ዘር ማንዘር ያገኛቸውና የወረሱት በረከት እጅግ አስገራሚና ብዙዎችን ቆም ብለው እንዲያስቡ ያደረገ ነበር። በጥናቱም እንደተመለከተው ከጆናታን ኤድዋርድስ አብራክ ከወጡት ዘር ማንዘሮች ውስጥ በሙያቸውና ለአሜሪካን አገር ባበረከቱት አስተዋፅዖ እንደሚከተለው ቀርቧል።
1 ምክትል የአሜሪካ ፕሬዚዳንት፤
1 የሕግ ትምህርት ቤት ዲን፤
1 የሜዲካል ትምህርት ዲን፤

የአገልግሎት ሌጋሲ

3 የአሜሪካ ምክረ ቤት እንደራሴዎች(ሴናተርስ)፤

3 ከንቲባዎች፤

13 የኮሌጅ ፕሬዚዳንቶች፤

30 የፍርድ ቤት ዳኞች፤

60 ዶክተሮች፤

65 ፕሮፌሰሮች፤

75 ከፍተኛ ወታደራዊ መኮንኖች፤

80 የመንግሥት መሥሪያ ቤትና የሕዝብ አገልግሎት ኃላፊዎች፤

100 የሕግ ጠበቃዎች፤

100 የቤተ ክርስቲያን መጋቢዎች፤

285 የከፍተኛ ትምህርት ተቋም (ዩኒቨርሲቲ) ተመራቂዎች ከኤድዋርድስ ትውልድ ተገኝቷል።

ጆናታን ኤድዋርድስ

ጆናታን ኤድዋርድስ በሕይወት ዘመኑ እግዚአብሔርን የሚፈራና የሚያመልክ ሰው ነበር፤ ይህም ብቻ አይደለም። በዘመኑ ታታሪና ጠንካራ ሠራተኛ ነበረ፤በአስተሳሰቡም አዋቂና ተስፋ የማይቆርጥ ሰው ነበር።እንዲሁም የውድ ባለቤቱ የሳራ ብቁ የተፈጥሮ ችሎታ ታታሪነቲ እና መልካም ስነ ምግባር 1400 የሚያህሉትን የትውልድ አባላት ቤተሰቦች እንዲባረኩና ለቀምነገር እንዲበቁ ትልቅ አስተዋጽኦ አበርክታለች፤ ባለቤቱ ሳራ አብራው ባትኖር ኖሮ እነዚህ ሁሉ ውጤቶች እንደማይኖሩ የጥናቱ ምሁር ዊንሺፕ ይናገራሉ

በአንጻሩም ደግሞ በእርሱ ዘመን ይኖር የነበረው ማክስ ጁክስ የተባለው ክፉ ምግባርና ባሕርይ የተጠናወተው ሰው ያፈራቸውን የትውልድ ሐረግ ገጽታ ብልሹ ታሪክ ጥናቱ እንደሚከተለው አመላክቷል።

ማክስ ጁክስ ፦ ጆናታን ኤድዋርድስ በነበረበት ተመሳሳይ ጊዜ በኒውዮርክ ይኖር የነበረ ሰው ነው። ይህ ግለሰብ የተመራማሪዎችን ቀልብ መሳብ የጀመረው በኒው ዮርክ እስር ቤቶች ውስጥ ታስረው የነበሩ 42 የተለያዩ ወንጀለኛ ግለሰቦች የዘር ሐረግ ከእርሱ እንደሚመዘዝ ሲታወቅ ነው። የጁክስ ቤተሰብ ታሪክ በቀዳሚነት የተጠናው በ1877 ዓ/ም ሪቻርድ ኤል ዱግዴል በተባለ የሶሺዮሎጂስት (የማንበረሰብ ጥናት) ምሁር ነበር። በተገኘው ጥናት መሰረት ደሞ በማክስ ጁክስ የዘር ሐረግ ውስጥ የተከሰቱት ትውልዶች

አንደሚከተለው ተገልጸዋል።

7 ነፍስ ገዳዮች፤

60 አደገኛ ሌቦች፤

190 ሴተኛ አዳሪዎች፤

150 የፍርድ ውሳኔ የተሰጠባቸው ወንጀለኞች፤

310 ጎስቋላ ድሆች፤

440 ከሱስ እና ከአልኮል የተነሳ አካላቸው የጎደለ፤

ከ1,200 የቤተሰቡ አባላት ውስጥ ደግሞ 300 ልጆች በጨቅላ እድሜ ውስጥ ተቀጭተው የማ‑ቱ መሆናቸው ታውቋል።

ይህ በጆናታን ኤድዋርድስስና በአደገኛው ወንጀለኛ በማክስ ጁክስ መካከል ያለው ልዩነት አንድ አንድ ሰዎች እንደሚሉት የአምስተኛው ትውልድ መርሆ ይባላል። ወላጆች ልጆቻቸውን ዛሬ እንዴት አያሳደጉ እንደሆነ አሁኑኑ ራሳቸውን መጠየቅ አለባቸው።የሚያሳዩዋቸው ፍቅር ፤የሚሰጧ‑ቸው ቦታና ግምት፤ የሚያስተምሩ‑ኣቸው ትምህርት ፤የሚያዘጋጁ‑ላቸው የአካባቢ ግኝት ወሳኝ ነው። ይህ ብቻ አይደለም። ለልጆቻቸው ብቻ ሳይሆን ከእነርሱ ቀጥሎ ላለው አራት ትውልድ ምን እያወረሱ ነው? የእኛን የዘር ሐረግ ትውልድ አንድ ሰው ጥናት ቢያደርግበት በተለይም ከአራት ትውልድ በኋላ ምን ዓይነት ሊሆን ይችላል? ጆናታን የኤድዋርድስስ የትውልድ በረከት ወይስ የማክስ ጁክስን የትውልድ መርገም ይመስል ይሆን? ዛሬ ላይ የምንኖረው ሕይወት ቀጣይ ትተን የምናልፈውን አሻራ ይወስናል።[23]

በምድራችን በቀደሙ ዘመናት ወንጌልን በጽድቅ ያገለገሉ አባቶችና ልጆቻቸውን እንዲሁም የልጅ ልጆቻቸውን በጎ ተጽእኖ ማየት ከቻልን በአሁኑ ዘመን ያለን አገልጋዮች ከጊዜያዊ ኑሮ ባለፈ መልኩ ለቀጣይ ትውልድ አስበን ልናገለግል እንችላለን።

የሁሉም መንፈሳዊ አባቶችና እናቶች ልጆች ሁሉም በሁሉ አቅጣጫ በምድር ላይ በጎ ተጽእና አምጥተዋል ወደሚል መደምደሚያ ባንደርስም በአብላጫው ግን የቀደሙ አያቶቻቸውንና አባቶቻቸውን መልካም አርአያነት ተከትለው ዛሬ ላይ በሙያ፤ በሥልጣን፤ ለአገራቸው እና ከዚያም ባለፈ ለዓለም ሁሉ እንዲሁም ለቤተ ክርስቲያን

23 Larry Ballard - MU L T I G E N ERA T I O N A L LEG A C I ES – THE S T O RY O F J O NATHAN E D W ARD S - YWAM Family Ministries

የአገልግሎት ሌ.ጋሲ.

በረከት የሆኑ፣ አያቶቻቸውና አባቶቻቸው የወንጌል አገልጋይ የነበሩ፣ ወጣት፣ ኃልማሶች በዙሪያችን አሉ።

አገልግሎትን ችላ የሚሉ ወገኖች በአገልግሎታቸው ተስፋ እንዳይቆርጡ፣ እግዚአብሔርን ማገልገል ከንቱ አለመሆኑን በዙሪያቸው ያሉትን የቀደምት አገልጋይ ልጆችና የልጅ ልጆችን ዐይናቸውን ከፍተው እንዲመለከቱ፣ በዛሬ አገልግሎታቸው ለቀጣዩ ትውልዳቸው አያበረከቱት ያለውን መልካም አስተዋዕጾ አስበው እንዲበረታቱ፣ የቀደሙት አገልጋይ ልጆችንም ቢሆኑ በሙያ፣ በስልጣን፣ በንግድ ምን ያህል ተጽዕኖ አምጭ ቢሆኑም ወደኋላ መለስ ብለው ወላጆቻቸው እግዚአብሔርን በጽድቅ፣ በታማኝነት ያገለገሉበትን ዘመን አስበው እነሱም ውርሳቸውን እንዲያስቀጥሉ፣ ኢትዮጵያ ውስጥ በወንጌል አገልግሎታቸው ተጽዕኖ ያመጡትን ቀደምት አባቶችና የእነሱ ፍሬ የሆኑትን ልጆቻቸው በዚህ ክፍል እንመለከታለን።

የወንጌላዊ አባባ ደስታ ደያሳ የአገልግሎት ሌጋሲ
የዶ/ር ቀለሙ ደስታ ሕይወትና አገልግሎት

በ - FIRE ON THE MOUNTAINS - የተዘገበው ወንጌላዊ ደስታ

"አው ቃለሁ የእኔን ማንንቴ
የትውልድ ሐረግና ቤቴ
እዚህ ልታደርሰኝ የቻልከው
ከአንተ የተነሳ ነው፡፡..." የዝማሬው አሳብ ከመጽሐፈ ዜና መዋዕል ካልዕ ላይ፤ የዳዊት
ጸሎት - ምስጋና ውስጥ የምናገኘው ነው፡፡ ይህንን መሠረት አድርጋ ይመስላል፤
እህታችን ዘማሪት ሶፊያ ሸባባው በዜማ ከሸና ያስደመጠችን፡፡ የእኔም ታሪክ እውነታው
እንዲህ ነው፡፡ ከታሪኬ በፊት ወዳለው ታሪክ ለአፍታ ልውሰዳችሁ፡፡

ይኼው የታሪክ ትርከት፤ ከብዙ አሥርት ዓመታት በፊት ሬይሞንድ ዴቪስ የተባለ
ሚሽነሪ በኢትዮጵያ የአንድ ቤተ ክርስቲያን አስደናቂ ታሪክን FIRE ON THE MOUN-
TAINS በተሰኘው በእንግሊዝኛ ቋንቋ በደረሰው መጽሐፉ በወጉ ከሸና ለንባብ ያበቃውና

የአንልግሎት ሌጋሲ

በአገራችን ኢትዮጵያ ደግሞ 1986 ዓ/ም ወደ አማርኛ ቋንቋ ተመልሶ ከተተረነመው "ጠረጋ" መጽሐፍ ላይ ቆንጥሬ ላቅርብላችሁ።

***

"ምንም ሥራ አልሠራንም፤ ሁሉም ገና ነው" አለ ደስታ እየተገረመና መጽሐፍ ቅዱሱን በእጁ ይዞ ወደ ኤሪል ሉዊስ እየመጣ።

"ምንድነው እሱ?" ብሎ ጠየቀ ሉዊስ።

" 'እሙኑ ተጠመቁ' ፤ እዚህ የማነበው ያመኑ ተጠመቁ የሚል ነው፤ እኛ ግን ሁሉንም ገና አላደረግንም።"

ደስታ በአቶና ሚስዮን ጣቢያ ከሚሠሩ ወጣት ወላይታዎች አንዱ ነበር። ደስታና ወልዴ በኢየሱስ ክርስቶስ የማያወላውል አቋም ከወሰዱት ውስጥ የመጀመሪያዎቹ ነበሩ። (ወልዴ የሉዊስ ወጥ ቤት ሠራተኛ የነበረ ነው።) ደስታ ይኼንን ሲያደርግ ባለቤቱ የነጭ ሰው ሃይማኖት ስለተቀበለ ድሮ ይደበድብኝ የነበረውን በማቆም ለሌሎች ቤቶች "ባልሽ ቤት እንጇ ወንድ አይደለም" እያሉ ይሰድቡኛል በማለት ጥላው ሄደች። እርሱ ብዙ ቢኔግራትና ቢመከራት "ፈጽሞ አልመለስም" ብላ ነጎደች።

ደስታ ባለቤቱን አሳምኖ ከእርሱ ጋር እንድትኖር ማድረግ ቢችል ምናልባት እርዷና መላ ቤተሰቡ በተነካከቡት የጥንቆላ ሥራ ይጠመድ ነበር። እናቱም በጥንቆላ የሚያያምኑ ስለነበረ በኑሮው ችግር ፈጣሪ ነበሩ። ባለቤቱ ጥላ በመሄዱ ግን ክርስቶስን ለመከተል በወሰደው ውሳኔ ጸና። ከጥቂት ጊዜ በኋላ ደስታና ሌሎች ሁለት ክርስቲያኖች በሉዊስና ባለቤቱ ለሞተው ልጃቸው መቃብር እንዲቆፍሩና በቀብሩ እንዲረዱ ተመረጡ፤ በዚያ ክርስቲያኖች ለሞትና ሐዘን ያላቸውን ስሜትና መተባበር ተመልከቶ እንደገና የሚያገባ ከሆነ ክርስቲያን ሚስት ማግባት አለብኝ ብሎ ወሰነ።

ደስታ የአማርኛ ፊደል በመጀመሪያ በሃያ አምስት ዓመቱ ከሚስስ ሉዊስ የተማረ ሲሆን ነበዝ ተማሪ ስለነበረ ሌሎችንም ለማስተማር የሚችል ሆነ። ለቀድሞው አውራጃ ገዥ ለብዙ ዓመታት የሠራ በመሆኑ አማርኛ መናገር ስለሚችል ፊደል መማር አላስቸገረውም። አማርኛ እና መጽሐፍ ቅዱስ በደንብ የሚያነብ በመሆኑ ለሌሎች ክርስቲያኖች ነበዝ ንቁ መሪ ሆነ። የአዲስ ኪዳን አማኞች መጠመቃቸውን አንብቦ ስለነበር የጥምቀት አገልግሎት

እንዲኖር አሳብ አቀረበ፡፡

ከዚህ የተነሳ የሚሲዮናውያን ኮንፍራንስ በ1926 ዓ/ም በሶዶ ተጠርቶ ለመጠመቅ የሚፈልጉ ክርስቲያኖች እንዲገኙና በተላይ ለጥምቀቱ አገልግሎት በተዘጋጀ ልዩ ስብሰባም እንዲሳተፉ ተጠየቁ፡፡ ሊጠመቁ ከሚጠበቁት ሃያ ሦስት ሰዎች ውስት አሥራ ስድስቱ በልዩ ስብሰባው ተገኝተዋል፡፡ ከእነዚህ ውስጥ ደስታና እውነተኛ ክርስቲያን መሆኗን አረጋግጦ ያገባት ሚስቱ ማሚቴ ይገኛሉ፡፡

በመጀመሪያ ስብሰባ እያንዳንዱ የሚጠመቅ አማኝ በግል ስለ ክርስትና ልምምዱ ሚሲዮናውያን ሁሉ ባሉበት ተጠይቆ ከአሥራ ስድስቱ ውስጥ አሥራ ሦስቱ ለጥምቀት ብቁና ዝግጁ ሆኑ፡፡

ከዚያም ጥምቀት ማለት ምን ማለት እንደሆነ የሚያብራራ ውይይት ተካሂዶ መዳን በእምነት ብቻ እንጂ አንድን ነገር በመሥራት ወይም ባለመሥራት የማይገኝ፥ ጥምቀትም ቢሆን የሚያያድን ሳይሆን ለወለጆቻቸው፥ ዘመዶቻቸውና ጎረቤቶቻቸው አማኞቹ ኢየሱስ ክርስቶስ በእነሱ ስለሚኖር አዲስ ሰዎች ለመሆናቸው ምስክር እንደሆነ ተገለጸላቸው፡፡

በመጨረሻሻ ደስታ ተነስቶ የሚጠመቁ የወላይታ አማኞችን ተመለከተ፥ እንዲህም አላቸው፡፡
"ከኛ ውስጥ ጥቂቶቻችን በመዋሸት እርስ በርሳችንን ሆነ ነጮችን ማታለል እንችላለን። ነገር ግን ማናችንም ቢሆን እግዚአብሔርን ማታለል ወይም ማሞኘት አንችልም። አንዳንዶቻችን ቦርጄ (የሚያሰክር ባሕላዊ መጠጥ) ወይም ጠላ መጠጣት ብናቆምም መጠጡን በቤታችን አስጠምቀን በገበያ ወይም በቤታችን መሸጥ አላቆምንም፥ ሚስቶቻችንም ይህን ማድረግ አላቆሙም። ታዲያ ለእግዚአብሔር ነው የምንዋሸው? እግዚአብሔርን ነው የምናታልለው? እግዚአብሔር ልባችንን ያያል፥ እርሱና እኛ እነዚህ አርጌ ነገሮች ከልባችን ተጠራርገው መውጣት ያለመውጣታቸውን እናውቃለን።"
ከዚያም ወደ ሚሲዮናውያኑ በመዞር :-
"እናንተ ለጥምቀቱ መርምራችሁናል፥ እኛስ ራሳችንን ብንመረምር ትቃወማላችሁ?"
ብሎ ጠየቀ፡፡
"በፍጹም! በፍጹም አንቃወምም" ብለው መለሱ ሚሲዮናውያን።

ደስታ መጽሐፍ ቅዱስ ከፍቶ የሐናንያንና የስጲራን ታሪክ ለአማኞቹ አነበባላቸው፡፡የኢየሱስ

የአገልግሎት ሌጋሲ

ተከታዮች ነን በሚሉ በእነዚህ በሁለቱ ሰዎች ላይ የእግዚአብሔር ፍርድ እንዴት እንደመጣባቸው ሲያውቁ በጣም ተደነቁ። ....ሊጠመቁ ከተጠበቁት ውስጥ ሦስቱ ሲለዩ አሥር ብቻ ቀሩ።

ታህሳስ 1 ቀን 1926 ዓ/ም የመጀመሪያ ሚሲዮናውያን ወደ ወላይታ በገቡ በአምስት ዓመት ተኩል የመጀመሪያዎቹ አሥር የወላይታ ክርስቲያኖች በሚሲዮኑ ግቢ በከበረው ሰፈ የጉድጓድ ውኃ ተጠመቁ። እነሱም ስምንት ወንዶችና ሁለት ሴቶች ነበሩ፦ ደስታ፣ ማሚቴ (የደስታ ባለቤት)፣ ጮራሞ፣ ፓካሬ(የጮራሞ ባለቤት)፣ ዲያሳ፣ አሬቦ፣ ብሩ፣ ዋንዳሮ ፣ ጎዳና ፣ እና ካምና ቃባ ናቸው።

ከሁለት ሳምንት በኋላ ለአማኞቹ የጌታ ራት(ቁርባን) አገልግሎት ሲካሄድ የተዘጋጁት የተለመደ የወላይታ ምግቦች ማለትም የበቆሎ ቂጣና በውኃ የተበጠበጠ ማር ነበር። በሥነ ሥርዓቱ ላይ ማሚቴ እንዲህ ብላ ነበር፦ "ክርስቶስ ለእኛ ሲል መሰበሩንና መስቃየቱን የሚያመለክቱትን እነዚህ ትናንሽ የቂጣ ስባሪዎችን እስካየን ድረስ እግዚአብሔር እንዴት እንደወደደን አልገባኝም ነበር።"

ደስታም ቁርባኑን ከወሰደ በኋላ አጸፋውን ሲመልስ እግዚ አብሔር ጽድቅን እንደሚፈልግ በማሳሰብ ነበር፦ " 'ሳይገባው አይብላ' የሚለውን ቃል እያሰበ የክርስቶስ ተከታይ የሆነ ሰው ራሱ የማይበላውን ምግብ ሌላው እንዲበላ አይጋብዘው።"[24]

***

ከላይ ሬይምንድ ዴቪስ ያስነበበን ታሪክ የወላጅ አባቴ የአባባ ደስታ እና የእናቴ እማማ ማሚቴን የክርስትና ጅማሮ ነው።
****

በቅስና ጉዞ ፤ የተከሰተው እውነተኛ ክህነት

በ1920 ዓ/ም። አባቴ የአርቶደክስ እምነት ተከታይ የነበረ ሲሆን በእምነቱ ደግሞ ከፍተኛ ቅናት ስላደረበት ከወላይታ ወደ አዲስ አበባ በመምጣት የቅስና ትምህርቱን በባህታ ቤተ ክርስቲያን ውስጥ እየተማረ ጎጃውን ደግሞ አራት ኪሎ አድርጎ ነበር። እዚያው አራት

---

24 ሬይምንድ ዴቪስ - ጠረጋ(FIRE ON THE MOUNTAINS) ተርጓሚ በቀለ ገሙ 1986 ዓ/ም ገጽ 36-38

ኪሎ ደግሞ የፕሪስባይቴሪያን ቤተ ክርስቲያን አባላት ከሱዳን መጥተው ሰፍረውባት ነበር። ምክንያትና ገጠመኙ እንዴት እንደሆነ ባልታወቀ ቀን አባቴ እነኚህን የውጭ አገር የወንጌል ሚሲዮኖች ቀረባቸው፥ ጠምጣሚ ቄስ ለመሆን ከተማ የከተተው፣ ከእነዚህ የፕሪስባይቴሪያን የወንጌል አገልጋዮች ወንጌልን ሰማና በብዙ የትምህርት ትጋት ቄስ እሆናለሁ ብሎ ያሰበው ፥ ጌታ ኢየሱስን እንደ ግል አዳኝ አድርጎ በመቀበል ብቻ ሥርዓቱ ለየቅል ቢሆንም ካህን እንደሚሆን ተነገረው። የወንጌል ቃል በሚስዮኖች ተመስክሮለትም ጌታ ኢየሱስን ተቀበለ።

ጌታን ከተቀበለም በኋላ እዚያው አዲስ አበባ ከአቶ ብሩ ጋር ተገናኘ። አቶ ብሩ ሐረር የነበረና በዚያም ጌታን የተቀበለ ሲሆን፣ እኔ ያገኘውትን ሕይወት ቤተሰቦቼ ማግኘት አለባቸው በማለት ዳውሮ ወደ ሚገኙት ዘመዶቹ ለመሄድ ከሐረር መጥቶ እግረ መንገዱን አዲስ አበባ ያረፈ ነበርና፣ የፕሪስባይቴሪያ ሚሽነሪዎች ሁለቱንም መሰረታዊ የክርስትና ትምህርት አስተምረዋቸዋል። ይሁንና አቶ ብሩ መጽሐፍ ቅዱስን ሐረር እያለ አስቀድሞ መረዳት የቻለ ሲሆን፣ አባቴም መጻሕፍትን ያስተውል ዘንድ መንፈስ ቅዱስ አእምሮውን ከፈተለት።

ጅማን አስቦ - ወላይታ ከተመው ሚሽነሪ ቡድን፤

ዶክተር ላምቤ የሚመሩት   የሚሽነሪ   ቡድን ፥   በራስ ተፈሪ የሥራ ፈቃድ አግኝቶ ወደ ጅማ ሲያመሩ ፥ መንገድ ከመሯቸው ሰዎች መካከል አባቴ ደስታ ደያሳ እና አቶ ብሩ ነበሩ። ወቅቱ ክረምት በመሆኑ ሆሳዕና ላይ ሲደርሱ የአሞ ወንዝን ለመሻገር ቀላል ሆኖ አላገኙትም። ይሁንና የወንዙን መጉደል በመጠባበቅ ላይ እያሉ፣ የሆሳዕናው አገረ ገዢ ወዳጃቸው የሆነው፥ የወላይታው አገረ ገዢ የነበሩት ሰውዬ የመታመሙ ወሬ ሲደርሳቸው፣ ሚሲዮኑን፣ “ደጃዝማች ይገዙ የተባሉ ወዳጄና የወላይታ አውራጃ አስተዳዳሪ ስለታመሙ፥ ከእናንተ መካከል ሐኪም እንዳለ ሰምቻለሁና እባካችሁ ወደዚያ ሄዳችሁ ወዳጄን እርዱልኝ” በማለት የሚሲዮኑን እርዳታ ለወዳጃቸው በመጠየቃቸው፣ የሚሽነሪዎቹም በጎ ምላሽ በማግኘታቸው ከሚሲዮኑ ግማሹ በሆሳዕና ሲቀር፣ የወላይታን መንገድ በሚያውቀው አባቴ መሪነት ዶ/ር ላምቤ ሌሎች ሐኪሞችን አስከትለው ወደ ወላይታ ሰዶ አቀኑ። የወላይታ አገረ ገዡንም አከሙት።

አገረ ገዡው ከሕመሙ እንዳገገመ፣ “እባካችሁ ከዚሁ አካባቢ ሥሩ፣ የምትኖሩበትን ቦታም እኔው እሰጣችኋለሁ” በማለት ለነ ዶ/ር ላምቤ ቢያቀርቡም፣ ዶ/ር ላምቤ ግን

የአገልግሎት ሌጋሲ

እኛ ፈቃድ የተሰጠን ጅማ ሂደን እንድንሠራ ነው በማለት በዚያ ለመቆየት የሚያስችል ፈቃድ እንደሌላቸው በመናገራቸው፤ የወላይታው አገር ጎሥ፤ "እነው ፈቃዳቸሁን ወደ ዚህ እንዲቀይሩት አደርጋለሁ" በማለታቸው ያ የሚሲዮን ቡድን በደቡብ ኢትዮጵያ የመጀመሪያውን ማዕከል በሶዶ ገነባ።

ሬይሞንድ ዴቪስ ያስነበቡን ታሪክ በዚያ ስፍራ የተፈጸመ ነው። ከመጀመሪያው የወላይታ ሕዝብ ወንጌል አማኝ እና የውኃ ጥምቀት ከወሰዱት ውስጥ አባቴ እና እናቴ ቀዳሚዎቹ ከመሆናቸውም በላይ ፤ የመጀመሪያዋ አጥቢያ ቤተ ክርስቲያን የወላጆቼ መኖሪያ ቤት የነበረው የሳር ጎጆ ነበር።

የመጀመሪያው ወንጌላዊ - ደስታ ደያሳ

ወንጌል በሶዶ ጀምሮ በአንራባች አካባቢዎች እየተስፋፋ በነበረበት ሁኔታ፤ የፋሽስት ኢጣሊያ ወታደሮች አገራችንን በመውራራቸው ምክንያት ፤ ሚሲዮናውያን ከዚያ አካባቢ እንዲወጡ ቢደረግም ወላጅ አባቴን ጨምሮ ሌሎች የወንጌል ባለ ዐደሮች የመከሩን ሥራ አጠናክረው መሥራት ጀመሩ።

አባቴ ደስታ የመጀመሪያው ወንጌላዊ በመሆን ጋሞ ጎፋ ሚሽነሪ ተደርጎ ተላከ። ከጋሞ ጎፋ ውጭም ብዙ ስፍራዎችን በወንጌል አዳረሰ። እግዚአብሔር በልጆች ባረካቸው። እኛን ልጆቻቸውንም በእግዚአብሔር ቃል ኮትኩተው፤ ለአገልግሎት በተላኩበት ስፍራ ይዘውን በመሄድ ፤ በሕይወታቸው ምሳሌ ሁነው አሳደጉን።

ከነገድና ከቋንቋ ፤ የተዋጀው አባቴ በሕይወት ዘመኑ ሁሉ የክርስቶስን ወንጌል ከመስበክ ውጭ አንድም ጊዜ ስለተገኘበት ጎሳ፤ ስለ ማንነቱ ሌላው ቢቀር እንኳ ስለ አያቶቹ አወርቶ አያውቅም፤ ሐዋርያው ጳውሎስ ሰዎችን በክርስቶስ አውታለሁ እንዳለው በደረሰበት ስፍራ ሁሉ ወንጌል ላልሰሙት ወንጌልን መስበክ፤

የወንጌላዊ አባባ ደስታ

እማማ ማሚቴ

በክርስቶስ ካገኛቸው ወገኖቹ ጋር ስለ እግዚአብሔር መንግሥት ሥራ ከመወያየት ውጭ ስለ ሌላ ጉዳይ ትኩረት አልነበረውም።

አባቴም በወላይታ ምድር የመጀመሪያው ወንጌል አማኝ እንደመሆኑ፤ ከውጭ አገር ከመጡት ሚሽነሪዎቹ ውጭ ስለ መጽሐፍ ቅዱስ አተረጓጎም የሚያስረዳውም ሆነ የሚያስተምረው የለም። በዚያን ወቅት እሱም ሆነ የአካባቢው ተወላጅ ወንጌል አማኞች የመጽሐፍ ቅዱስን ቃል እንደ ወረደ ነበር ለመተግበር የሚጥሩት።

ጌታ ኢየሱስ ክርስቶስ ሐዋርያቱን የእግዚአብሔርን መንግሥት እንዲሰብኩ ሲልካቸው "በትርም ቢሆን፤ ከረጢትም ቢሆን፤ እንጀራም ቢሆን፤ ብርም ቢሆን ለመንገድ ምንም አትያዙ፤ ሁለት እጀ ጠባብም አይሁንላችሁ። በማናቸውም በምትገቡበት ቤት በዚያ ተቀመጡ ከዚያም ውጡ።" በማለት የነገራቸውን፤ አባቴና መሰሎቹ ቃል በቃል ስለወሰዱት ለእለት የሚያስፈልጋቸውን ከመጠቅም፤ እንግድነት ባስተናገዲቸው ቤት ከማረፍ በዘለለ በአገልግሎታቸው ምንም አይፈልጉም።

ጉብረተሰቡም እንዲሁ ይኼንን ቃል በቀጥታ ስለሚወስዱት ለአገልጋዮች የሚሰጡቸው ስንቅም አልነበረም።

በአባቴ አገልግሎት ዘመን ያስተዋልኩት፤

ከአባቴ ዘመን ጀምሮ ያገለገሉ የመከሩ ሠራተኞች ብዙ ዋጋ ከፍለዋል። ለአገልግሎት ወደ አነራባች አካባቢዎች ሲሄዱ በራሳቸው ወጭ ነው የሚንቀሳቀሱት። ቤተሰባቸውን ደግሞ በአካባቢያቸው ላሉ ክርስቲያኖችና ለጌታ በአደራ ስጥተው ይወጣሉ። በአገልግሎታቸው ከሰዎች የሆነ ጥቅም እናገኛለን ብለው አስበው አያውቁም። አገልጋይን በገንዘብ መደነም፤ ቀለብ መስፈር በወላይታ ቃል ሕይወት ቤት ክርስቲያን የተጀመረው ከቅርብ ዓመታት ወዲህ ነው።

በቤተ ክርስቲያን ውስጥ እንደማደጌ አገልጋይ የሆኑ የብዙዎቹን ታሪክ በቅርብ አውቃለሁ። የተራቡ፤ የተቸገሩ፤ ቅጠል የበሉ፤ አፈር የላሱ ነበሩ። "የእግዚአብሔር መንግሥት ጽድቅና ሰላም በመንፈስ ቅዱስም የሆነ ደስታ ናት እንጂ መብልና መጠጥ አይደለችምና።" ተብሎ እንደተጻፈው እነሱ ስለሚበሉትና ስለሚጠጡት ሳይሆን የእግዚአብሔር መንግሥትና ጽድቁ ብቻ ነው የሚያሳስባቸው። ምንም ሳትይዙ ሂዱ የተባለውን ቃል እንጂ በመንገድ

ላይ አገኛለሁ ብለው አስበው የሚሄዱት ነገር አልነበራቸውም። በድህነት እየኖሩ ከሚያገኙት አነስተኛ የ3ሮ ማሳቸው እንኳ አሥራት ያወጣሉ።

ኑሮአችን ከእጅ ወደ አፍ የሚባል ስለሆነ፣ እናቴ የቤታችንን ጉድለት ለመሙላት ጉልት ትነግዳለች፤ ከምታገኘው ጥቂት ሳንቲሞች ሳይቀር አሥራትና መባዋን በታማኝነት ለቤተ ክርስቲያን ትሰጣለች። 3ሮችን ትንሽ የቡና ማሳ አለ። ከቡናው ፍሬ ስትሰበስብ አሥራት ታወጣላች። እኛ ስናድግ የእግዚአብሔርን መንግሥት በሁሉም አቅጣጫ ማገልገል፤ የቤቱን ሥራ መደገፍ እንጂ ከዚያ የሚገኝ ሥጋዊ ጥቅም አለ ብለን አናስብም። በጽድቅ ማገልገል ማለት ለእኛ ቤተሰብ ይኼ ነው።

በዚያን ዘመን "ከረጢት ቢሆን አትያዙ" የሚለውን በአገልግሎታችን ሲተገብሩት፣ የሚያስፈልጋቸውን ሁሉ በመንገዳቸው እግዚአብሔር ኃላፊነቱን እንደሚወስድ ታምነው ነው። በቁጠሩት ሳንቲም አልያም ስንቅ አይደለም አገልግሎቱ የሚከናወነው። በእግዚአብሔር በመታመን እንጂ።

የቤታችን ልማድ፤

ቤታችን ውስጥ ሁል ጊዜም ምሽት ላይ ከመጽሐፍ ቅዱስ አንድ ክፍል ይነበባል፤ ሁላችንም በግላችን እግዚአብሔርን በሚገባ እንድናውቅ ቃሉን ካካፈልን በኋላም ይጸልያል። በሕይወቴ ሙሉ አንድም ቀን ስለ ገንዘብ፤ ስለ ምኞት ሲያወራ ሰምቼው አላውቅም። ያለውን ከሌሎች ጋር ተካፍሎ መኖር፣ እግዚአብሔርን ከልቡ ተስጥቶ ማገልገል፤ በእግዚአብሔርም ሆነ በሰው ፊት ቀና የሆነውን ከማድረጉ የተነሳ ፤ በቤተ ክርስቲያንም የተከበረ እና ትልቅ ቦታ የተሰጠው አገልጋይ ነው። እኔም ሆንኩ ወንድሜ፤ እህቶቻችንም ጨምሮ አባቴን ፈለግ ተከትለን እግዚአብሔርን የምንወድድ፤ በቤተ ክርስቲያ ውስጥ ከልጅነታችን ጀምሮ አገልጋዮች ነን።

እግዚአብሔርን ማገልገል ምን ማለት እንደሆነ ከወላጆቻችን ሕይወት እያየን ማደጋችን በእጅጉ ጠቅሞናል። እርግጥ ነው አልፎ አልፎ ወላጆቻቸው የወንጌል አገልጋይ የሆኑባቸው ሌሎች ልጆች አገልግሎትን እንደ እርግማን ሲቆጥሩት በጀሮዬ ሰምቻለሁ። ወላጆቻችን የቤተ ክርስቲያን አገልጋይ በመሆናቸው እኛን አስራቡ፤ ወንጌላዊ ሆነው እና እንደሌሎቹ ትልቅ ቤት፤ ትልቅ ኑሮ ሀብት ንብረት እንዳይኖረን አደረጉን ብለው ሲናገሩ ስሰማ፣ ልጆቹ ስለ አገልግሎት ባላቸው የተንሸዋረረ መረዳት አልፈርድም። ይልቁንም

ግን ፤ ምን አልባት የእነዚህ ልጆች ፤ ወላጆች የአገልግሎትን ምስጢር ለሌላው ሊያስረዱ የሚደክሙትን ያህል ለልጆቻቸው በደንብ አልነገሯቸውና ብድራታቸውን ትኩር ብለው እንዲያስተውሉ ሳያደርጉ ቀርተው ይሆን? ብዬ እጠረጥራለሁ።

የእና ወላጆች ግን ፤ በብዙ መከራ፤ ስደትና ርህብ ውስጥ ቢያሳድጉንም፤ የአገልግሎትን ብድራት ወደፊት እንድንመለከት አድርገውናል። ክብሩ ለእግዚአብሔር ይሁንና፤ እነሱ በታማኝነት ጽድቁንና መንግሥቱን ብቻ ትኩረት ሰጥተው ያገለጉት ሕያው እግዚአብሔር ፤ ስለ ስሙ የወጡ የወረዱበትን አይረሳምና በጊዜው ደግሞ ነገሮችን ሁሉ ውብ አድርጎ ልጆቻቸውን ባርከዋል።

እነሱ ባለፉበት ውጣ ውረድ ሳይሆን በኑሮ ስኬታማም እንድንሆን አድርገናል። ለእኛም ብቻ ሳይሆን ለሌሎች የምነጋራውን እውቀት፤ ህብት ሰጥቶናል። የሆነው ሁሉ የሆነው ከወላጆቻችን የተነሳ ነው ብለን ሁላችንም እናምናለን።

ከወላጆቼ ሕይወትና ኑሮ ፤ የተማርኩትን እኔም በተራዬ ለሁሉም ልጆቼ ምሳሌ ሆኜ ለማሳየት ተግቻለሁ። የእግዚአብሔርን ቃል እንደ አባት፤ እንደ እግዚአብሔር ባለ ዐደራ ሆኜ አስተምሬአቸዋለሁ። ስለ እነሱም እግዚአብሔር ይመስገን፤ መጽሐፍ ቅዱስን ያውቃሉ፤ እግዚአብሔርን ማገልገል በረከት እንደሆነ ተገንዝበዋል። ስለዚህ ሁሉም ልጆቼ ለአገልግሎት ልባቸው ክፍት ነው።

አገልግሎት በቀደመውና በአሁኑ ትውልድ፤

እግዚአብሔር በአባቴ አገልግሎት ተአምራታዊ እጁን እየዘረጋ ጠንቋይ እንኳን ሳይቀር በድንቅና በተአምራቱ ለወንጌል ተሸንፏል። አንድ ጽንስ በተፈጥሮ በዘጠኝ ወር አካባቢ መወለድ እያለበት ነገር ግን ከጥንቆላ አሥራር ጋር በተያያዘ አሥራ ሁለት ወር የቆየን እና አልወለድ ያለን በማኅፀን ውስጥ የቆየ ጽንስ መኖሩን አባቴ ሲሰማ በዚያኑ ቀን በአምላኩ በእግዚአብሔር ስም ታምኖ በመጸለይ ለአሥራ ሁለት ወራት በማኅፀን የቆየው ጽንስ ጤናማ ልጅ ሆኖ ተወልዷል።

ይህ ተአምር የተደረገለት ቤተሰብ አባወራው ራሱ በአካባቢው የታወቀ እና እራሱን እንደ አምላክ ያስቆጠረ ጠንቋይ ስለነበር፤ እግዚአብሔር አባቴ ወንጌላዊ ደስታን ተጠቅሞ ባደረገለት ተአምር ወዲያን ጌታ ኢየሱስን ሲቀበልና፤ ከጥንቆላ አሥራሩ ነጻ ሲወጣ በዚህ

የአገልግሎት ሌጋሲ

አካባቢ የነበሩት ሰዎች ሁሉ እንዲህ ያለውን አምላክማ እኛም እንቀበላለን ብለው ጌታን የተቀበሉበት ሁኔታ ሁሉ በአገልግሎቱ ተፈጥሯል።

አስደናቂው ነገር ግን እንዲህ ያሉ በአባቴ እጅ እግዚአብሔር የፈጸማቸውን ተአምራት በአባቴ አንደበት አይወሩም ነበር። ሌሎች ናቸው ስለ እሱ አገልግሎት በዓይናቸው ያዩትን፤ በጀሮአቸው የሰሙትን ይመሰክሩ የነበሩት። አባቴ እንዲህ ያለውን ነገር መናገር ያልፈለገበት ዋነኛ ምክንያት እሱ መልእክተኛ እንጂ የድንቅና የተአምሩ ባለቤት ወይም ባለ ኃይል ስላልሆነ በዚህ ዘመን አንዳንዶች ሲያውቁም ሆነ ሳያውቁ እንደሚያደርጉት ራሱን በሰዎች ፊት የሆነ ተአምር አድራጊ አድርጎ መሳል ነውር መሆኑን ጠንቅቆ ስለሚያውቅ ነበር።

አባቴ ከልቡ የተከተለው፣ ያገለገለው አምላክ የጸውሎስ ጌታ እና አምላክ ነው። በልስጥራን እግሩ የሰለለ፤ ከእናቱም ማኅፀን አንካሳ የሆነ፤ ከቶም ሄዶ የማያውቀውን ሰው እግዚአብሔር በሐዋርያው ጳውሎስ አገልግሎት አልፎ ሲፈውሰው ያየና የተመለከቱ የከተማዋ ሰዎች ለጳውሎስና ለበርናባስ የአበባ አክሊሎች አዘጋጅተው ፤ መሥዋዕትም ሊሰውላቸው ሲሉ እነሱ ግን ልብሳቸውን ነው የቀደዱት። ለእግዚአብሔር የተገባውን እውቅና እነሱ ሊጋሩ አልወደዱም።

በአሁኑ ዘመን ያለው አገልግሎት በቅዱሳት መጻሕፍት ተጽፎ ከምናገኘው የሐዋርያት ዘመን አገልግሎት ፤ በዓይኔ ተመልክቼ ፤ በቤተ ክርስቲያን ውስጥ አድጌ ምስክር ከምሆንለት ከአባቴ ዘመን አገልግሎት ጋር ሳስተያየው አፍራለሁ። በዘመናችን ያሉ አንዳንድ አገልጋዮች እግዚአብሔር በእነሱ አልፎ የሆነ ነገር ካደረገ፣ ዘማሪ ደረጀ ከበደ(ዶ/ር) በዝማሬው እንደገለጻቸውና እንደታዘባቸው የሚያደርጉ በርካቶች ናቸው።

"...ራሱን : የሚያዳንቅ : አገልጋይ :ሞልቶናል
ሥሙን : ሲያስተዋውቅ : ፎቶውን : አይተናል
ስብከቴ : ነከቶአቸው : እልፍ : ሰዎች : ዳኑ
አጋንንቶች : ወጡ : ብሎ : ማጋነኑ
ራሱ : እንዳደረገው : በኃይል : በጥበቡ
እውቁልኝ : ብሎ : ሥሙን : ማነብነቡ (ጀx)"

ከዚህም እልፍ ብለው፦ "እኔ እየጸለይኩልህ ነውና ገንዘብ ስጠኝ" በማለት ዐይናቸውን

በጨሌው ታጥበው ወደ እኔ የሚመጡ ሰዎች አሉ። ለእንደዚህ አይነቱ ነፍረተ ቢስ፤ እግዚአብሔር በወደራ አስተዳድርለት ዘንድ የሰጠኝን ገንዘብ በፍጹም አልስጥም። የጠየቀኝ ሰው በድርጊቱ ባያፍር እኔ ስለ እሱ አፍርለታለሁ።

እኔ በዚህ ዘመን የማስተውለው ነገር ፤ ገንዘብ እንዳለህ ካወቁ እንጸልይልህ፤ እናገልግልህ ብለው በመምጣት ስለ "ገድላቸው" ነው የሚናገሩት፤ "እንዲህ ሆኜ፤ እንዲህ ጾልዬ፤ እንዲህ ተደርን" በማለት መተረኩ ትንሽ እንኳ አያሳፍራቸውም። ይህ ከወንጌል እውነት የተፋታ ተግባር ነው።

የጽድቅን አገልግሎት በገንዘብ የተመኑ የመኖራቸውን ያህል ደግሞ በዚህም ዘመን የክርስቶስ ቅሬታ የሆኑ አገልጋዮችም እንዳሉ አልዘነጋሁም። ይስሐቅ ቦንቶ ስለሚባል አገልጋይ በቅርብ ከአንደበቱ የሰማሁት ታሪክ አለ። እዚህ ላይ የእሱን ምስክርነት ማቅረቡ ዛሬም የክርስቶስን ቤተ ክርስቲያን በጽድቅ የሚያገለግሉ ስለመኖራቸው ማሳያም ይሆናል።

እኔና ባለቤቴ ወደ ሶዶ ሙሉ ወንጌል ሂደን በዚያን ቀን ያለውን ጉባኤ እንድንካፈል የእግዚአብሔር መንፈስ ቀሰቀሰን። ወቅቱ አገራዊ የፖለቲካ አለመረጋጋቱን ተከትሎ ረብሻ የነበረበት ጊዜ ቢሆንም እኔ ግን ወደ ሶዶ ሂጄ ጉባኤውን ስካፈል ይኼው አገልጋይ የዕለቱ ሰባኪ ነበር።

ይስሐቅ ቦቶ በአገልግሎት ባሳለፋቸው ዓመታት ውጣ ወረድ ያለበት ሕይወት መገፋቱን በስብከቱ መኻል ጠቆም ያደርግ ነበር። ከባለቤቱ ጋር የሽምብራ ቆሎ እራት በልቶ ለማደር በዕለቱ ከነቤት ከሚገኝ ሱቅ ዷቤ ተደጋጋሚ ወስዶ ባለመክፈሉ ምክንያት፤ በሌላኛው ቀን በርኀብ ሲጠበሱ እንደለመደው የሽምብራ ዷቤ ለመውሰድ ወደ ጎረቤቱ ሱቅ ቢሄድም ዷቤ ተከልክሎ በርኀብ ማደር ብቻ ሳይሆን አንድ ቀን እንዲያውም በዚሁ ሁኔታ አድሮ በማግስቱ እሁድ እሱ ካለበት አካባቢ ራቅ ብሎ የሚገኝ ቤተ ክርስቲያን አገልግሎት ይዞ ስለነበር በእግሩ ተጉዞ ቢያገለግልም፤ ከአገልግሎት ሲመለስ ግን የአገለገለባት አጥቢያ ቤተ ክርስቲያን አሥሩ ብር እንኳን ሳትሰጠው ነበር ያሰናበተቸው። ይህ አገልጋይ በዕለት ጉርስ ተቸግሮ አምላኩን ከማገልገል ግን ቸል አላለም። ትኩረት ያደረገው በተከክል ሰዎች በእግዚ አብሔር ቃል እንዲታነጹ። ወንጌል ያልሰሙ ሰዎች ወንጌል ሰምተው ጌታን እንዲቀበሉ፤ የምስራቹን ለነፍሳት ማድረሱ ላይ ነበር። አዝመራው ነፍስ ነው እንጂ፤ ለራሱ ለሰውዬው ሥጋ የሚሆነውን አልነበረም የፈለገው።

የዚህ አገልጋይ ምስክርነት ዛሬም ስለ ወንጌል ዋጋ የሚከፍሉና በምትኩ ከሰው ሳይሆን ብድራታቸው ከእግዚአብሔር የሚጠብቁ እንዳሉ አንዱ ማሳያ ይሆናል ብዬ አስባለሁ።

ሌሎችን ደግሞ፣ በብልጣብልጥነት "የሚያበራየውን በሬ አፉን አትዝጋ" የሚለውን ቃል ይጠቅሱና ይችንን ምክንያት አድርገው ገንዘብ መሰብሰብ ላይ ብቻ ያተኩራሉ። ሁሉ ነገራቸው የተመሰረተው ገንዘብ ላይ ነው፤ አንዴ ከረዳሀቸው ደግሞ ስልክ ቁጥርህን መዝግበው ይይዙና ሁልጊዜም ገንዘብ እንድትሰጣቸው ይደውላሉ፤ "እንዲህ ሆኛለሁና ገንዘብ ቸገረኝ፣ ቤት መሥሪያ ጀምሬ ለቆርቆሮ የሚሆነኝ ጎደለኝ ...ወዘተ" ይላሉ። ከገዘሀላቸው ምክንያት ፈልገው ዓመቱን ሙሉ መደወል ነው። እኔ ያደኩበትና ያየሁት እንደሱ አይደለም፣ ራሳቸውን ጥለው ስለ ወንጌል ምንም ጥቅማ ጥቅም ሳይጠይቁ አገልግለው ሊሄዱ ሲሉ ኪሳቸው ውስጥ ይከቱላቸዋል። እነሱም እንኳ ኪሳቸው የገባውን ገንዘብ ወንጌልን በገንዘብ ለውጠነው ይሆን? በሚል መሳቀቅ ነው የሚቀበሉት።

የቤት ክርስቲያኑ ምእመን ስለ አገልጋዩ ግድ ያላቸው እንደሆን ደግሞ "እሱ ወንጌል ሊያገለግል ሄዷል፤ ልጆቹ እንዴት ሆነው ይሆን?" ብለው ሊጠይቁ ይሄዳሉ፤ ፈታቸውን አይተው ተቸግረሃል? ተርበሃል? እባከህ ንገረኝ ብለው ችግሩን ጠይቀው የሚያስፈልጋቸውን ይሰጧቸዋል፤ ከጎናቸው መቆማቸውን ያሳዩአቸዋል። ይህ እውነተኛ የክርስቲያኖች ባሕል ነበር። በዚህ ሁኔታ የሚያገለግሉም የጽድቅ አገልጋዮች ናቸው።

እኔ የአገልጋይ ልጅ ብሆንም ከልጅነቴ ጀምሮ አባቴ አገልጋይ ስለሆነ ከሰው እጅ ሳንቲም እየጠበቅን አላደግንም። እኔ እንዲያውም ከልጅነቴ ጀምሮ ሰውን አየደገፍኩ ነው ያደኩት። ለሰው የምሰጠውን ነገር እግዚአብሔር አላሳጣኝም። በልጅነቴ የቀን ሥራ እየሠራሁ በማገኛት ገንዘብ ፤ ዶሮና እንቁላል እያመጣሁ ለፈረንጆች እሸጥ ነበር። ከዚያን ጊዜ ጀምሮ ገንዘብ ኪሴ ውስጥ አይጠፋም። ለራሳችን ሳይሆን ለሌላ የምሰጠውን አላጣም ነበር። የአገልጋይ ልጅ ነኝ፤ ኑሮአችንን ግን በማገለግል ከሚገኝ ሳንቲም ጋር አያይዘን አላደግንም።

ቤተ ክርስቲያን ውስጥ ዛሬ ዛሬ ለኮንፈረንስ የሚጠሩ ተጋባዦ አገልጋዮች፣ ይኼንን ያህል ገንዘብ ይከፈለኝ ብለው አስቀድመው ሲደራደሩ ስሰማ አፍራለሁ። እንዲህ የሚያደርጉ ሰዎች በጣም ያሳዝናሉ። እንዲህ ያሉ ሰባኪያን የንግግር ችሎታቸውን ነው የሚያካፍሉን እንጂ ፤ ወንጌልን አይደለም። የሚዘምሩም ቢሆን የመዘመር ጥበባቸውን፣ ወይም አነቃቂ የንግግር ችሎታው ያላቸው Motivational speech የሚባለውን ነው እየሸጡልን ያሉት

እንጂ ወንጌል አየሰበኩልን እንዳልሆነ ልናውቅ ይገባል::

በአንድ የቤተ ክርስቲያን የመሪዎች ስብሰባ ላይ ቤተ ክርስቲያን ለኮንፈረንስ የምትጋብዛቸውን አገልጋዮች ስትመርጥ "እከሌን እንጥራ?   አይ አንጠራም፤ ትኩረቱ ገንዘብ ነው፤ እከሌን እንጥራ አንጠራም" እየተባለ ብዙ ሲነጋገሩ ስመለከት በጣም ደስ አለኝ:: እነዚህ መሪዎች አገልግሎት ከገንዘብ ጋር ተያይዞ መቅረብ እንደሌለበት በሚገባ ተረድተዋል:: ገንዘብ ፈላጊ አገልጋይን ከቤተ ክርስቲያናቸው ቅጥር ውጭ እንዲሆን ማድረጋቸው ለቤተ ክርስቲያኗ ጤናማነት በእጅጉ አስፈላጊ ነው::   ይህን ስል ግን አገልጋይ ይራብ፤ ይቸገር ማለቴም አይደለም:: የቸግሩና የረሀቡንም መፍትሄ ራሱ ይፈልግ እያልኩ ሳይሆን አገልጋዩ የሚያስፈልገውን በጤናማ መልኩ ማድረግ ያለባት ቤተ ክርስቲያን ናት:: እሱ ይኼንን ይደረግልኝ ያኛው ይታከልልኝ የማለት ስልጣን የለውም:: እንዲህ ያለ ዝንባሌም ሊያሳይ አይገባም:: አባቶቻችን በወንጌል አልሸቀጡም:: ጥሩ ምሳሌነት ያለው ሕይወትና አገልግሎትን አሳይተውናል:: እኔ ያንን ፈለግ የሚከተሉ አገልጋዮችን እወድዳለሁ:: ከጎናቸውም እቆማለሁ::

አገልግሎት የውድድር መድረክ አይደለም:: ይቺ ዓለም በውድድር የተሞላች ስለሆነች ሁሉም ሰው ኑሮውን ከሌላው ሰው ኑሮ ጋር ያወዳድራል:: አገልግሎትንም በዚያ መነጽር ከተመለከትነው ከእግዚአብሔር አሳብና ፈቃድ ውጪ ያደርገናል:: አገልጋይ አገልግሎቱ ውድድር ውስጥ እንዳይገባበት ደግሞ የአገልጋይ ሚስት ትልቅ ኃላፊነት ይጠበቅባታል::

በአንድ ወቅት አንድ ወንጌላዊ   ይታመምና ፡ ሐኪምና ፈልጎ እኔ ዘንድ ይመጣል:: ስለ በሽታው ጠይቄው እየመለሰልኝ እያለ፤ ሕመሙ እሱ ከሚነግረኝ ጉዳይ ጋር የማይያያዝ መሆኑና ቸግሩ ምን ላይ እንደሆነ እንዳውቅ ከሐኪምና ሙያ ውጭ በሆነ መንገድ እግዚአብሔር አሳየኝ:: ከዚያም ነገሩን ከሰውዬው አንደበት ለመስማት ፈልጌ፤ "ወንድሜ ሆይ ሥራህ ምንድን ነው?" አልኩት፤ እሱም ወንጌላዊ መሆኑ ነገረኝ:: እኔም በሐኪምና እውቀቴ ሳይሆን እግዚአብሔር ያሳየኝን እና የሕመሙ ምክንያት ምን እንደሆነ ነገርኩት::

"አሁን ያመመህ ነገር ዓለምንና ኑሮህን እያየች ያስቸገረች ሚስትህ እቤት አለች፤ ሰይጣን በረኃም ጣቱ የሰፈር ኑሮን እያስቆጠራት ነው፤ ራሷን ከሰፈር ሰዎች ኑሮ ጋር እያወዳደረች ነው ያለችው::" ስለው ከወንበሩ ተነስቶ መሬት ላይ ወደቀና አለቀሰ::

ይኼንን ወንጌላዊ ሰይጣን በውድድር ዓለም ውስጥ አስገብቶ አእምሮውን ሊያናጋው

የአገልግሎት ሌጋሲ

ፈልጎ ነበር። ጎረቤትህ እንዲህ ያለ ውብ ቪላ ቤት አላቸው፤ የእነሱ ልጆች ውድ የሆነ ትምህርት ቤት ይማራሉ፤ ኑሮአቸው ቅንጡ ነው፤ የሚለብሱትን ልብስ ተመልከት ውድና ፋሽን ነው፤ የሚነዱት መኪና... በማለት የሰው ኑሮ እያሳየ በሕይወቱ እንዲማረርና በአገልግሎቱ እንዳይረካ ፤ ሰማያዊ ብድራቱን ትኩር ብሎ እንዳይመለከት፤ ሕይወቱን በማጉረምረም እና በምሬት ሞልቶ ወደ ውድቀት እያንደረደረው ነበር።

ይኼንን ወንጌላዊ፣ "ወንጌላዊ ለመሆን የወሰንከው በዚያ በኩል እንጀራ ይገኛል ብለህ ነው ወይ?" በማለት ላቀርብኩለት ጥያቄ፣ "እኔ እንኳን መጀመሪያ ላይ ብራብም፣ ብጠማም እግዚአብሔርን አገለግላለሁ ብዬ ነው እግዚአብሔር እራሱ የሰጠኝን ሕይወትና ዘመን የሰጠሁት" በማለት ሲመልስልኝ፣ እኔም ጥያቄን አስከተዬ፤ "ታዲያ ለምን መስመር ቀየርክ?" ስለው፤ "ለሷ ብዬ ነው" በማለት በሐዘን ልቡ ተሰብሮ መለሰልኝ። ለዚህ ሰው በወቅቱ የሚያስፈልገውን መንፈሳዊ ምክር ሰጥቼ ሙሉ ሕክምና ማግኘት ካለበት ሚስቱን በሚቀጥለው ቀን ይዞ እንዲመጣ ነገርew መለስኩት። የወንጌል አገልጋይ ለውድድር ራሱን ከፍት ማድረግ የለበትም። እርፍ የጨበጠ አራሽ ገበሬ ወደ ኋላ እንደማይኄድ ሁሉ ፤ አገልጋይም እንዲሁ ወደ ኋላው መመልከት የለበትም። የወደፊት ብድራቱን መመልከት ብቻ ነው ያለበት።

አገልጋይ የአገልግሎት ትኩረቱን በምንም ተአምር ምድራዊ የሆነ ነገር ሊያስተው አይገባም። አገልጋይ እግዚአብሔርን እና ሕዝቡን አገለግላለሁ ብሎ ሲነሳ ወደ ኋላው ላለመመልከት እርፍ ጨብጧል። ወደፊት ያለውን ትኩረት የሚነሳ ነገር ሲያጋጥመው እምቢ ማለት ግድ ይለዋል።

ገንዘብን ባልተፈለሳ መንገድ መፈለግ አይደለም፤ ገንዘቡም ራሱ ፈልጎህ ሲመጣ እንኳ ትኩረትህን እንዳይወስደው ልትጠነቀቅና እንዳንዴም ከዓላማህ ጋር የሚጋጭ መሆን አለመሆኑን መርምረህ አልፈልግም እስከማለት መድረስ መቻል አለብህ። በቅርቡ አንድ ወንጌላዊ ሞተር ብስክሌት ገዘተው ሲወስዱለት አልቀበልም ብሎ መልሷል። ይኼን ያደረገበት ምክንያት ደግሞ ስለ ጉዳዩ ሲሰማ በእግዚአብሔር ፊት ጸልዮ መቀበል እንደሌለበት በመረዳቱ ነው። "እግሬ ገና ሌጋታ በቂ አገልግሎት አልሰጠም፤ በሞተር ብስክሌት የምሄድበት ጊዜዬ ገና ነው" የሚል ምላሽ ሰጥቷል። እውነተኛ የእረፍት ጊዜውን ያውቃል። መንፈሳዊውን ነገር ከለቀቀን አስመሳይ ሆነን ነው የምንቀጥለው።

ልብ ለእግዚአብሔር ሙሉ ከሆነ የኪስ ባዶነት ምንም አይደለም። እንዲያውም እንደ

ገድል ነው የምትቆጥረው፤ በባዶ ኪስ፤ በባዶ ሆድ፤ ምንም የሚታይ ነገር በሌለበት የጌታዬን ፈቃድ ቅድሚያ ሰጥቼ አገልግያለሁ ስትል፤ የምታገኘው የመንፈስ እርካታ ቀላል አይደለም።

ሁላችንም አገልጋዮች ነን፤

ሁላችንም የተፈጠርነው እግዚአብሔርን ለማገልገል ነው። ጌታን የተቀበለ ሰው ሁሉ በአንድም በሌላ መልኩ አገልጋይ ነው። እንስሳትን፤ እጽዋትን፤ መሬቲን፤ አካባቢያችንን በሙሉ እንድንከባከብና እንድናገልግል የሚበቃ አቅም በውስጣችን እግዚአብሔር አስቀምጦአል። ከዚህ ሁሉ በላይ ግን ክርስቶስ ኢየሱስን ከሰማይ እንዲመጣ ያደረገው የሰው ዘር በኃጢአት መውደቅ ምክንያት ነው። ስለዚህ ትልቅ ትኩረታችን አድርገን የምናገለግለው የሰውን ዘር ሁሉ ነው።

ሌሎችን ለማገልገል ስናስብ ራሳችንን መካድ አለብን። በራሳችን ልንታመንበት የምንችለውን ነገር አካብተን፤ ሰብስበን ፤ መታመኛ ይሆነናል ያልነውን ቋጥረን እግዚአብሔርን ማገልገል አይቻልም። አገልግሎት ከትርፋችን ተነስተን ሳይሆን ከዋናው ነገራችን ላይ መሆን አለበት።

እግዚአብሔርን የሚያውቅ ሕዝብ ሁሉ የእግዚአብሔር አገልጋይ ነው። የእኔን ልጆች በልጅነታቸው፤ ወደፊት አናዊ፤ አንጥረኛ ፤ ሐኪም፤ አስተማሪ፤ የትኛውም የሙያ ዘርፍ ውስጥ ቢሆኑ ራሳቸውን እንደ እግዚአብሔር አገልጋይ ቆጥረው አገልግሎትን በትጋት እንዲፈጽሙ እያስተማርኩ ነው ያሳደኳቸው። በዚህ ውስጥ እንግዲህ ልዩ በሆነ መለኮታዊ ምሪት ለወንጌል አገልግሎት ተለይቶልኝ የሚላቸው ቢኖሩ ፣ አገልግሎቱን እያገለገሉ ነገር ግን ራሳቸውን የሚደጉሙበት ሥራ መኖር አለበት ብዬም እመክራለሁ። ሐዋርያው ጳውሎስ በገዛ እጁ እየደከመ አገልግዷል። ከማንም ምንም አልጠበቀም። አባቴንም ቢሆን እናቴ እየሠራች ትደግፈው ነበር። እኔም ብሆን የቀን ሥራ እየሠራሁ ቤተ ሰቦችን አግዝ ነበር።

አንድ ሰው የሙሉ ጊዜ አገልጋይ ቢሆንና ባለቤቱ ብትነግድ የተሻለ ነው። እሱ ገንዘብ ተገኘቶ ኢንቨስተር ሆኖ እያገለገለ በሌላ በኩል ኢንቨስትመንቱን ቢሰራ ምንም ኃጢአት የለውም። ዋናው ቁም ነገር እግዚአብሔርን ለማገልገል የተጠራን የመሆናችንን መሰረታዊ ሀሳብ በአእምሮአችን ውስጥ ማስረጻችንና ያንንም ለማ ድረግ መትጋታችን ነው።

የአገልግሎት ሌጋሲ

እግዚአብሔር እድናገለግለው በጠራን ነገር ወይም በሰጠን መክሊት ታማኞች ሆነን በፊቱ ብንመላለስ የትውልድ የበረከ ምክንያት እንሆናለን። ለተተኪው ትውልድ የበረከት ድልድይ መሆንም እንችላለን።

የእግዚአብሔር በረከት ፤ ለልጅ - ልጅ፤

እግዚአብሔር በአራት ልጆች ባርኮኛል። የመጀመሪያው ልጅ በትክከል የእግዚአብሔር መንፈስ ያለበት፤ ትሁት የሆነ፤ በወንጌል ማገልገል የሚፈልግ ንልማሳ ነው፤ አሁንአሜሪካን ሀገር ሐኪም ሆኖ እየሠራ ይገኛል፤ በኑሮውም እግዚአብሔር ባርኮት ጥሩ ኑሮ ይኖራል። ትዳር መሥርቶም በልጅ ተባርኳል። ሁለተኛዋ ልጅ አስተማሪ ሆና እየሠራች ነው። አዲስ አበባ በኢንተርናሽናል ኢቫንጀሊካል ቸርች (አይ. ኢ. ሲ.) የኳየር መሪ ነች። ሶሎ ዘማሪ፤ የኳየር አስተባባሪ ሆና በጄታ ጿ ትተጋለች። ማስተርሬዒንም የሠራችው በስነ መለኮት

ዶ/ር ቀለሙ

ነው። ሦስተኛው ልጅም እንደዚሁ ቤተ ክርስቲያን ውስጥ በወጣቶች አገልግሎት ከልቡ ተሰጥቶ ያገለግላል። በሙያው ደግሞ ምስጉን ሐኪም ነው። በሙያው አሁን ስፔሻላይዜሽን ላይ ነው።

አራተኛው ልጅ የምህንድስና ትምህርቱን በመከታተል ላይ ይገኛል። ከሌሎቹ ልጆቹ ሁሉ በመጽሐፍ ቅዱስ እውቀቱና መረዳቱ እጅግ የሚያስደንቅ ነው። መጽሐፍትን ያስተውል ዘንድ ፤ እግዚአብሔርን አአምሮውን ከፍቶለታል። አሁን ሃያ አንድ ዓመቱ ነው፤ መንፈሳዊ በሆነ ጉዳይ ላይ በቤተ ክርስቲያን ውስጥ በትልልቅ የአገልግሎት ዘርፍ ውስጥ ያሉ ሰዎችን ጠይቀህ የማታገኘውን መልስ ከእርሱ ታገኛለህ። ይህን ስመለከት የእግዚአብሔር በረከት ብቻ እንደሆን እንደሆን በሚገባ እረዳለሁ። እግዚአብሔርን ታማኝ ሆኖ ማገልገል ብድራቱ ለልጅ ልጅም እንደሚተርፍ በተጨባጭ አስተውላለሁ።

ስለዚህ በእኔና በልጆቼ ላይ የወላጆቼ የበረከት ፍሬው በደንብ ይታያል። ልጆቼም በአያቶቻቸው አገልግሎት ይመኩበታል። ጌታን በታማኝነት ያገለገሉ አያቶች

ነብሩን ብለው መናገር፣ መመስከር ይወድዳሉ። እኔም እግዚአብሔርን ያገለገሉ ወላጆች ነብሩኝ ብዬ ስመሰክር የእነሱን ፈለግ ተከትዬ ለልጆቼ የእግዚአብሔርን ሥራ በታማኝነት እየከወንኩ በማሳየት፣ እነሱም በአባታቸው እንዲመኩ እፈልጋለሁ። "አባታችን በታማኝነት እግዚአብሔርን አገልግሏል" የሚል ውርስን ልተውላቸው ይገባኛል።የሌሎቹም እህቶቼ ልጆች ቢሆኑ በሀብት የበለጸጉ፣ ዶክተር የሆኑ፣ ትልልቅ ቦታ የደረሱ ናቸው። ወላጆቻችን እግዚአብሔርን በማግልገላቸው ልጆቻቸው አልተተዉም። ስለዚህ እህቶቼም ሆኑ ወንድሜ ከወላጆቻችን የተነሳ የእግዚአብሔር በረከት አግኝቶናል። የሰማዩም የምድሩም በረከት አልቀረብንም።

አሁን የምኖረውን ኑሮ እና ያለኝ በረከት ከአባቴ አገልግሎት ወደ እኔ እንደተሸጋገረ በረከት ነው የምቆጥረው። እውነታው ይኼው ነው። እሱ በፍጹም ልቡ አምላኩን ታምኖ በጽድቅ በፊቱ ተመላለሰ። እግዚ አብሔር ደግሞ ዋናውን ብድራት በስማይ አዘጋጅቶ ቢጠራውም፣ በምድርም ልጆቹን በሥጋም በመንፈስም ባረከለት።

በሙያዬ ሐኪም ነኝ። በእንግሊዝ ሀገር የፕላስቲክ ቀዶ ጥገና ስፔሻላይዝድ በማድረግ ወደ ሀገሬ መጥቼ በሙያዬም፣ በመንፈሳዊው ዘርፍም አገለገላለሁ። በወላይታ ሶዶ በከፈተኩት ሰሊሆም ከፍተኛ ክሊኒክ፣ ሰሊሆም የጤና ኮሌጅ፣ እንዲሁም በብዙ ሚልዮን ብሮች ሻሻሜ ላይ የገነባሁትን ፈዬ አጠቃላይ ሆስፒታል ከእግዚአብሔር በዐደራ እንደተሰጠኝ ዐወቅት፣ ሐብት፣ አድሬ አስተዳድራለሁ።

ወላይታ ሶዶ እና በዙሪያው ላሉት አካባቢዎች ትልቅ አስተዋጽአ እያደረገ ያለውን የሶዶ ክርስቲያን ሆስፒታል መሥራች ስሆን፣ ይህ ሆስፒታል ለአካባቢው ማኅበረሰብ ትልቅ ግልጋሎት በመሥጠት ላይ ይገኛል። በወንድሜ ሐኖክ ደስታ እየተመራ ያለው ፣ መንገድ ላይ የሚወድቁ ጨቅላ ሕፃናትና የድሃ ልጆችን ማሳደጊያ በነ አድራጎት ድርጅት አቋቁመን የነገ የቤተ ክርስቲያንና የአገር ተስፋዎችን እያስተማርን እናሳድጋቸዋለን።

የዚህ ሁሉ መሰረቱ ወንጌል የለወጠው ሕይወትና አገልግሎት እንደሆነ ሊታወቅና ሊሰመርበት፣ እግዚአብሔርን በጽድቅና በቅድስና ማገልገል ከንቱ አለመሆኑን እንደ እኔ በወላጆቼ የተመከተ፣ በሕይወቱም የተለማመደ ሁሉ ያውቀዋል።
"እግዚአብሔር፣ ቅዱሳንን ስላገለገላችሁ እስከ አሁንም ስለምታገለ ሉአቸው፣ ያደረጋችሁትን ሥራ ለስሙም ያሳያችሁትን ፍቅር ይረሳ ዘንድ ዓመፀኛ አይደለምና" (ዕብ.6፥10)።

የወንጌላዊ አባባ ዮሐንስ አንሼቦ ሌጋሲ

በፕሮፌሰር ተከተል ዮሐንስ

ሊያድነን ሲወድድ፤

ወንጌል ወደ ቤታችን ሲገባ እኔና ወንድሞቼ ገና በአባታችን ወገብ ነበርን። የእርነት ብርሃንም የበራው አስቀድሞ ለአባቴ ታላቅ ወንድም ለእኛ ደግሞ አጎት በሆኑት አባባ ለዕመንን (ቢሻም) አንሼቦ አማካኝነት ነው።

በድቅድቁ ጨለማ ላይ የወንጌሉ ብርሃን ከመፈንጠቁ አስቀድሞ፤ አባባ ለዕመንንም ሆነ አባቴ አርቶዶክስ ክርስቲያን እንደሆኑ ቢያስቡም፤ ሥርዓተ ሃይማኖቱን እንደወጉ ቢፈጽሙም ፡ ከዚሁ ሃይማኖታቸው ጋር ደባል እምነትና አምልኮም ቀይጠው ያስኬዱ ነበር። ይህ ደባል እምነት "ፈንዳኖ" ተብሎ የሚጠራ ሲሆን፤ ሥርዓተ አምልኮው ደግሞ በጭኍብጨባና በእልልታ የሚከወን ነበር። ፈንዳኖ የዳንኪራ አምላክ መሆኑ ነው።

የመድኃኒዓለም መንገድ ዘወርዋራ ነው ይባላል። ይባላል ነው ያልኩት።የተለምዶ አባባል

የእንግልሎት ሌጋሲ

ስለሆነ፥ እናም ይኼው መድሃኒተ ዓለም ወደ እኛ ቤት ይገባ ዘንድ ወይደና አባባ ለዕመንነ ለትንሽ ሳምንታት ከትውልድ ቀየው ዘወር አደረገው። አባባ ለዕመንነ ከኼደበት አካባቢ ሲመለስ እንደወትሮው ያ ቀየውንና፣ እድባሩ የሚያውቀው እራሱ አባባ ለዕመንነ ብቻ ሆኖ አልተመለሰም። እውነትን አውቆ፣ ከሲወርድ ሲዋረድ ሃይማኖቱ፣ ከፈንዳና ደባል እምነቱ፣ በእውነት አርነት ወጥቶ፣ እድባሩ የሚያውቀውን አባባ ለዕመንነ ሳይሆን ፥ በክርስቶስ አዲስ ፍጥረት የሆነውን ማንነቱን ይዞ ተከሰተ።

ወንጌል በኢየሩሳሌም፣ ይሁዳም ተጀምሮ ፥ ከሰማርያምእስከምድርዳርም እንደሆነው ሁሉ፣ አባባ ለዕመንነ ስብከተ ወንጌልን   ከቀያቸው ያውም ደግሞ ከገዘ ታናሽ ወንድማቸው አሐዱ ብለው ጀመሩ። ታናሽ ወንድማቸውም የመጀመሪያው የወንጌል ፍሬአቸው ሆነ።

"ወንጌላችን ገና ድል ያደርጋል

በአራቱም ማዕዘን ይሰበካል…፣" ተብሎ እንደተዘመረው ፥ ይኼው ወንጌል ቀያችንን ሁሉ አዳረሰው። በጨለማ ይኼድ የነበረው የአካባቢው ማኅበረሰብ የወንጌል ምርኮ ሆነ። የዘልማድ የሆነው ሃይማኖትና ደባሉ ጥያት በክርስቶስ ባለው እውነተኛ እምነትና ሕይወት ተለወጠ፣ እውነተኛዋ ቤተ ክርስቲያን በአካባቢው ተባዛች።

በቆይታም አባባ ለዕመንነ ቀያችን ዙሪያ ላሉት ስድሳ አጥቢያ ቤተ ክርስቲያናትን በአንድ አቅፎ የሚይዘው ጌዮጣ ተብሎ የሚጠራው "እንድ ክፍለ ማጎነር" መሪ ሆነው ለረጅም ጊዜ ያገለገሉ፣ በቤተ ክርስቲያን መሪነታቸው ጥሩ ስምና ዝና ያገኙ ትልቅ አባት ነበሩ።

አባቴና - ፌደል ሀ...ሁ

አባቴ ዮሐንስ አንሼቦ ጌታን ከማግኘቱ በፊት እንደ ማንኛውም የዘመኑ አርሶ አደር ገበሬ ፌደል ያልቆጠረ፣ የቀለም ትምህርት በዘረበት ያልዞረ፣ ሞፈር ገፋ ገበሬ ነበር። ጌታን ሲቀበል አስቀድሞ ያደረገው ነገር ታዲያ መጽሐፍ ቅዱስ በሌላ ሰው እየተነበበለት መስማትን ሳይሆን እራሱ ማንበብ እንዳለበት ወስኖና ጓጉቶ ለዚሁ ሲል ጓልማሶችን ሰብስቦ አድርገው ፌደል የሚያስቆጥሩበት ስፍራ ሄደ።

አባቴ ፌደል ለመቁጠር ያሳየው ትጋት የሚደንቅ ነው። እግዚአብሔርም ብሩህ የሆነ አእምሮ ሰጥቶታል። በአንድ ቀን ፌደል ቆጥሮ የዘለቀው አባቴ በማግሥቱ መጽሐፍ ቅዱሱን ራሱን ችሎ አነበበ። እዚህ ላይ እኔና አባቴን የሚያመሳስለን እኔም አንደኛ ክፍል እንደገባሁ ባሳየሁት ትጋት በአንድ ዓመት ከአንደኛ ወደ ሦስተኛ ክፍል በከፍተኛ

ውጤት ማለፊ ነው። ወደ አባቴ ታሪክ ልመለስና፦ያገኛትን የእውቀት ብርሃን እራሱ ጋር ብቻ ሊያስቀረው ስላልፈለገም በአቅራቢያው ባሉት እጦቢያ ቤተ ክርስቲያን እየተዘዋወረ ሌሎች ነልማሶችን ፈደል ማስቆጠር፤ አንደ አንድ የአገልግሎት ዘርፍ አድርጎ ተያያዘው። መጽሐፍ ቅዱስ በጥቂቱ የታመነ በብዙ ይሾማል እንዲል ሆነና ይኼን ትጋቱን የተመለከተው አግዚአብሐር በ1945/46 ዓ.ም ወንጌልን ይሰብከላትም ዘንድ አእምሮውን ከፈተው፤ በቃሉም አስታጠቀው። የወንጌል አስተማሪም አድርጎ ለአገልግሎት ጠራው።

ወንጌል ሰባኪው - ወንጌላዊ ዮሐንስ አንሼሮ

ወንጌላዊ አባባ ዮሐንስ

አባቴ ወደ ወንጌል ሰባኪነት አገልግሎት ከመግባቱ ቀደም ብሎ ታዲያ ሆሳዕናና ቡብቻ በሚሽነሪዎች የተከፈቱ የመጽሐፍ ቅዱስ ትምህርት ቤቶች ስለነበሩ የመጽሐፍ ቅዱስ ትምህርቱን በዚያ ገብቶ ከነ አባባ ኬዳሞ ጋር ተከታተለ። በወቅቱ በእነዚያ የመጽሐፍ ቅዱስ ትምህርት ቤቶች ገብቶ መማር ማለት በዚህ ዘመን እንደ ኢቲሲ እና ኤቢሲ ያሉት የስነ መለኮት ትምህርት ቤት ከመግባት ያልተናነስ ዋጋ የሚሰጠው ነበር። አባቴ በእነዚህ የመጽሐፍ ቅዱስ ትምህርት ቤት ብቻ አላበቃም፤ ወደ ዱራሜም መጥቶ በዚያ በነበረው የመጽሐፍ ቅዱስ ትምህርት ቤትም የስነ መለኮት ትምህርቱን ተከታትሏል። ትምህርቱም ከሁለት እስከ አራት ዓመት የሚወስድ እንደነበር አውግቶናል።

የመጽሐፍ ቅዱስ ትምህርት እየተማሩ መጀመሪያ ያደረጉት በአካባቢው ወንጌልን ማገልገል ነው። ፈደል ማስቆጠር በሚል መነሻ ፈደል ያስቆጥራሉ፤ ከዚያ በኋላ መጽሐፍ ቅዱስን እንዲያነቡ ያደርጋሉ። በዚህ አይነት ዘዴ ሰዎችን ወደ ጌታ ያመጡ ነበር። ከዚያም የአካባቢው አገልጋይ ሆነው ከሚኖሩበት አካባቢ ወጣ ብለው የፈደል ማስተማር ሥራውንና በዚያውም ወንጌልን የመግለጥ ሥራ ነበር ሲሰሩ የነበሩት።

ወንጌል ወደ ቀያቸን ሲገባ ለአካባቢው ማኅበረሰብ ሁለተናዊ ለውጥንም አምጥቷል።

የቀለም ትምህርት እንደ አሁኑ ባልተስፋፋበት በዚያን ዘመን፣ በእኛ አካባቢ ፊደል የቆጠረ ሰው ማግኘት ብርቅ ነበር ማለት ይቻላል። ከመኻል አገር ደብዳቤ ተጽፎ የሚመጣለት ቤተ ሰብ ያንን የሚያነብ ሰው በእግር በፈረስ መፈለግ ነበረበት። አንባቢው አስኪገኝ ድረስም መልእክቱ እንዲሁ ሊቆመጥም ሁሉ ይችላል።

ወንጌል ሲሰበክ፣ አጥቢያ ቤተ ክርስቲያን በየአካባቢው እየተተከሉ ሲመጡ ከዚህ ጎን ለጎን እያንዳንዱ አጥቢያ ቤተ ክርስቲያን ሕጻናት፣ ጎልማሶችን ፊደል ከማስቆጠር ጀምሮ መደበኛ ትምህርት ማስተማርን እንደ አንድ የወንጌል ተልዕኮ አድርገው ተያያዙት። በፊደል ቆጠራ የተጀመረው ትምህርት እስከ ስምንተኛ ክፍል ድረስ ዘልቆ ተስፋፋ። የዚህ ዋነኛ ዓላማው ግን ሰዎች ሁሉ መጽሐፍ ቅዱስን በራሳቸው ማንበብ እንዲችሉ ለማድረግ ታስቦ የተጀመረ በጎ ተግባር ነበር።

በዚህ ዘመን አንዳንድ አጥቢያ ቤተ ክርስቲያን ዋነኛ ተግባር አድርገው የሚቆጥሩት ሰንበትን ጠብቀው የሚፈጽሙትን አምልኮት ነው። ይህ ለመንፈሳዊ ሕይወታችን ዋነኛ ነገር እና በሌላ ልንተካው የማይገባ ቢሆንም፣ ከዚሁ ጎን ለጎን ግን ለማኅበራዊ ለውጥ፣ ሁለተናዊ አገልግሎትን መስጠት ደግሞ ታሳቢ መደረግ አለበት።

በፊደል ቆጠራ የተጀመረው መደበኛ ትምህርት በኋላ ላይ የቃለ ሕይወት ቤተ ክርስቲያን፣ ከኤስ.አይ.ኤም. ጋር በመሆን በአገሪቱ 500 የሚሆኑ ትምህርት ቤቶች እንዲከፈቱ አድርገዋል። ቁጥሩ ከዚህም በላይ እየጨመረ ሊሄድ ቢችልም፣ የደርግ መንግሥት መምጣትን ተከትሎ በቤተ ክርስቲያን በተጣለው እገዳ ምክንያት እንዲቆም ተደርጓል። በዚያን ወቅት በቤተ ክርስቲያን አገልግሎት ከተከፈቱት ትምህርት ቤቶች አንዱ አዲስ አበባ የሚገኘው የአሁኑ ጂ.ሲ.ኤ (አብዮት ቅርስ) ነው።

ስለ ወንጌል ሁሉን ጥሎ መውጣት፤

እግዚአብሔር ወደሚፈልገው ስፍራ አብርሃምን ከአገሩ፣ ከዘመዶቹ ለይቶ አወጣው እንጂ፣ አብርሃም ወደሚፈልገው ስፍራ እንዲሄድ አላደረገውም። በዚህ ዘመን አንዳንድ አገልጋዮች፣ በራሳቸው ወደ መረጡትና ምቾት ወደሚሰጣቸው ወይም ምቾት ሊያገኙበት ወደሚመስላቸው ስፍራ በአገልግሎት ስም ይዘዋወራሉ። አባቴ እና የአገልግሎት አጋሮቹ ወንጌልን እንዲሰብኩ ለአገልግሎት የተለዩት እና የሚያገለግሉበት ስፍራ የተመረጠላቸው በቤተ ክርስቲያን በኩል ነበር።

በዚህ ዘመን እንደምንሰማውና እንደምናየው ፣ አገልግሎትን ከጥቅማጥቅም ጋር

አቀራኙተው፤ እዚያ በመሄዱ ምን ያህል ይከፈለኛል? የሚሉት ነገር አልነበረም፡፡ ... ወደዚህ ስፍራ ሂድ ከተባልክ ተነስተህ መሄድ ነው፡፡ "ወደ ዓለም ሁሉ ሂዱ ወንጌልንም ለፍጥረት ሁሉ ስበኩ"(ማር.16፥15)፤ ለሚለው ለጌታ ኢየሱስ ትዕዛዝ ከልባቸው የተሰጡ ስለሆነ ፤ ከዚህኛው ስፍራ ይልቅ ይኼኛውን ይሻለኛል የሚሉት ነገር የሚታሰብ አልነበረም፡፡ ሁሉ ሰዎች ወንጌል መስማት አለባቸውና የቤተ ክርስቲያን መሪዎችን አደራ ተቀብለው፤ መንገዳቸውን በጸሎት አሳልፈው ስጥተው፤ ቤተሰብ ካላቸው ቤተሰቦቻቸውን አስከትለው ወደ መከሩ ሥራ ይዘምታሉ፡፡

ወላጆቼ ለመጀመሪያ ጊዜ ከአካባቢያቸው ውጭ ለአገልግሎት ተመድበው የተላኩት ወደ ጉራጌ ሀገር ነበር፡፡ በዚያም እኔ ስለ ተፀነስኩ ትውልድ ስፍራቸው ተመልሰው እዚያ ተወለድኩ፡፡ በጉራጌ አገር የነበረው የወላጆቼ የአገልግሎት ቆይታ ስለ ወንጌል ተብሎ የሚከፈል መሥዋዕትነት በሐዋርያት ዘመን ብቻ ያልቆመ መሆኑን ብቻ ሳይሆን እውነተኛ አገልግሎት በተለያዩ ፈተናዎች ውስጥ አልፎ እንደሚሄድ በሕይወታቸው የተማርነው ነው፡፡ ወላጆቼ ልክ እንደ ሐዋርያው ጳውሎስ ስለ ወንጌል መራብን ያውቃሉ፡፡ የእነሱን ከጳውሎስ ለየት የሚያደርገው ቢኖር እምቦቃቅላ ሕጻን ጭኖም ይዘው በርሃብ አለንጋ መገረፋቸው ነው፡፡

በቤታችን የሚላስ የሚቀመስ ሲጠፋ፤ "ይኼ ሁሉ ለምን?" ብለው ወደ መጡበት ቀዬ፤ እንስት ከጓሮ፤ እህል ከጎተራው ወደማይጠፋበት ቤታቸው ፈታቸውን ከማዘር ይልቅ፤ ለወንጌል አገልግሎት በተላኩበት አገር ጸንተው፤ ለችግሩ መውጫ የዘየዱት ግን ከገበያ መሬት ላይ የፈሰሰ እህል እያፈሱ ርሃባቸውን ማስታገስ ነበር፡፡ የጉራጌ አካባቢ አገልግሎታቸውን እንደከወኑ የተላኩት ደግሞ ጨቦ ወደሚባል አካባቢ ሲሆን የዚህ ሀገር ፈተና ደግሞ ስደት ነበር፡፡

በዚያ አካባቢ ብዙ የኦርቶዶክስ እምነት ተከታዮች በብዛት የመኖራቸውን ያክል ለወንጌል አገልግሎት ከወላጆቼ ጋር በስፍራው የተመደቡትም አገልጋዮች ብዙ ነበሩ፡፡ ለወንጌል አገልጋዮች የሚሆነው ቀለብ ከላከቻቸው አጥቢያ ቤተ ክርስቲያን ምዕመን እህል ተዋጥቶ ፤ ሁለትና ሦስት ሳምንት በሚወስድ የእግር ጉዞ በአህያ ተጭኖ ነው የሚቀርብላቸው፡፡

በአንድ ወቅት ጨቦ ላይ ስደት ተነሳ፡፡ ስደቱ በእድሜ ጨቅላ በነበርኩት በእኔ ላይ የሚያስከትለው ዋጋ አስከፊ ሲሆን እንደሚችል የተረዱት አገልጋዮች ወላጆቼ እኔን ይዘው ወደ ትውልድ ቀያቸው እንዲመለሱ እና ሌሎቹ አገልጋዮች ግን በዚያው በስደቱ ጸንተው ጌታን ለማገልገል ተስማሙ፡፡ ይህ ሲሆን ታዲያ ወላጆቼ በቅርቡ የተላከላቸውን እህል እዚያ ለሚቀሩት አገልጋዮች ትተው ነበር የወጡት፡፡ ይህ ነገር በኋላ ላይ እድሜ፤

የአገልግሎት ሌጋሲ

ራሴን ስችል፣ በሥራ ዓለም በአገር ውስጥና በተለያዩ ዓለማት ስዘዋወር፣ ከእኔ ጋር የቀረ ትልቅ ትምህርት ሆኖልኛል። ስፍራህን ስትለቅ በስፍራህ ተተክተው ለሚቀሩት ወገኖች ማሰብ። ዛሬ ላይ የምናያቸው አገልጋዮች ከዚያን ዘመን አገልጋዮች በእጅጉ ይለዩብኛል። ከሚኖሩበት ስፍራ ወደ ሌላ ቦታ እንደሚሄዱ ቢያውቁ እሁሉን ሸጠው ፤ ብራቸውን ቋጥረው ይወጣሉ እንጂ ለሚተኩት ሰው ቸርነት አያደርጉም።

ወላጆቼ ከጫቦ አገልግሎት በኋላ የተጓዙት ወደ ባሌ ነበር። ከወላጆቼ የወንጌል አገልግሎት ብዙ ነገር ተምሬአለው። ከእነዚህም አንዱ መሪን ማክበር እና በፊሪሃ እግዚአብሔር ታዛዥ መሆንን ነው። በዚያ ዘመን አገልጋዮች ቤተ ክርስቲያንንና መሪዎችን ምን ያህል እንደሚያከብሩና እግዚአብሔርን ፈርተው እንደሚያገለግሉ የሚያሳይ አንድ ምሳሌ ለመጥቀስ እወዳለሁ፣ በ1959 ዓ.ም ለወንጌል አገልግሎት ባሌ ይመደባሉ። ይሁን እንጂ ምድባቸው ባሌ መሆኑንና ራቅ ያለ አገር እንደሆነ ከመስማታቸው ውጭ ባሌ በዮት አቅጣጫ ነው የሚለውን ግን ፈጽሞ አያውቁም።

ሻሻመኔ ከደረሱ በኋላ ወደ ባሌ እየወሰዳቸው እንደሆነ ያሰቡት መኪና ወደ አዲስ አበባ የሚሄድ መሆኑን ያወቁት ኩዬራ ሲደርሱ ነበር። ከኩዬራ ወደ ሻሻመኔ ተመለሱ። ከሻሻመኔ ወደ ባሌ የሚወስደው መኪና በሳምንት አንድ ቀን ነበርና የሚገኘው ፤ ያ ቀን እስኪደርስ በሻሻመኔ ቃለ ሕይወት ቤተ ክርስቲያን ተጠልለን አንድ ሳምንት በዚያ መቆየት የግድ ሆነ። ከሳምንት በኋላ የተገኘው መኪና እስከ ዲንሾ ቢያመጣንም፤ መንገዱ ገና አዲስ ስለነበር "የመኪናው ጭስ ማውጫ ውስጥ ውሃ ይገባብኛል" ከዚህ በላይ አልሄድም በማለት ሹፌሩ፣ እዚያ ሲያወርደን በሰዎች ትብብር ዲንሾ በሚገኝ የአውራ ጎዳና ካምፕ ለቀናት ከቀያችን ቋጥረናት የመጣነውን ቆሎ ከእናቴ ጋር እየቆረጠምን ሰነበትን። አባቴ ግን በእግር ወደ ባሌ ጎባ ወርዶ በዚያም ባሌ ጎባ ከሚገኙት ሚሽነሪዎች ጋር ተነጋግሮ ፈረስና ጓዞችንን የሚይዙ አህዮች ይዘው በመምጣት እኔንና እናቴን ይዘው ወደ ባሌ ሄድን። አባቴ እግዚአብሔርን ባይፈራ፣ ባሌ የመደቡትን የቤተ ክርስቲያን መሪዎች ባያከብር ሁሉንም እርግፍ አድርጎ ጥሎ ወደ ቀየው እንዲመለስ የሚያደርግ መራራ ጉዞ ነበር።

ባሌ ከገባንም በኋላ በወቅቱ ከጎባ እስከ ጊኔር መኪና ስለማይሄድ ፤ አልፎ አልፎ ከባሌ ወደ ጊኔር የሚሄድ አውሮፕላን ይገኝ ነበርና በአውሮፕላን ጊኔር የዬድንበት ሁኔታ ተፈጠረ። ወላጆቼ ባሌ ጊኔር፣ ጎሎልቻ አካባቢ እያገለገሉ እያለ በ1962 ዓ.ም ወደ ትውልድ ቀያቸው ለአንድ ዓመት ያህል ለእረፍት ሲመለሱ፣ እኔም የቀለም ትምህርት ለመማር እንደኛ ክፍል ገባሁ። እንደኛ ክፍልንም በሸንጓ ቃለ ሕይወት አጥቢያ ቤተ ክርስቲያን ውስጥ ነው የተማርኩት። በትምህርቴ እግዚአብሔር ስለረዳኝ ጎበዝ

ስለነበርኩ ከአንደኛ ክፍል ወደ ሶስተኛ ክፍል በአንድ ዓመት ውስጥ ነው የተዛወርኩት። ከአንድ ዓመት እረፍት በኋላ ወደ ባሌ ስንመለስ ሮቤ የሚባል ቦታ ለሦስት ዓመት ተኩል አገለገሉ። እኔም እዚያ ሦስተኛ ክፍል ገባሁ። ሮቤ ከነበራቸው የሦስት ዓመት ተኩል የአገልግሎት ቆይታ በኋላ ሻሸመኔ እና ሀላባ አካባቢ በመዘዋወር አቅማቸው እስኪደክም (እስከ እርጅናቸው) አገልግለዋል።

አባቴ ሚሽነሪ ሆኖ በተላከባቸው ቦታዎች ለክርስቶስ ወንጌል ቤተ ሰቡን ይዞ ሲንከራተት ርሃብና ስደት ብቻ ሳይሆን እስራትም ጭምር ደርሶበታል። ከእስራቱ ሁሉ ደግሞ ሁሌም ፈገግ የሚያደርገኝና የሚገርመኝ ነገር "በፆም እንቁላል ብሉ፣ ወተት ጠጡ" ብላችኋል ተብለው የታሰሩበት ነገር ነው። እኔ እንደሚመስለኝ ሚሽነሪዎቹ እንደ አካባቢው ማኅበረሰብ ረቡዕና ዓርብን ከወተትና ከእንቁላል አይታቀቡም ይሆናል፤ ወይም ደግሞ "እናንተ በረቡዕና አርብ እንቁላል ትበላላችሁን? ወተትስ ትጠጣላችሁን?" ተብለው ተጠይቀው፣ "አዎን!" ብለው መልሰው ለአካባቢው ማኅበረሰብ ጥሩ ምሳሌ አትሆኑም የሚል ድምዳሜ ተይዞባቸው ይሆናል ብዬ አስባለሁ። ይሁንና በጊዜው የኦርቶዶክስ ክርስትና የመንግሥት ሃይማኖት ተደርጎ ስለሚወሰድ አባቴ ተከሶና ታስሮ ፍርድ ቤት ከቀረበ በኋላ፥ የአንድ መቶ ብር ቅጣት ተፈርዶበት ከፍሎ ከእስር እንዲወጣ ተደርጓል። የሚገርመው ነገር ይህ ገንዘብ በዚያን ወቅት የአምስት ወር ደመወዙ ነው። ይህ ቅጣት የተፈረደበት ሮቤ ሲሆን በኋላ ላይ ወደ ጎባ በመሄድ ይግባኝ ሲጠይቅ፣ ዳኛው ቅጣቱ አግባብ አለመሆኑን አስቀድሞ ስላወቀ አባቴን አስቀድሞ አገኘውና፣ "ፍርድ ቤት መጥተህ ጉዳይህን ለችሎቱ ስታሰማን ፥ እኔ ድርጊትህ አግባብ እንዳልሆነ አስመስዬ እጮህብኻለሁ፣ አንተ ምንም አይነት መልስ እንዳትሰጥ" ብሎ መከረውና በችሎቱ ቀን አባቴ ቀርቦ ጉዳዩን ለችሎቱ ሲያሳውቅ፣ ዳኛውም አስቀድሞ እንደነገረው፣"ለምን እንደዚህ አደረክ?" በማለት በቁጣ ጮኽባቸውና እንዲህ ያለውን ትምህርት ዳግመኛ እንዳያስተምር አስጠንቅቆ ብራቸው እንዲመለስ በማድረግ አሰናበተው። ይህ ዳኛ በእውነቱ ወንጌል አማኝ ይሁን አይሁን የሚታወቅ ነገር ባይኖርም፣ አባቴ ግን ዳኛው ወንጌል አማኝ ክርስቲያን ሊሆን እንደሚችል ይጠረጥራል።

በሮቤ ፍርድ ቤት የተበየነው፥ ፍትህ የጎደለውን ዳኝነት፣ ጎባ ላይ ብልሁን ዳኛ በመጠቀም እግዚአብሔር ነገሩን ገልብጦታል። ለወንጌል ሕይወቱን፣ ኑሮውንና ቤተሰቡን የሰጠን ሰው፣ ዓለም የምትከፍለው እንዲህ ያለውን ኢ-ፍትሃዊነት ቢሆንም በዚህ ሁሉ ግን አባቴ ከፉ ብይን የሰጠውን ዳኛም ሆነ ያለ አግባብ የከሰሱትንና ያስቀጡትን ሰዎች ከተያዙበት የጨለማ አሠራር ፥ በወንጌል እውነት ነጻነታቸውን ያገኙ ዘንድ ተግቶ ከመጸለይና፣ ወንጌልን ከማወጅ ለአፍታም ቸል አላለም።

የአገልግሎት ሌጋሲ
***

የእኔም ወላጆች ሆኑ ሌሎች የመከሩ ሠራተኞች ለአገልግሎት ተመድበው በሄዱበት
ከተማም ሆነ ገጠር፤በዚያ ስፍራ አስቀድም አጥቢያ የተተከለ ካልሆነ ቤት ብቻ
ተከራይተው አገልግሎታቸውን ይቀጥላሉ። በቦታው የመጀመሪያው የመከሩ ሠራተኛ
እነሱ ከሆኑ ግን ለመኖሪያ ቤት የተከራዩትን ከጎኑ ቤተ ክርስቲያን ጭምር ያደርጋሉ።
ለቤተ ክርስቲያን የቤት ኪራይ ብር መከፈል የሚያስችል አቅም አይገኝም ነበርና።ለቀለብ
የሚሰፈርላቸው ብርም በተለይ ቤተሰብ ያላቸውን አገልጋዮች ስለ ማይበቃቸው፣ እናቶች
የተለያዩ ሥራዎችን እየሰሩ ቤተሰቡን የመደገም ሸክም እነሱ ላይ ይወድቃል። እናቶችም
ያንን የሚያደርጉት ጌታ ኢየሱስን እንደሚያገለግሉ ገብቷቸው ፤ በደስታ የሚከውኑት
ተግባር ነበር። ከ1959 - 1966 ዓ/ም በነበረው የባሌ ቆይታችን እኔም የቀለም ትምህርቴን
እስከ አምስተኛ ክፍል ቀጥያለሁ። ወላጆቼ በባሌ እያገለገሉ በነበረበት ወቅት በተጀመረው
አገልግሎት የተነሳ በኋላው ዘመን የተጨመሩት የመከሩ ሠራተኞች በአገራችንና በተለያዩ
የውጭ አገሮት አምላካቸውን እያገለገሉ ያሉ ብዙዎች ናቸው።

***

የዚያን ዘመኑን የወንጌል ሥርጭት አሁን ላይ ካለው አካሄዳችን ጋር ሳስተያየው በብዙ
እየተዳከመ የመጣ ይመስለኛል። ለዚህ እንደ ማሳያ የማቀርበው ደግሞ በዚህ ዘመን
ያለች ቤተ ክርስቲያን ወንጌልን ያልሰሙ ሰዎች ወደ አዳራሿ መጥተው እንዲሰሙላት
እንጂ የምትፈልገው እሷ ወንጌልን ያልሰሙ ሰዎች ወዳሉበት ስፍራ ወርዳ መልካሙን ዜና
ለማብሰር ስትቸገር እመለከታለሁ። በዚያኛው ዘመን እንደ ወላጆቼ ያሉት ሚሽነሪዎች
ለቅሶ ቤት ለማጽናናት ሂደው አጋጣሚውን ወንጌል ይሰብኩበታል። ገበያ ውስጥ
መጽሐፍ እያደሉ ወንጌሉን ያውጃሉ፤ በገበያ ቀን ብዙ ሕዝብ ስለሚሰበሰብ የኢየሱስን
ታሪክ በተንቀሳቃሽ ምስል ከውጭ አገር ከመጡት ሚሽነሪዎች ጋር ሆነው ያሳያሉ።
በየመንግሥት መሥሪያ ቤቱ እየዱ በራሪ ወረቀት (ትራክት) ያድላሉ። በተገኘው አጋጣሚ
ሁሉ ሰዎች ወንጌልን እንዲሰሙ የመልእክተኛነታቸውን ሚና በሚገባ ይወጣሉ። የወንጌል
ሥራ በቸልተኝነት እና በምን ቸገረኝነት የሚከወን አለመሆኑን በሕይወታቸው፤ እያዩ
ያደግኩ በመሆኔ በዚህ ዘመን ወንጌልን ላልሰሙ ሰዎች የሚሰጠው አነስተኛ ትኩረት
ሊያሳስበን ይገባል።

ሰዎችን እንጂ ከሰዎች የሚገኘውን ጥቅም ፈላጊ አለመሆን፤

ሐዋርያው ጳውሎስ በሮም አስር ቤት በነበረበት ወቅት ወደ ፊልጵስዩስ አቅንቶ በዚያ የሚገኙት ቅዱሳን የሚጎበኝለትና የመከሩ ሥራ የሚከውን አገልጋይ ሲፈልግ ወደ ልቡ የመጣውና ለተልዕኮው የታመነ ሁኖ ያገኘው ጢሞቴዎስን እንደነበርና፤ ይኼንን ያደረገበትን ምክንያትም ጭምር ጽፏል፤ "ነገር ግን ኑሮአችሁን ሳውቅ እኔ ደግሞ ደስ እንዲለኝ ፈጥኜ ጢሞቴዎስን ልልከላችሁ በጌታ በኢየሱስ ተስፋ አደርጋለሁ፡፡ እንደ እርሱ ያለ፤ ስለ ኑሮአችሁ በቅንነት የሚጨነቅ፤ ማንም የለኝምና፤ ሁሉ የራሳቸውን ይፈልጋሉና፤ የክርስቶስ ኢየሱስን አይደለም፡፡ ነገር ግን ልጅ ለአባቱ እንደ ሚያገለግል ከእኔ ጋር ሆኖ ለወንጌል እንደ አገለገለ መፈተኑን ታውቃላችሁ" (ፊሊ..2፤19-22) ብሏል፡፡

ከወላጆቼ የወንጌል አገልግሎት የተማርኩት ነገር ቤተ ክርስቲያን ወደ ላከቻቸው ስፍራ፤ የመከሩን ሥራ አስቀድመው፤ ሰማያዊውን አክሊል አስበው ይወጣሉ እንጂ፤ ሌላ ጥቅም አይፈልጉም፡፡ የሚሰፈርላቸው ቀለብ ከዚህ ግባ የሚባል አልነበረም፡፡ ጥቅምን አስበው የገቡበት አገልግሎት ቢሆን ኑሮ የአርሶ አደርነት ኑሯቸው የሚያስገኝላቸው ጥቅም ከዚህ ጋር ለንጽጽር እንኳ አይቀርብም፡፡

በዚያን ዘመን የወንጌል አገልጋይ መሆን ማለት ምንም ግነት ሳይኖርበት ድነትን ና ወደ ቤቴ ብለህ በርህን ወለል አርገህ መጋበዝ ማለት ነበር፡፡ የድነቱ መዘዝ በራስ ላይ ብቻ ሳይሆን ለምትመሰርተው ቤተሰብም የሚተርፍ ነበር፡፡ ደግነቱ ግን የዕብራውያን ጸሐፊ "እግዚአብሔር፤ ቅዱሳንን ስላገለገላችሁ እስከ አሁንም ስለምታገለግሉአቸው፤ ያደረጋችሁትን ሥራ ለስሙም ያሳያችሁትን ፍቅር ይረሳ ዘንድ ዓመፀኛ አይደለምና"(ዕብ.6፤ 10)፡፡ እንዳለው ስለሆነ በዚያ ድህነት ውስጥ ስታለፍ ከእግዚአብሔር ዘንድ የሚሆን የበረከት ብድራትም ደግሞ ከፊትህ አለ፡፡

አባቴ ወንጌል በሚያገለግልበት ወቅት እንዴት በችግር ውስጥ እናልፍ እንደነበር ለሰዎች የምመሰክርላቸው አንዲት ታሪክ አለች፡፡ አንድ ቀን ትምህርት ቤት፤ "ለስፖርት ሃያ አምስት ሳንቲም አምጣ" ተባልኩ፡፡ ያች ሃያ አምስት ሳንቲም ግን እኛ ቤት ከራቆች ሰንብታለች፡፡ እናም ከየት ትምጣ? ያችን ሃያ አምስት ሳንቲም ለትምህርት ቤቱ መክፈል ግድ ሲሆን ጊዜ ወደ ትምህርት ቤት በእግሬ እያዘገምኩ፤ "ጌታ ሆይ ለምን ሃያ አምስት ሳንቲም አትሰጠኝም?" በማለት በለሆሳስ እያዘገይኩ ብዙም ሳልጓዝ ሃያ አምስት ሳንቲም መንገድ ላይ ተጥላ አገኘሁ፡፡ ያችንu ወስጄ ለአስተማሪ ሰጠሁ፡፡

ያኔ ለሚሽነሪዎች ለቀለብ ተብሎ በወር የሚሰጣቸው ገንዘብም ሆነ እህል የሚገኘው

የአንግሊኮት ሌጋሲ

ከአጥቢያ ቤተ ክርስቲያናትና ከክፍለ ማኅበር ምእመኑ ተሰብስቦ ነው። ክፍለ ማኅበር የሚባለት ወደ ስልሳ አካባቢ የሚሆኑ አጥቢያ ቤተ ክርስቲያናት አንድ ላይ ያሉበት ሲሆን፤ አንቱ አባባ ለዕመንጎ የሚመራው ይኼንን ነበር።

ክፍለ ማኅበሩ ውስጥ ያሉት አጥቢያዎች በወር አንድ ጊዜ ይገናኛሉ። የሚገናኙት ደግሞ አንድ ላይ ኅብረት ለማድረግና ገንዘብ ለመሰብሰብ ነው። ከየቤታው ከሚመጡት ሰዎችም ገንዘብ ይሰበሰብና ያ የተሰበሰበው ለሚሽነሪዎቹ ይከፋፈላል። ሚሽነሪዎቹ በወር ከፍተኛ ገንዘብ አገኙ ከተባለ ከሠላሳ ብር የዘለለ አይሆንም።ይኼው ገንዘብ ወደተመደቡበት ስፍራ ይላከላቸዋል።

ሚሽነሪዎቹ ይህ ገንዘብ ስለማይበቃቸው በትውልድ ቀያቸው የራሳቸው እርሻ ካለ እርሻቸውን በራሳቸው ያሳርሳሉ ወይም ቤተ ክርስቲያን ያርስላቸውና እህሉን ወዳሉበት ስፍራ ይልከላቸዋል፤ ከብት ካላቸውም እንደዚሁ ይንከባከቡላቸዋል። ከምእመኑም እህል ተሰብስቦ ይላከላቸዋል። በዚያን ዘመን በነበረቸው ቤተ ክርስቲያን ዕለተ ረቡዕ የቤተ ክርስቲያን ቀን ተብሎ ተለይቶ ነበር። ይህ የሆነበት ምክንያያ ደግሞ፣ ካሉት ሰባት ቀናት ውስጥ ረዕቡን ልክ እንደ አሥራት ለይተው ሌታ አገልግሎት የሚያውሉት ስለነበር ነው።

በዕለተ ረቡዕ ረዳት አልባ አሮጊቶች በሚያስፈልጋቸው ነገር እገዛ ይደረግላቸዋል። ቤቱ የፈረሰበት አማኝ ካለ ቤቱን ይጠግኑለታል፤ ምእመናን በጋራ ሆነው የአገልጋዮችን መሬት ያርሳሉ። ወንጌል በቀያችን በገባበት በመጀመሪያዎቹ ዓመታት የቅዱሳን መተሳሰብ እንዲህ ባለው ተግባር የሚገለጽ ነበር። እንዲሁም ሰዎች እንደ አስራት ለቤተ ክርስቲያን የሚያመጧቸው ነገሮች ካሉ እሱ ተሸጦ ለአገልጋዮች ይከፋፈላል። በቅርቡ ፊስ ቡክ ላይ አንድ ሰው ብዙ ኮርቻ አጠገብ የተነሳውን ፎቶ ተለጥፎ አይቼ ገርሞኝ "ምንድን ነው ይኼ ሁሉ ኮርቻ?" ብዬ ስጠይቅ፤ "ሰዎች በፈረሶቻቸው መጥተው ኮርቻውን አንስተው ፈረሶቻቸውን ለቤተ ክርስቲያን ሰጥተው ሲሄዱ የተነሳ ፎቶ ነው" አሉኝ፤ ይኸ እንግዲህ በዚያ ዘመን የነበረውን እምነት እና ክርስቲያኖችም ለወንጌል አገልግሎት እንዴት ይሳተፉ እንደነበር የሚገልጽ ነው።

ያልተቋረጠ ትጋት፤

ከባቴ ሕይወትና ሕያው ከሆነው አገልግሎቱ የተማርኳቸው ነገሮች ውስጥ በማናቸውም ጉዳይ በእግዚአብሔር መታመን፣ በቅንነት በፈቱ መመላለስና በገባችህ ጥቂት እውቀት ለእግዚአብሔር በመሰጠት ማገልገልን ነው። ይህ ደግሞ አባቴ አሁን እንኳ በስተ -

እርጅናው ብዙ እንቅስቃሴዎችን ከማድረግ የእድሜ ጉዳይ ገድቦት እያለ፤ በየቀኑ ግን በጸሎት ከመጋደል አለመቦዘኑ እጅግ የሚያስደንቅ ነገር ነው። ሌሊት ዘጠኝ ሰዓት ተነስቶ እስከ ንጋት ድረስ በጸሎት ይቆያል። ከሕጻንነቴ እስከ አሁን ድረስ አባቴን ያልተለየው ትጋት ዛሬ እኔ በሥራ ብዛት ስባክን ያስቀናኛል። ይህ የጸሎት ሰዓቱ በምንም ሁኔታ ካለመዛነፉም በላይ በሀያ አራት ሰዓቱ ውስጥ ይህ ሰዓት "የጸሎት ሰዓት ነው" ብሎ ለይቶ ከአምላኩ ጋር ይገናኘበታል።

እንዲህ ያለው ትጋት ጌታ ኢየሱስም በአገልግሎቱ ይከውነው የነበረ መሆኑ ምንኛ ድንቅና እኛም ልንለማመደው የሚገባ መሆኑን ጭምር የሚያስገነዝበንም ይመለኛል። በወንጌላት ውስጥም የኢየሱስ ልማድ እንዲህ እንደነበረ ተገልጿል፤ "ይጸልይ ዘንድ ብቻውን ወደ ተራራ ወጣ። በመሽም ጊዜ ብቻውን በዚያነበረ።" (ማቴ.14፥23)።

አባቴ እራሱን ብቻ ሳይሆን እኛንም በጸሎት እንድንተጋ አያደርገ ነው ያሳደገን። እሱ ከእኛ ሁለት ሰዓት ቀድሞ ጸሎትን ይጀምርና ልክ ከንጋቱ አሥራ አንድ ሰዓት ሲሆን እኛንም ይቀሰቅሰንና አብረን በጸሎት እንድንተጋ ያደርጋል። ዘወትር ምሽት ደግሞ ሙሉ ቤተሰብ ተሰብስቦ አንድ ምዕራፍ ይነበባል፤ ያንን ክፍል አባቴ ያብራራል፤ መዝሙር ይዘመራል፤ በጸሎት ይዘጋል። ይህ የቤታችን ሥርዓት ነው።

ልጆቻቸው የእናት እና የአባቴ ሃይማኖት ብለን እንዲሁ በልማድ እንዳንቀጥል ፥ ከልጅነታችን ጀምሮ በወንጌል ቃል ኮትኩተው ከማሳደጋቸውም በላይ በተለይ እኔን ከሕጻንነቴ ጀምሮ በሜዱበት ወስደውኝ፤ በተሰደዱበት ተሰድጄ ከእነሱ ጋር አብሬ በመከፉ ሥራ ውስጥ ያደግሁ ቢሆንም ፥ የክርስቶስን መንገድ ቤተሰብህ ሊያሳዩህ እንጂ ሊያወርሱህ አይቻላቸውምና እኔን በፈሪሃ እግዚአብሔር፤ በወንጌል ቃል ምሳሌ ሁነው ስላሳደጉኝ በራሴ ምርጫና ውሳኔ ፥ ወላጆቼ የሚያገለግሉት ጌታ ለእኔም እንደሚያስፈልገኝ ተረድቼ የተቀበልኩት እና የተጠመኩት በ1966 ዓ.ም አዳባ የስድስተኛ ክፍል ተማሪ እያለሁ ነው።

እዚህ ላይ በዚህ ዘመን ያሉ ክርስቲያን ወላጆች- ከወላጆቼ የሚማሩት ቁም ነገር ይኖራል ብዬ አስባለው። ክርስቶስን የግል አዳኛቸው አድርገው የተቀበሉት ለራሳቸው እንጂ፤ ለልጆቻቸው ጭምር ባለ መሆኑ ልጆቻቸውን ወደዚህ እውነትና ሕይወት ይመጡና፤ ክርስቶስን አውቀውት ይቀበሉት ዘንድ ሊጸልዩላቸው፤ እንጂ ፥ "ልጆቻችን ቤተ ክርስቲያን ይዘናቸው አየሄድን ነው፤ እነሱም ይዘምራሉ ስለዚህ ክርስቲያኖች ናቸው!"በማለት፤ የልማድ ሃይማኖተኛ እንዳያደርጓቸው ሊያስቡበት ይገባል።

የእግልግሎት ሌጋሲ

መንፈሳዊ እውነታን ለልጆች ማስጨበጥ "ልጅህን በሚሄድበት መንገድ ምራው በሸመገለም ጊዜ ከእርሱ ፈቀቅ አይልም" የሚለውን የጠቢቡ ምክር በእድሜ ዘመናቸው ሁሉ ከእነርሱ ጋር እንዲዋሀድ ያደርጋል።

በእኛ ቤት ዘወትር እሁድ ቤተ ክርስቲያን እንሄዳለን፤ በዚሁ ቀን ሌላ ነገር እንድንሠራ አይፈቀድም። መንፈሳዊ ነገር የምናደርግበት ቀን ነው የሚል በአእምሮአችን ውስጥ ተቀርጾ ነው ያደግነው። ራስን፤ ልጆችን፤ መላው ቤተሰብን መንፈሳዊ ነገሮችን ማስለመድ በጣም ጠቃሚ ነው። እኔ ዩኒቨርሲቲ ገብቼ እሁድ ቀን ምንም ሥራ አልሠራም ነበር። ቤተ ክርስቲያን እሄዳለሁ እመለሳለሁ። በዕለተ ሰንበት ሌላ ነገር አላደረግም ነበር። በትምህርት ቀናት እንደማንኛውም የዩንቨርስቲ ተማሪ ትምህርቴን በንቃት አከታተላለሁ። ፈተና ሲመጣ ደግሞ ችግር የለብኝም አልፋለሁ። በአሁኑ ወቅት በመንግሥት መሥሪያ ቤት ዳይሬክተር ሆኖ የሚሠራ አንድ ወዳጅ አለ። እዚህ ወዳጅ ጋር ዩንቨርስቲ እያለን አንድ ዶርም ውስጥ ነበር የምናድረው። እሱ የሚያጠናው ስታትስቲክስ ነበርና እስከ ሌሊት ድረስ ተግቶ ያጠናል። እኔ ግን ምሽት ላይ መጽሐፍ ቅዱስ አነባለሁ፣ እጸልያለሁ። በዚዜ እተኛለሁ። ወላጆቼም ወደ ዩንቨርስቲ ስሄድ የመከሩኝ እኔ ወንጌል ከማያምኑት የተለየሁ በመሆኔ በድርጊቴ እንኳን ክርስቶስን መግለጥ ወይም ጌንጤ መሆኔን መመስከር እንዳለብኝ ስለሆነ ያንኑ ተግቼ አደርጋለሁ። ስለዚህም ዶርም እንደገባሁ የመጀመሪያ ተግባሬ ተንበርክኮ መጸለይ፣ አልጋ ላይ ስወጣም መጽሐፍ ቅዱስ ማንበብ፣ ከዚያም በዚዜ መተኛት ነው።

አንድ ቀን ታዲያ የዶርም ጓደኞቼ ጥናታቸውን አቋርጠው ወሬአቸውን ይሰልቃሉ። ወሬአቸው ስለ እኔ መሆኑን ሳውቅ ትኩረቴን ሳቡትና ጆሮን ቀስሬ፣ ነቅቼ ስሰማቸው፣ "አይ ይቺ ፍሬሽ ልትባረር ነው እኮ! ዝም ብላ ቁጭ ብላ መጽሐፍ ቅዱሷን ታነባለች፣ ጥናት አታጠናም እንቅልፉን ትለጥጠዋለች!" ይባባላሉ። አስደናቂው ነገር ግን ይሄንን ካሉት ሁለቱ ተማሪዎች ምንም ያህል ተግተው ቢያጠኑ የሚጠበቅባቸውን ውጤት ስላላመጡ ሁለቱም ሲባረሩ፣ እኔ ግን በጥሩ ውጤት ትምህርቴን ጨርሼ እዚያው ዩኒቨርሲቲ አስተማሪ ሆኜ ቀረሁ። እዚህ ላይ ማንሳት የምፈልገው ትምህርትን ተግቶ ማጥናት ተገቢ ነው። እግዚአብሔርን ማስቀደም እና እሱን ማምለክ ግን በነገሮች ሁሉ ልቦነትን እንድናመጣ የሚያደርግ መሆኑን ማስገንዘብ እፈልጋለሁ። በባቢሎን አገር ዳንኤልና ሦስቱ ጓደኞቹ በማይመች ስፍራ ውስጥ እንኳ ሁነው እግዚአብሔርን ማምለክ ስላስቀደሙት ነበር ፤

"ለእንዚህም ለአራቱ ብላቴኞች እግዚአብሔር በትምህርትና በጥበብ ሁሉ እውቀትንና ማስተዋልን ሰጣቸው፤…ንጉሡም በጠየቃቸው በጥበብና በማስተዋል ነገር ሁሉ በግዛቱ

ሁሉ ከሚኖሩ የሕልም ተርጓሚዎችና አስማተኞች ሁሉ እነርሱ አሥር እጅ የበለጡ ሆነው አገኘባቸው፡፡" (ዳን.1፥17፤20)ተብሎ ታሪክ የተጻፈላቸው፡፡

ፈሪሃ እግዚአብሔር ያለበት አገልግሎት፤

የአባቴ አገልግሎት ከሕጻንነት እድሜዬ ጀምሮ አያየሁ እንደማደኔ ፤ ዛሬንና የዚያን ጊዜ የነበሩትን የቤተ ክርስቲያን አገልግሎት፤ የአገልጋዩን ፈሪሃ እግዚአብሔር ሳነጻጽረው ላስታርቀው የማይቻለኝ ግርታ ይገጥመኛል፡፡ አባቴም ሆነ አብረውት ጌታን ያገለግሉ የነበሩ የመከሩ ሠራተኞች ፤ ማንኛውንም ነገር በጎ ነው ብለው ሊከውኑ ከመነሳታቸው በፊት ነገሩ የእግዚአብሔር ፈቃድ ነውን? ብለው መለኮታዊ ምሪት የመጠየቅና ሲከውኑትም ደግሞ በፈሪሃ እግዚአብሔር ሥርዓት የማድረግ ልምድ ነበራቸው፡፡ ተልከው ስለሚሄዱበት ብቻ ሳይሆን ስለሚያገለግሉትም አገልግሎት መለኮታዊ ምሪት መጠየቅ ልማዳቸው ነበር፡፡

አገልግሎታቸው የእግዚአብሔርን ፈቃድና ክብር ያስቀደም በመሆኑ፤ ምንም እንኳ ወንጌልን ያላመኑ ሰዎች ቢቃወሟቸም ሕይወታቸውንና ስነ ምግባራቸውን ተመልክተው ደግሞ ያከብሯቸው ነበር፤ አገልጋዮቿ በሙሉ ልብ መስጠት፤ መለኮታዊ ምሪትን በመጠየቅ ያገለግሉ የነበረበት ዘመን ስለነበር፤ ቤተ ክርስቲያን በኃይልና እና በሞገስ ትገለጥ ነበር፡፡ በወር አንድ ጊዜ የሚከወነው ቅዱስ ቁርባን በታላቅ ፈሪሃ እግዚአብሔር የሚደረግ ስለሆነ፤ አገልጋዮም ሆነ ምእመኑ ሕይወቱን ፈትሾ እና መርምሮ፤ ራሱን ለዚያ ሥርዓት የተገባ አደርጎና አዘጋጅቶ እንጂ፤ ማንም በግዴለሽነት ሥርዓት አይካፈልም፡፡ በመካከላቸው ኃጢአት የሠራ ሰው እንኳ ቢኖር ሕዝቡ ፈት ቆም ነው የሚናዘዘውና ይቅርታ የሚጠይቀው፡፡ ማኅበረ ምእመኑ ይቅር ብሎት፤ ጸልዮለት፤ አቅፎ ስሞት ከዚያ በኋላ ነው ቅዱስ ቁርባኑን የሚወስደው፡፡ ይህ ለእግዚአብሔርና ለቅዱሳን ነብረት ያላቸውን አክብሮት የሚያሳይ ነው፡፡ የአሁኑን ወቃሽ የቀደመውን አሞካሽ ተደርጎ አይወሰድብኝ እንጂ ፤ በቀደመው ዘመን በአገልጋዮች ዘንድ ይታይ የነበረው ፈሪሃ እግዚአብሔርና የቤተ ክርስቲያን ክብር አሁን ላይ ማጎናት አስቸጋሪ ይመስለኛል፡፡

የቀደመው የአባቶች፤ የመካከለኛውና የአዲሱ ትውልድ አገልግሎት፤

በአባቴ እድሜ፤ በእነና በአሁኑ ትውልድ መካከል ያለው ነገር ይለያያል፡፡ እነሱ በነበሩበት እና እኔ ባለሁበት ዘመን እንዲሁም እኔ ባለሁበት እና አሁን ባለው ልዩነታችን

የእግልግሎት ሌጋሲ

ለማስታረቅ ይከብዳል። አባቴም ሆነ እኔም በጥቂቱ ያሳለፍኩት በደርግ ዘመን የነበረው አገልግሎትም ሲታይ ሁሉም አገልጋይና ክርስቲያን ሊባል በሚችል ደረጃ በእሳት ውስጥ ተፈትኗ፤ ሞትን ፊት ለፊት ተጋፍጦ የተኖረበት ዘመን ነው። ስደቱ፤ ግርፋቱ፤ እስራቱ፤ ያላስቆመው አገልግሎት ነበር። በዚዜው ከነበረው አጣብቂኝ ሁኔታ የተነሳ በዩንቨርስቲ ግቢ ሜዳ ላይ በሆዳችን ተኝተን መጸለይ፤በአራት ኪሎ በሥላሴ ቤተ ክርስቲያን መቃብር ቤት ውስጥ ተደብቀን መጽሐፍ ቅዱስ ጥናት ማካሄድ የተለመደ ነበር። ባሕር ዳር በሥራ ተመድቤ በኖርኩባቸው የመጀመሪያዎቹ ዓመታት የመጽሐፍ ቅዱስ ጥናት ወይም ማታ ፕሮግራም ለማድረግ ወደ ምንሰበሰብበት ቤት ሁላችንም ግር ብለን መግባት ስለማይቻለን ፦ በሃያ ደቂቃ ልዩነት ነበር ሁለት እና አንድ እየሆንን የምንገባው። እንደዚያም ሆኖ ዐይን በሚወጋ ጨለማ ምን አልባት በዚህም ውስጥ ሊያዩን ይችላሉ ብለን ከመስጋታችን የተነሳ ጥቁር ልብስ ለብሰን ነበር ወደ ምንሰበሰብበት ቤት የምንገባው። ይህ ሁሉ ሲሆን ለመሰብሰብ የመጀመሪያው ሰው ከገባበት እስከ የመጨረሻው ሰው መገኛት ድረስ ሦስት ሰዓት ሊፈጅ ይችላል።

በዚህ ሁኔታ የተከተልነው፤ እንዲህ ባለ መከራ የወደድነው፤ አምላክ ዛሬ ሁሉን ነገር ምቹ ባደረገልን ሰዓት የምናሳየውን ቸልተኝነት እና ፈሪሃ እግዚአብሔር የራቀውን አካሄድ ስመለከት በጣም አዝናለሁ።

የዛሬውን ክርስትና ማንም ሊመሰክረውና ሊያያው በሚችል ሁኔታ መጽሐፍ ቅዱሳዊ መርህን የለቀቀ፤ አቅጣጫ የሳተ ከመሆኑ የተነሳ መጋቢ[ዘማሪ] ተስፋዬ ጋቢሶ ተናግሮታል እንደሚባለው፤ ብዙዎች "በሰማይ የሚጠብቃቸው ዋጋ የለም፤ በዚሁ በምድር ዋጋቸውን ተቀብለዋልና።" እንዳለው የሆነበትና ብዙዎች ለሰማያዊው ሽልማት ሳይሆን በምድር ላለው ነገር ትልቅ ትኩረት የሰጡበት ዘመን ላይ ደርሰናል። ይኼንን ስል ግን በዚህም ዘመን የክርስቶስ ቅሬታዎች እንዳሉም አልዘነጋሁም።

በደርግ ዘመን እንደሆነው ሁሉ በዚህም ዘመን እምነታችንን የሚነቀንቅ ነገር ቢመጣ የሚራገፈው ተራግፎ ፤ የሚንገዋለለው - ተንገዋሎ የሚወጣ ሊኖር ይችላል። እና ያለፍንበት ዘመን ደንግጠን እንኳን "በኢየሱስ ስም" ስንል መናፍቅ ብለው ይሸሹ እንደ ኢሕአፓ አባል ስማችን መንገድ ላይ በቻክ ተጽፎ "ይገደሉ" ይባል የነበረበት ዘመን ነበር።

በአሁኑ ትውልድ የኢየሱስ ስም ለሸቀጥ የቀረበበት፤ አገልግሎት እንደ ንግድ ተደርገም አየተወሰደ ያለበት ሁኔታ እንመለከታለን። እዚህ ደረጃ ወርደን መገኘታችን በእውነት ያሳዝናል። እንዳንድ ትልልቅ ጉባኤዎች ላይ አገልጋዩ ብድግ ብሎ 100,000 ፤ 200,000

ብር እሰጣለሁ ይላል። ይሄ ምን ማለት ነው? እኔ የቃለ ሕይወት ቤተ ክርስቲያን ፕሬዚዳንት በነበርኩበት ጊዜ የቤተ ክርስቲያኗን ገንዘብ እንደዚህ ደፍሬ መስጠትና መወሰን አልቻልም። አሁራም አይፈቅድልኝም። የቃለ ሕይወት ቤተ ክርስቲያን ገንዘብ ላይ በግሌ ማዘዝ አልቻልም። እንዲህ ያለውን ነገር ለማድረግ አስተዳደራዊ መርሁን ተከትለህ፣ ሕጋዊነትና ተጠያቂነት ያለበትን መንገድ ተጉዘህ፣ የምትከውነው ተግባር ነው። ከቀደሙት እንደ ቃለ ሕይወት፣ መካነ ኢየሱስ፣ ሙሉ ወንጌል ... የመሳሰሉት አብያተ ክርስቲያናት ውጭ ያሉት በተለይም ግለሰብ መር የሆኑ ቤተ ክርስቲያን መሪዎች ተጠያቂነት የሌለበት አካሄድን ትመለከትባቸዋለህ።

ተጠያቂነት በሌለበት አካሄዳቸው ምክንያት ደግሞ ራሳቸው አገልጋዮቹም በመንፈሳዊ ሕይወታቸው ወይም ከእግዚአብሔር ጋር ባላቸው ግንኙነት እየተጎዱ ነው። ጅማሬአቸው መንፈሳዊ እንደነበር የምንመሰክርላቸው ብዙ አገልጋዮች ገንዘብን በመውደድ በፈጠሩት ሥጋዊ አካሄድ አወዳደቃቸው ሲከፋ እየተመለከትን ነው። ወጣት አገልጋዮቻችን ለምድራዊው ነገር ብቻ ሳይሆን በሰማይ ላለው ሕይወትም ዝግጁት ማድረግ አለባቸው። ገንዘብ በመውደድና መንፈሳዊ ነገርን በቁሳዊ ነገር በመለወጥ በአጭሩ መቀጨትም የለባቸውም። የቀደመውን ፈሪሃ እግዚአብሔር የተሞላውን አገልግሎት የምናውቅ ሁላችን እንደዚህ ላሉት ወጣት አገልጋዮች ልንጸልይላቸው፣ ጊዜአችንን ሰጥተን ብንመክራቸው ከከፉ መንገድ ተመልሰው በቀናው መንገድ ልናገኛቸው እንችላለን። ምክንያቱም የእግዚአብሔር ቃል "የወደቀ ይነሳል፣ የሳተ ይመለሳል" ይላልና።

ስለዚህ አሁን ላይ ያለነው ሁላችንም በዓለቱ ላይ ቤታችንን ልንሠራ ፤ በውስጥ ሰውነታችን በመንፈሱ ኃይል ልንጠነክር ይገባል። እግዚአብሔር ወንጌልን እናሳልጥ ዘንድ ቴክኖሎጅውን ጨምሮ በእጃችን አሳልፎ የሰጠን ብዙ ጠቃሚና እንደ እድል ልንቆጥራቸው የሚገቡ ነገሮች አሉን። በዚህ በኩል እኛ ከቀደሙት አባቶች የተሻለ እድል አግኝተናል። ይቤም ሆነ በቅድስናና በጽድቅ ልንሠራ ስላልቻልን እንደ ሀገር ተጽእኖ ማምጣት ተስኖናል። ቢሆንም ግን አሁንም አልረፈደምና ወደ ቀደመው ፈሪሃ እግዚአብሔር መመለስና ፤ በመንፈስ ቅዱስ ኃይል በመታደስ፣ በትውልድ ላይ መልካሙን የወንጌል ተጽእኖ ማምጣት ይቻላል ብዬ አምናለሁ።

የአንግሊሎ́ት ሌ.ጋሲ

ልጅህን በሚሄድብት መንገድ ምራው በሸመገለም ጊዜ ከዚያ ፈቀቅ አይልም፤

ከላይ ለንዑስ ርዕስ የተጠቀምኩበት የጥበበኛው ሰሎሞን ምክር አባቴ በእኔ ሕይወት ያሳደረውን መልካም አርአያነት ይገልጣል።አንድ ልጁንና ቤተሰቡን የሚወድድ ወላጅ፣ ሊያደርግ የሚገባውን ዋነኛ ነገር፣ አባቴ በእኔም ሕይወት አድርጓል። በሕይወቴ የሆነው መልካም ነገር የሆነው ሁሉ ወላጆቼ እንደ እግዚአብሔር ፈቃድ በመኖር፣ እግዚአብሔርንና በልጁ በክርስቶስ ደም የተዋጀችውን ክብርት ቤተ ክርስቲያን በንጽሕና በማገልገል ያተረፉልኝ በረከት ነው።

ወላጆች የእግዚአብሔርን አሳብ ተቃውመው ሲቆሙ እርግማኑ ለቤተሰብ እንደሚሆነው ሁሉ፣ በሌላ ጎኑ ደግሞ ከእግዚአብሔር ጋር ተስማምተው ሲሄዱ በረከቱ ከእነሱ አልፎ ለቤተሰቡ እንደሚሆን የእግዚአብሔር ቃል በግልጽ ይነግረናል። ለምሳሌ በእግዚአብሔር ሕዝብ ላይ መከራን ሊያደርስ የሞከረው ሐማ ጦሱ አሥራም ልጆቹ በስቅላት እንዲቀጡ፣ ዳንኤልን አንበሳ ጉድጓድ እንዲጣል በሐሰት የከሰሱት ሹመኞች፣ "እነርሱንና ልጆቻቸውንም ሚስቶቻቸውንም በአንበሶች ጉድጓድ ጣሉአቸው፤ ወደ ጉድጓዱም መጫረሻ ሳይደርሱ አንበሶች ያዙአቸው አጥንታቸውንም ሁሉ ሰባበሩ"(ዳን.6፥24)።

በሌላ በኩል ደግሞ "በአምላኩ በእግዚአብሔር ፊት መልካምና ቅን የሆነውን ነገር ስታደርግ ለአንተ ከአንተም በኋላ ለልጆችህ ለዘላለም መልካም ይሆንላቸሁ ዘንድ እኔ የማዝዝህን እነዚህን ቃሎች ሁሉ ስምተህ ጠብቅ።"(ዘዳ.12፥28)። ተብሎ እንደተጻፈው የእግዚአብሔርን ነገር ወላጆች አክብረው ሲታዘዙ፣ ለልጆቻቸው ለዘላለም መልካም ይሆናል። ስለሆነም እኔ የሆንኩትን ሁሉ የሆንኩት በወላጆቼ ምክንያትና እነሱ በምሄድብት መንገድ ስለመሩኝ ነው።

ወንጌልን በነፍሱ ተወራርዶ፣ በርህብና በስደት ውስጥ ጸንቶ በሚያገለግል አባት እግር ስር በማደጌ እግዚአብሔር ስለ አባቴ ባርኮኛል ብዬ መናገር እችላለሁ። አባቴ ገና በእድሜዬ ጠዋት ቤተ ክርስቲያን መሄድ፣ መዘመር፣ ጠዋት ተነስቶ መጸለይ፣ ሲመሽም ከቤተሰብ ጋር አብሮ ማምለክን፣ እያሳዬ በሕይወቱ ምሳሌ ሆኖ አሳድጎኛል። እንዲህ ያለው አስተዳደጌ ደግሞ የሁለተኛ ደረጃ ትምህርቴን በጥሩ ውጤት አልፌ ዩኒቨርስቲ ስገባ እምነቴን አጥብቄ እንድይዝ አድርጎኛል። ዩኒቨርስቲ እየተማርኩ እዚያው ጎን ለጎን ባልተዘጉት ቤተ ክርስቲያናት ዘወትር ማክሰኞ አምስት ኪሎ መካነ ኢየሱስ ቤተ ክርስቲያን፣ ረቡዕ ኡራኤል መካነ ኢየሱስ፣ ሐሙስ ቤቴል፣ አርብ ደግሞ እንጦጦ መካነ

ኢየሱስ እሁድ ሕብረት አምባና ጌጃ ቃለ ሕይወት ቤተ ክርስቲያን እንዬዳለን። ሕብረት አምባ ቃለ ሕይወት ቤተ ክርስቲያን እኛ ከእሁድ አምልኮ ታፍሰን ከታሰርንበት ጊዜ ጀምሮ ተዘግቶ በኢህአዴግ ነው የተከፈተው። የትራንስፖርት ወጭ መሸፈን ስለማንችል ወደ እነዚህ አጥቢያ ቤተ ክርስቲያን ከጎደኞቼ ጋር በአግራችን ነበር የምንንዛዘው። የዩኒቨርሲቲ ተማሪ መሆን እግዚአብሔርን ከማምለክ ፈጽሞ አያግድም። ለእኔ በዚያን ወቅት ከቤተ ክርስቲያን ጉባኤ መቅረት ጎጢአት እንደመሥራት ነበር የምቆጥረው። በዚያ ሁኔታ ውስጥ እግዚአብሔርን ማምለኬ አአምሮዬ በየቀኑ እንዲታደስ ስለሚያደርግ በትምህርቴ ጥሩ ውጤት ነበር የማስመዘግበው። ከሰው ሁሉ የተለዬ አአምሮ ባይኖረኝም እግዚአብሔርን እንዳውቅ እና እንድከተለው አድርገው ያሳደጉኝን ወላጆች ምክር ተከትዬ አምላኬን ማምለኬ ለዚህ እንድበቃ አድርጎኛል።

የሆድህ ፍሬ ቡሩክ ይሆናል፤

በእኛ ጊዜ የዩኒቨርሲቲ የሚገቡት ጥቂቶች ነበሩ። እኔ ከመጣሁበት ከሻሽመኔ ከፍተኛ ሁለተኛ ደረጃ ትምህርት ቤት ወደ አሥራ ሁለት ሆነን ነው አዲስ አበባ ዩኒቨርሲቲ ወደ አራት ኪሎ (ሳይንስ) ኮሌጅ የገባነው። ትምህርታችን በአግባቡ የጨረስነው ደግሞ ሦስት ወይም አራት ብንሆን ነው።በዚያን ዘመን የከፍተኛ ሁለተኛ ደረጃ ትምህርታቸውን ካጠናቀቁት ውስጥ ብዙዎቹ የዩኒቨርሲቲ መግቢያ ውጤቱን ስለማያመጡ አይገቡም ነበር። ከገቡትም ውስጥ ብዙዎች ይባረሩ ነበር። በዘመኑ እንደ አገር የነበረን ዩኒቨርሲቲም የአዲስ አበባ ዩንቨርስቲ ብቻ ነበር።

ኢትዮጵያ ውስጥ በወጣትነቴ መሉ ፕሮፌሰር የሆንኩ ሰው ነኝ። በአዲስ አበባ ዩኒቨርሲቲ ውስጥ ከእኔ በፊት በእኔ እድሜ መሉ ፕሮፌሰር የሆን ሰው አላስታውስም። እዚህ ደረጃ ከመድረሴ በፊት፣ አራት ኪሎ ዩንቨርስቲ ገብቼ አራት አመት እንደጨረስኩ በኬሚስትሪ የመጀመሪያ ዲግሪዬን ያዝኩ፣ ከተማሪዎች የተሻለ ውጤት ስለነበረኝ እዚያው ረዳት ምሩቅ ሆኜ ተቀጠርኩ፣ የምድብ ቦታዬ ግን ባህር ዳር ነበር (ሁሉም ዩኒቨርሲቲዎች በአዲስ አበባ ዩኒቨርሲቲ ስር ስለነበሩ ሐዋሳ፣ ሐረማያ ፣ ጎንደር እና ባህር ዳር ኮሌጆች - ባህር ዳር ብመደብም የአዲስ አበባ ዩንቨርስቲ ቅጥር ተደርጎ ነበር የሚቆጠረው)። ከባህር

የተከተለ ፕሮፌሰር

የአንልግሎት ሴጋሲ

ዳር ቆይታ በኳላም ወደ አዲስ አበባ በመመለስ ማስተርሴን በፊዚካል ኬሚስትሪ እንደያዘኩ፤ ወደ ባህር ዳር የትምህርት ኮሌጅ ተመልሼ ዲፓርትመንት ኃላፊ በመሆን ከሰራሁ በኳላ ፒ.ኤች.ዲዬን አዲስ አበባ ዩንቨርስቲና እና ስዊድን አገር በሚገኘው ልንኾጊንግ ዩንቨርስቲ በሳንዲያች ፕሮግራም በሶላር ኢነርጄ ሥርቻለሁ። በዚሁ መስከም ትልልቅ የምርምር ማዕከሎችን አቋቋሜያለሁ። በዚህም ምክንያት በአፍሪካ አገሮች በሳይንሱ ዘርፍ ትልቅ አንቱታን ለማግኘት በቅቻለሁ። በጥናታዊ ሥራዎች አፍሪካ አውሮፓ፤ እስያና ሰሜን አሜሪካ ተመላልሻለሁ። በኳፊነት ባህር ዳር በነበርኩበት ጊዜ የትምህርት ክፍል ኃላፊ ሆኜ በተለያየ ጊዜ ከስምንት ዓመት በላይ አገልግያለሁ፤ የድኅረ ምረቃ የአዲስ አበባ ዩንቨርስቲ የናቹራል ሳይንስ ኮሌጅ አሶሲየት ዲን፤ የአዲስ አበባ ዩንቨርስቲ የምርምሩ ዳይሬከተር በመሆን በተለያዩ ዓመታት አገልግያለሁ። አዲስ በተቋቋመው በአዲስ አበባ ሳይንስና ቴክኖሎጂ ዩኒቨርሲቲ የአካዳሚክ ጉዳዮች ምክትል ፕሬዘዳንት ሆኜ ለሦስት ዓመት አገልግያለሁ።

እንደ ቤቴ ወደምቆጥረው አዲስ አበባ ዩኒቨርሲቲ ባለፈው ዓመት ወርሁ ነሐሴ ተመልሻለሁ። አሁን ላይ ምርምሬን እየሠራሁ፤ አስተምራለሁ። ለሀገር ተስፋ የሚሆኑ ብዙ ተማሪዎችም ከእኔ ሥር አሉ።

እዚህ ላይ አንባቢዬ ልብ ሊልልኝ የሚገባው ነገር:- በዚያን የአፍላ ወጣትነት እድሜዬ ፒ. ኤች. ዲዬን ያገኘሁ ፤ ሙሉ ፕሮፌሰር ለመሆን የበቃሁ፤ በአገር፤ በአህጉርና በዓለም አቀፍ ደረጃ ሰፋፊ ሥራዎችን የሠራሁ፤ ከመንግሥት ካዝና ምንም ዓይነት ገንዘብ ሳልወስድ ትልልቅ ፕሮጀክቶች የቀረጽሁ፤ ያስጀመርኩትና ወደ ፍጻሜም ያደረስኩት፤ በርካታ ተማሪዎችን አማካሪ እነዚሁን ተማሪዎች ለከፍተኛ ትምህርትም ውጭ አገራት መላክ የቻልኩት በእኔ አቅም አልነበረም። የዚህ ነገር መሠረቱ ወላጆቼ በታማኝነት ያገለገሉት አምላክ እኔን ያሳደገብት፤ ርቱዕ እምነት ውጤት ነው። ከብሩም ለእግዚአብሔር ይሁን።

እግዚአብሔር ትዳሬን ባርኮታል። አምስት ልጆች ሰጥቶኛል። በአሁኑ ጊዜ ሁለቱ ሴቶች ልጆቼ አሜሪካን ሀገር ትምህርት (የመጀመሪያና ሁለተኛ ዲግሪ) ላይ ሲሆኑ፤ አንዱ ደግሞ ትምህርቱን ጨርሶ ወደ አገር ቤት ተመልሷል። አንዲ እግዚአብሔር ቢፈቅድ ዘንድሮ ትጨርሳለች። ሌላው ደግሞ ማስተርሱን ሰርቷል። የመጨረሻዋ ልጃችን አሁን አሥራ አንደኛ ክፍል ደርሳለች።

እግዚአብሔር የእጆቼን ሥራ እና አእምሮዬን ባርኮታል። ለሀገር ኩራት የሚሆኑ ትምህርት ቤቶች አሉኝ። ብሥራት ገብርኤል ያለው፤ ብስራት ገብርኤል ትምህርት

ቤት የእኛ ነው፡፡ የዚሁ ትምህርት ቤት ሁለተኛ ቅርንጫ ነፋ አካባቢ፣ ሦስተኛውን ደግሞ ላፍቶ ከፍተኝ ባለቤቴ እያስተዳደረችው ይገኛል፡፡ የመጀመሪያ ልጆችን ከባለቤቴ ጋር የትምህርት ቤቱ ምክትል ሥራ አስኪያጅ ሆና እየሠራ ነው፡፡

ለመጀመሪያ ጊዜ በሥራ ተመድቤ ባህር ዳር ከኄድኩበት ቀን ጀምሮ ከመጽሐፍ ቅዱስ ጥናት እስክ ቤተ ክርስቲያን መሪነት አገልግያለው፡፡ በኢትዮጵያ ቃለ ሕይወት ቤተ ክርስቲያን ለአሥራ ሁለትዓመታት የሥራ አስፈጻሚ ቦርድ፣ ምክትል ፕሬዘዳንት እና ፕሬዚደንት ሆኜ አገልግያለሁ፡፡ ወላጆቼ በወንጌል አገልግሎታቸው በምትሰጣቸው አሥራ አምስት ግፋ ቢል ሃያ ብር ፤ ዘጠኝ ልጆችን ወልደው አሳድገዋል፡፡ ዘጠኛችንም በትንሹ የመጀመሪያ ዲግሪያችንን ያገኘን እና በሕይወትም ያለን ነን፡፡

እግዚአብሔርን በማገልገል ውስጥ ማትረፍ እንጂ መክሰር እንደሌለ በአባቴ ሕይወት ውስጥ አይቻለሁ፡፡ እኔም የአባቴን ፈልግ ተከትዬ ከሥራዬ ነን ለጎን እግዚአብሔርን በማገልገሌ አልከሰርኩም፡፡

ወላጅ አባቴ በአገለገለበት ዘመን ለአባቶቻችን ወይም ለአገልጋዮች ጡረታ የሚባል ነገር የሚታሰብ አልነበረም፡፡ በኢትዮጵያ ቃለ ሕይወት ቤተ ክርስቲያን እኔ ወደ አመራር ስመጣ ግን የቀደመው አካሄድ ተገቢ አለመሆኑን በመገንዘብ ለአገልጋዮች ጡረታ እንዲከበር ለማድረግ የጡረታ ኮሚሽን እንዲቋቋም ተደርጓል፡፡ አባቴ በእግዚአብሔር እና በእግዚአብሔር ሕዝብ ፊት በቅንነት በመኼድ ያገለገለበትን፣ በታማኝነት ያገለገሉትን የማይረሳው እግዚአብሔር ዘጠኙንም ልጆቹን ባርኮላት ፤ የትጋቱን ፍሬ በዓይኑ እንዲመለከት አድርጎታል፡፡ እናቴ በቅርቡ ወደ ጌታ ብትኼድም ከመከራ፣ ከስደትና ከርሃብ ዘመን ወጥታ፣ ዘመኗ የልማት ሕይወቷ የተድላ ሁኖ፣ የድካሚን ፍሬ በልጆቿ አይታ እግዚአብሔርን ባርካ ነው ወደ እቅፉ የተሰበሰበችው፡፡

***

እንደሚታወቀው ደቡብ ኢትዮጵያ አንጋፋ የሚባሉ የወንጌል አርበኞች የተገኙባት ምድር ናት፡፡ ከእነዚያ የወንጌል አርበኞች የተነሳ ምድሪቱም ሆነ ልጆቻቸው ተባርከዋል፡፡ የእኛ አካባቢ በትምህርት በጣም የተማሩ ሰዎች ያሉበት አካባቢ ነው፡፡ ኢትዮጵያ ውስጥ እኔ ባለኝ መረጃ አንድ መቶ ሠላሳ የሚሆኑ ፕሮፌሰሮች አሉ፡፡ ከእነዚህ ውስጥ የጠቅላላ ወንጌል አማኝ ክርስቲያኖችን ትተን ከከምባታ አካባቢ ያሉትን እንኳ ብንወስድ ስምንት ፕሮፌሰሮች አሉ፡፡ ከሕዝቡ ቁጥር አንፃር ሲታይ ይህ ቁጥር በጣም ብዙ ነው፡፡ በኢትዮጵያ ውስጥ አንቱታን ካተረፉ ሐኪሞች ውስጥ፣ እነ ዶክተር ብሩክ ላምቢሶ

የአንጋልግሎት ሌጋሲ

ፕሮፌሰር ተሰማ ኤርሱማ፣ ፕሮፌሰር አክሊሉ አዛዥ መጥቀስ ይቻላል። እነዚህ ሐኪሞች ከለምባታ ምድር የተገኙ፣ በወንጌል አገልግሎት ውስጥ የተወለዱ በረከቶች ናቸው።

ልባም ሴት

በመጽሐፈ ምሳሌ የተጠቀሰችው ልባም ሴት፣ አባቴ ያገኛት የሕይወት ዘመን በሳል፣ ጠንካራ፣ አስተዋይ አጋሩ ነበረች። አባቴ ወንጌላዊነቱን ቸል እንዳይል፣ በቤት ውስጥ አሳብ እንዳይያዝ እሷ ከፍተኛ መሥዋዕትነትን ከፍላለች። አባቴ በተመደበበት ስፍራው ሁሉ ይዛት ዞራል። መከራና ደስታውን፣ ስደትና አረፍቱን አብራው ተጋርታለች። ልጆቿን ለማሳደግ እና ቤተሰቡን ለማኖር ከእንጀራ ጋጋሪነት፣ እስከ እንጨት ሻጭነት፣ እናታችን ብዙ ነገር ሁናለች። በዚሁ ሁሉ ግን በጌታ ደስተኛ ሆና፣ አባቴ የወንጌል አገልግሎቱን በታማኝነት እንዲወጣ ያደረገች፣ ከጀርባው የነበረች ለባሷ ጥሩ የትዳር አጋር፣ ለልጆቿም መልካም እናት ሁና ዘመኗን ለእግዚአብሔር ኑራ ያለፈች እናት ነበረች። አባቴ ከፈት ስለሚታይ እንጂ የእሷም አስተዋዕጾ ቀላል አልነበረም።

ታልፈ የተሰጠን ዘመን፤

አባቶቻችን በብዙ መሥዋዕትነት ወንጌልን አገልግለዋል፣ ስለ ክርስቶስ መከራን ተቀብለዋል። አንዳንዶቹም በስደቱ ዘመን ለእምነታቸው በየወህኒው ሰማዕት ሆነዋል። እነሱ ያንን ክፉ ዘመን በጌታ እና በኃይሉ ችሎት አሸንፈው ወንጌልን እንደ ዱላ ቅብብሎሽ ለእኛ ከነ ሙሉ ክብሩ አስረክበዋል።

የቀድሞው የኢ.ፌ.ዲ.ሪ.ጠቅላይ ሚኒስትር አቶ ኃይለ ማርያም ደሳለኝ አገሪቱን በሚመሩበት ወቅት ከ26ቱ ካቢኔ 12ት አካባቢ ወንጌል አማኝ ክርስቲያኖች ነበሩ። እንዲህ ያለውን ነገር ልብ ብሎ ላስተዋለው ይህ ዘመን ለወንጌል አማኞች ታልፈ የተሰጠ ዘመን ነው፡ ማለት ይቻላል። አሁን ላይም ቢሆን በኢትዮጵያ ወሳኝ ወይም ቁልፍ በሚባሉት የሥልጣን እርከኖች ለምሳሌ ጠቅላይ ሚኒስትር፣ አፈ ጉባኤ ወዘተ የተቀመጡትን ስንመለከት ወንጌል አማኝ ክርስቲያኖች ናቸው።

እኔ ዩንቨርስቲ ተማሪ እያለሁም ሆነ ተመርቄ ዩንቨርስቲ ከተመደብኩ በኋላ፣ ወንጌል አማኝ ክርስቲያኖች፣ እውቀቱና ብቃቱ እያላቸው በእምነታቸው ምክንያት ብቻ የኃላፊነትና የሥልጣን ቦታ ይነፈጋቸው፣ በሚመጥናቸው ሹመት እንዳይመደቡ

ይከለከሉ ነበር።

አሁን ግን ዘሙኑን እግዚአብሔር ለእኛ የሰጠበት ዘመን ነው። በዚህ በተሰጠን ዘመን እግዚአብሔር እንደሚፈልገውና እሱ ደስ እንደሚሰኝብን ሆነን በመመላለስ "ዳዊትም በራሱ ዘመን የእግዚአብሔርን አሳብ ካገለገለ በኋላ አንቀላፋ"(የሐዋ.13፥36) እንደተባለለት ለእኛም ቀጣዩ ትውልድ የሚናገረው፣ "በዘመናቸው የእግዚአብሔርን አሳብ ካገለገሉ በኋላ አንቀላፉ" የሚለውን ሊሆን ይገባል።

እግዚአብሔርንና በልጁ ደም የዋጃትን ክብርት ቤተ ክርስቲያን ማገልገል ትርፍ እንጂ ኪሳራ የለውም። ከሞት ወዲያ ማዶ ብቻ ሳይሆን፣ በዚህ ዓለም እንኳ እያለን ብድራት ይመልስልናል። "አስቀድማችሁ የእግዚአብሔርን መንግሥት ጽድቁንም ፈልጉ፣ይህም ሁሉ ይጨመርላችኋል።"(ማቴ.6፥33) የሚለው የጌታ ኢየሱስ ቃል እውነት ነው። አባቴ አሪት ዘዳግም 28፥1-14 እያነበብ ነው ያሳደገኝ። ይህ ቃል በሕይወቴ ሕያው ሆኖ በሰማያዊውም ሆነ በምድራዊው በረከት በመባረኬ ምስክር ነኝ።

በዚህ ዘመን አልፎ አልፎ እንደሚያጋጥመውን፣ በብልግ ብልጥነት እግዚአብሔርን እያገለገልን ነው፣ እንደሚሉት ሰነፎች ሳይሆን፣ "ዘሙኑን ዋጁ" መባላችንን ሳንዘነጋ፣ ይህ ዘሙን ለእኛ ታልፎ እንደተሰጠ፣ የወንጌል ባለ አደራዎች ሆነን፣ ዘመናችንን በመዋጀት እግዚአብሔርንና ቅድስት ቤተ ክርስቲያኑን በጽድቅና በቅድስና ልናገለግል ይገባል።

እንደ አንድ የወንጌል አገል ጋይ ልጅነቴ፣ በቤተ ክርስቲያን ውስጥ እንደማደጌ ፤ እስካሁን በተመደብኩባቸው የሥራ ኃላፊነቶችም ሆነ በቤተ ክርስቲያን እንዳገለግል እድሉ በተሰጠኝ ጊዜ ሁሉ በጽድቅ፣ በቅድስና እና በመርህ ስለምሠራ የእግዚአብሔር በረከት ከእኔ አልፎ ለቤት ሰቤ ሲተርፍ እንደተመለከትኩት ሁሉ፣ በሌላ መልኩ ደግሞ እንደ እኔው ተምረው፣ ሙያቸው በሚፈቅድላቸው ኃላፊነት ተቀምጠው እግዚአብሔርን ባለማክበርና ባለ መፍራት ፤ የጽድቅንና የእውነትን መንገድ ቸላ በማለት የማይገባ ድርጊት እየፈጸሙ እድሜያቸው ያጠሩ፣ በሕመም የተመቱ ብዙ ሰዎችን አይቻለሁ። ሰው እግዚአብሔርን በቅድስናና በጽድቅ እያገለገለ በጤናና በሰላም መኖሩ አይበጀውምን?

እንግዲያውስ "አሁንም ከእርሱ ጋር ተስማማ"(ኢዮ.22፥21) ተብሎ እንደተጻፈ ታልፎ በተሰጠን ዘመን ከእግዚአብሔር ቃል ጋር ተስማምተን በጽድቅና በቅድስና አምላካችንን ማገልገል ተገቢ ነው እላለሁ።

እግዚአብሔርን ማገልገል እድል፣ ሽልማቱም በረከት ነው።

የቄስ ጉዲና ቴምሳ ሌጋሲ - በልጃቸው ወ/ሮ ሌንሳ ጉዲና ...

ቄስ ጉዲና ቴምሳ ከጅማሮው፤

በወታደራዊው መንግሥት(ደርግ) የወንጌል አማኝ ክርስቲያኖች ያሳለፉት የስደት፤ የእስርና የመሥዋዕትነት ጊዜ ሲነሳ በብዙዎች አእምሮ ፈጥኖ የሚመጣው፤ የቤተ ክርስቲያንን፤ የፖለቲከኞች እና የዓለም መንግሥታት መነጋገሪያ የነበረው ወላጅ አባቴ ቄስ ጉዲና ቴምሳ ፤ በአሁኑ ጊዜ ምዕራብ ወለጋ ተብሎ በሚጠራው ክልል በቦጂ ከሚኖሩ የተከበሩ ቤተ ሰብ በ1921 ዓ/ም ነበር የተወለደው።

አባቴ የተወለደው በወንጌላውያን ክርስቲያኖች ዘንድ እውቅናን ያተረፉት ፤ የመጀመሪያው ሰባኪ የሆኑት ቄስ ገብረ ኢያስታኪስ ከሞቱበት አካባቢ በመሆኑ ስለ ትምህርት ቤትና የወንጌል ስብከት በልጅነት ለመስማት ቻ∙ል። በውስጡም ካደረው ትምህርት ቤት የመግባት ፍላጎት የተነሳ በ10 ዓመት እድሜው ትምህርት ቤት ገባ። በመማር ላይ ሳለም ከመምሕራኖቹ ወንጌልን ሰማ። በወቅቱ ያስተምሩ የነበሩት አቶ ነጋሳ ፈይሳ ብዙዎቹ ወደ ጌታ እንዲመጡ ምክንያት የሆኑ በአካባቢው የታወቁ የእግዚአብሔር ሰው ነበሩ።

መምሕሩ አባቴን በትምህርት እንዲጎብዝ ከመርዳታቸውም በተጨማሪ ወንጌልን ያስተምሩት ነበር። ሌላው የእግዚአብሔር ሰው ሁንዴ ጉተማ የተባለ ከመንዲ ከተማ ወደ አቶ ነጋሳ ፈይሳ መኖሪያ ቤት ለወንጌል ስብከት የመጡ ሰው ነበሩ። የእነህ ሁለት የእግዚአብሔር ሰዎች የሕይወት ምስክርነት አባቴ በአምነት ጠንካራ እንዲሆን ረዳው። ከዚህ ጊዜ ጀምሮ ነበር አባቴ የክርስቶስን ወንጌል ነጻ አውጪነትና ኢየሱስ ክርስቶስ ከሰይጣን የበለጠ ኃይል ያለው፤ በእርኩሳን መናፍስትም የተያዙትን ነጻ የሚያወጣ ጌታ መሆኑን የተረዳው። ከዚያን ጊዜ ጀምሮ አባቴ ራሱን ሌጋታ በመስጠት፤ የተሰቀለው አዳኝ ፣ የእግዚአብሔርን ፍቅር በሕይወቱ ባበዛው መጠን ለሌሎች በኢየሱስ ክርስቶስ እንዲያምኑ መመስከር ጀመረ።

አባቴ እንደ ጌዴዎን፤

አባቴ በመንፈሳዊ ቅናት የተሞላ ስለነበር ሰዎች ከአምላክ የለሸ ሕይወት ተላቀው በኢየሱስ ክርስቶስ በማመን ሕይወትን እንዲያገኙ መመስከሩን ቀጠለ። ይህ ሁሉ ግን ይሆን የነበረው ገና የአሥር ዓመት ልጅ በነበረበት እድሜው ነበር። ጌዴዮንን፤ እስራኤልን ከምድያም ነጻ ለማውጣት እግዚአብሔር ሲያስነሳው፤ አስቀድሞ በአባቱ ቤት የነበረውን የበኣል መሠዊያ በማፍረስ፤ በእሱም ዙሪያ ያለውን የማምለኪያ ዐፀድ እንደቆረጠው ሁሉ ፣ አባቴም "እኔ ሕይወት እንዲሆንላችሁ እንዲበዛላችሁም መጣሁ"(ዮሐ.10፤10) የሚለውን የክርስቶስን ወንጌል ከማወጁ አስቀድሞ ያደረገው ነገር፤ ቃልቻ አነታቸው ወደሚኖርበት ስፍራ በመሄድ የአምልኮ ሥርዓት የሚደረጉበትን "ሆሚ" የተባለውን የእድባር ዛፍ ቆረጠ። የተቆረጠው የአምልኮ ዛፍ፤ በአነታቸው ውስጥ ያደረውን መንፈስ ለሚያመልኩት እንደ ቅዱስ የሚታይ ነበር። አባቴ ግን በድፍረት የሕዝቡን ወቀሳ በመጋፈጥ፤ ይቼንን ተግባር ፈጸመው። የዓለም ሁሉ አዳኝና የበረከት ሁሉ ምንጭ የሆነውን ክርስቶስን እንዲያምኑም ይገፋፋቸው ነበር።

አባቴ የእድባር ዛፉን በማስወገዱ ምክንያት እየዋል እያደር ፣ ተቃውሞው በረታበት። ወላጆቹም ከቤት አስወጡት። በዚህ ምክንያት እግር ወደ መራቸው ወደ ነጇ ሄደ። ዕድሉም ሰምሮ ነጇ በሚገኘው የሚስዮን ትምህርት ቤት በዐዳሪነት ገብቶ እንዲማር ተፈቀደለት።

ከሁለት ዓመት በኋላ ለተከታዩ ትምህርት ወደ ነቀምቴ መንዘ ግድ ሆነበት። ይሁን እንጂ በአድባሩ ዛፍ ሳቢያ ከቤት ከወጣ ወዲህ ከወላጆቹ አንዳች ድጋፍ ስላልነበረው ራሱን ለማኖር መራር ዓመታትን አሳልፏል። ነቀምቴ ውስጥ በአትክልተኛና በሆስፒታል ጽዳት ሥራ ተቀጥሮም ይሠራ በነበረበት በአንዲ ቀን የተለመደውን የጽዳት ሥራ ሲከውን

በሆስፒታሉ ውስጥ እርዳታ የሕክምና ይሰጡ ከነበሩ ስዊዲሾች መካከል አንዱ ሐኪም ፤ አንዱን ሕመምተኛ "ምንድን ነው ያመመው?" በማለት ለአስተርጓሚው በእንግሊዘኛ ሲጠይቅ፤ አስተርጓሚው ከሕመምተኛው የሰማውን ቃላት መተርጎም ያቅተዋል፤ በዚህን ጊዜ አባቴ መሬት ከሚያጥብበት ቀና ብሎ ለስዊድሹ ሐኪም ፤ የታማሚውን ሕመም በእንግሊዘኛ አስረዳው። ሲዋዲሹም ገርሞት "አንተ እንግሊዝኛ አየቻልክ ለምንድን ነው ታዲያ መሬት የምታጥበው? ከእሱ የበለጠ[ከአስተርጓሚው] እንግሊዘኛ ትችላለህ" ይለውና፤ "በል ከዚህ ቀን በኋላ እዚሁ ሆስፒታሉ ለሚሲዮናዊያን ዶክተሮችና ነርሶች አስተርጓሚ ትሆናለህ" በማለት ከጽዳትና ከአትክልተኝነት ወደ አስተርጓሚነት አመጣው። በሆስፒታሉ ተቀጥሮ በሚሠራበት ወቅት የምሳ ሰዓትና በምሽት ከሥራ ሰዓት ውጪ ወንጌልን ማወጅ የተለመደ ሥራው ነበር። ይኼንን ሲያደርግ ታዲያ ለሥራው ታማኝና ክብር የሚሰጥ ነበር። ባሳየው ታታሪነት እንዲሁም ካለው የእንግሊዘኛ ቋንቋ ችሎታ የተነሳ በአለቆቹ ዘንድ አክብሮትን ስላተረፈ ነቀምት በሚገኘው የተፈሪ መኮነን ሆስፒታል የነርሶች ትምህርት ቤት ገብቶ በድሬሰርነት እንዲሰለጥን ተፈቅዶለት ትምህርቱን በ1952 ዓ/ም ጨርሶ ተመረቀ። በዚህ የስልጠና ወቅት ነበር ከእማማ ጋር [ወ/ሮ ፀሐይቶሎሳ] ጋብቻቸውን የፈጸሙት። ትምህርቱንም ጨርሶ እዚያው ሥራ ተቀጠረ። ነቀምቴ በዚህ ሁኔታ ውስጥ እያለ የአባታቸውን ዜና ዕረፍት ሰማ። ወንድሞቹን እና እነቶቹን ሜዳ ላይ ያለ አባት ተበትነው ማየት ስላልፈለገ እነቶቹንና ሁለት ወንድሞቹን ወደ ነቀምቴ በማምጣት ይረዳቸው ነበር።

እንዲህ ያለው የአባቴ ተግባር ሐዋርያው ጳውሎስ፤ "ነገር ግን ለእርሱ ስለ ሆነት ይልቁንም ስለ ቤተ ሰዎቹ የማያስብ ማንም ቢሆን፤ ሃይማኖትን የካደ ከማያምንም ሰው ይልቅ የሚከፋ ነው"(1ኛ ጢሞ.5፤8)። የሚለውን በአግባቡ ከመረዳት የመነጨ ነው። አባቴ በዚያን ወቅት ትዳር የመሰረተበትና ፤ ገቢው እንተ፤ ወንድሞቹን ሁሉ ሊያስተዳድርለት እንደማይችል ቢያውቅም፤ እሱ ግን ያለውን ከማካፈል እና ቤተ ሰቡን ሸክፎ ከማያዝ ወደ ኋላ አላለም። እዚህ ላይ በዚህ ዘመን ያለን አገልጋዮች ሁለት ተግባራዊ ልናደርጋቸው የሚገቡ ሐቆችን ልናስተውል ይገባል።

የመጀመሪያው የወንጌል አገልግሎት የሚጀምረው ከገዛ ቤተ ሰቦቻችን፤ ከቅርቦቻችን መሆን አለበት። ይህን በምናደርግበት ጊዜ ደግሞ የቅርቦቻችን ሁሉ ጊዜም ላይቀበሉንና ላይስማሙን ይችላሉ። ይኼን ጌታ ኢየሱስ ራሱ አስቀድሞ የነገረን "የገዛ ቤቱ ሰዎች ጠላት ይሆኑታል" ብሎናል። አባቴን የገዛ ቤቱ ሰቦቹ ተቃውመው ከቤት አስወጥተውታል። ይሁንና ወንጌል ግን ከእነሱ ነው የጀመረው።

ሁለተኛው ነገር ከላይ ሐዋርያው ጳውሎስ፤ "ነገር ግን ለእርሱ ስለ ሆነት ይልቁንም

ስለ ቤተ ሰዎቹ የማያስብ ማንም ቢሆን፣ ሃይማኖትን የካደ ከማያምንም ሰው ይልቅ የሚከፋ ነው::" የሚለውን አስተውለን ከአጠገባችን ካሉት ቤተ ሰብ ጀምረን ያለንን ማካፈል ይጠበቅብናል:: አባቴ በወንጌል ምክንያት ከቤት ተባሮ ከአካባቢው ቢሰደድም ÷ የአባቱን መሞት ተከትሎ ግን ታናናሽ እንቶቹንና ወንድሞቹን እንዲሁ ተበትነው እንዲቀሩ ስላልፈለገ በሚያገኛት አነስተኛ ገቢ፣ ለእነሱ ከማካፈል ወደ ኋላ አላለም:: ስለዚህም አገልጋይ ወንጌልን ብቻ ሳይሆን ያለውን ደግሞ ከቅርቦቹ ጀምሮ ማካፈል፣ በገንዘቡም ሌሎችን ማገልገል አለበት::

መለኮታዊ ጥሪን ማስቀደም፣

ከአባቴም ሆነ ከእናቴ ሕይወት ልጆቻቸው ከተማርነው ውስጥ መለኮታዊ ጥሪን ከምቾቶቻችን በላይ ማድረግ እንዳለብን ነው:: አባቴ ከሥራው ጎን ለጎን ነቀምት የነበረውን የመካነ ኢየሱስ ማንበረ ምእመናንና በሌሎች አጥቢያ የሚገኙ አማኞች የታመሙትን በመርዳትና ወንጌልን በመስበክ በጣም የተወደደ ነበር:: በዚህ ሁኔታ ውስጥ እያለ የነቀምት ማንበረ ምእመናን ወደ ነጇ በመሄድ ስልጠና ወስዶ መጋቢያቸው እንዲሆን ጥሪ አቀረቡለት:: አባቴና እናቴ ከሌሎች ወንድሞችና እንቶች ጋር ለረኅም ጊዜ ከጸለዩ በኋላ ጥረው ከኬታ መሆኑንና ምርጫ እንደሌለው መቀበል እንዳለባቸው ወሰኑ:: በዚህ ውሳኔአቸው ያልተስማማው በነቀምት ሆስፒታል በሕክምና ያገለገል የነበረው ሚሲዮናዊ ዶክተር አባቴ የቤተ ክርስቲያን አገልጋይነት አሳቡን ከሰረዘ ከፍተኛ ሕክምና ትምህርት እድል እንደሚሰጠው ቃል ቢገባለትም አባቴ እና እናቴ እምቢ በማለት ጌታን ታዘው ጥሪውን ያለምንም አማራጭ ለመቀበል ውሳኔ አደረጉ:: አባቴም ሥራውን በመልቀቅ ሁለተኛውን ዙር የመጋቢያች ስልጠና ለመከታተል በ1955 ወደ ነጇ ሄደ:: ከሥራ ለቆ ስለነበር የሄደው በገቢ ማነስ ምክንያት ድህነትን ተጋፍጦታል:: በዚህ ሁሉ ግን አባቴ ወንጌል ሥራ ልቡ ይቃጠል የነበረ ከመሆኑ የተነሳ በየሰምንቱ መጨረሻ ራቅ ወዳሉ አካባቢያች እየሄደ የክርስቶስን ወንጌል ማወጅ ቀጠለ:: በሕይወቱም ቀዳሚ ስፍራ የሚሰጠው ለዚሁ የወንጌል አገልግሎት ነበር::

የአቋም ሰው መሆን፣

አባቴ ለቆመለት እና ለሚያምንበት ነገር ማመቻመች የሚባል ነገር ፈጽሞ አያውቅም:: ጽድቅና ፍትሕ የሕይወቱ መርህ ናቸው:: የኢትዮጵያ ወንጌላዊት ቤተ ክርስቲያን መካነ ኢየሱስ ዋና ፀሐፊ ሆኖ ሓኖሽ - ጀመርን በተካሄደ ስብሰባ ሲሳተፍ፣ የውጭ አገር ሚሲዮናውያንና ቤተ ክርስቲያናት በኢትዮጵያ ባለችው ቤተ ክርስቲያን የሚያደርጉት

ጣልቃ ገብነት ምንም አይነት ሕጋዊ መሠረት እንደሌለው እርዳታ ቢገኝም ባይገኝም የኢትዮጵያ ወንጌላዊት ቤተ ክርስቲያን መካነ ኢየሱስ የምትሰጠው አገልግሎት ለኢትዮጵያ ሕዝብ ካለባት መሉ ኃላፊነት የተነሳ አንደምትቀጥል በአጽንዖት በመናገር የኢየሱስ ክርስቶስ ቤተ ክርስቲያን ለእርሷ ከሞተላት፣ ሴላ ማንም ሊወክልና ሊጠቀምባት በፍጹም አንደማይቻል ነበር አስረግጦ የተናገረው።

ይኼንም ብቻ ሳይሆን፣ "እኛ የሚያስፈልገን ቤተ ክርስቲያን መገንባት፣ ለነፍሳት ወንጌል

ቄስ ጉዲና

የመመስከር አገልግሎት ነው ስንል 'አይ ልማት ነው' ብላችሁ ልታዙን አትችሉም። መብትም የላችሁም፤ ምክንያቱም ገንዘቡ የእናንተ አይደለም፣ ሰማይና ምድር የእግዚአብሔር ነው። ንብረቱ ሁሉ የእግዚአብሔር ነው። እኛ የተሰጠን የማስተዳደር ኃላፊነት ብቻ ነው። ስለዚህ እኛ የተሰጠን መንፈሳዊ ስጦታ አለ፤ እናንተ ደግሞ ምናልባት ቁሳቁስ እና ገንዘብ ተሰጥቶአችሁ ይሆናል፤ እኛ ያለንን ለእናንተ እንሰጣለን። እናንተ ደግሞ ያላችሁን ትሰጡናላችሁ፤ ሁሉም ግን ንብረትነቱ የእግዚአብሔር ነው። ስለዚህ እኛን ማዘዝና መጫን አትችሉም" ብሎ በመሞገቱ በእነሱ ዘንድ ለራሱም ሆነ ለሚመራት ቤተ እምነት ከበሬታን አምጥቷል።

ከአባቴ ተሞክሮ የጽድቅ አቋም እንደሚያስከብር ተምሬናል። በሌላ ጊዜ ደግሞ በደርግ መንግሥት ገንዘብ ፈላጊነት ተፈትኖ እምቢ ታውን ለሚገድለው አካል በማሳየት ጸንቷል። ደርግ "ካገር ውጪ ሄደህ ገንዘብ ጠይቅልን" በማለት ሊያግባቡት ቢሞክሩም ከጽኑዕ መሠመሩ የተነሳ ሊሳካላቸው አልቻለም። በዚሁ ወቅት ውጭ አገር ለነበረችው ታላቅ እህቴ ደብዳቤ ሲጽፍላት፣ "ከዚህ የሰው መብት በሰፈው ከሚረግጥ መንግሥት ጋር ከመሥራት ሞት ይሻለኛል" በማለት አቋሙን ገልጦላታል።

አባቴ፣ የወንጌል አገልጋይ ወገንተኝነቱ ከእግዚአብሔር ቃልና ከፍትሕ ጎን መሆኑን በተግባር አስመስክሯል። የአቋም ሰው ባይሆን ኑሮ ባልሞተም ነበር።

የአባቴ የፍትሕና የጽድቅ ጨዄት አቋም በበላይነት ይመራት ለነበረውም ወንጌላዊት ቤተ ክርስቲያን መካነ ኢየሱስም የማያዳላ ነበር። ትክክል ያልሆኑት ነገሮች ላይ ስትገኝ ያለ ርሕራሔ ይቃወማቸው ነበር።

አባቴ ስለ ጽድቅና ፍትሕ የነበረው አቋም ገና ከልጅነቱ ራሱን ለወንጌል ከለየበት ጊዜ ጀምሮ ያዳበረው ነበር። ገና በአፍላ ወጣትነቱ ነቀምት ሲያገለግል አንድ ችግር ተፈጠረ። ችግሩም ከቤተ ክርስቲያን ሽማግሌዎች ውስጥ አንዱ ከትዳሩ ውጭ ዝሙት በመፈጸም ከጎረቤት ካለች ሴት ልጅ ይወልዳል። ይኼ ነገር በቤተ ክርስቲያን መሪዎች ዘንድ ምስጢር ተድርጎ የተያዘ ቢመስልም አገር ያወቀው፥ ፀሐይ የሞቀው ነበር። አባቴ ደግሞ መስሎ አደር አይነት ሰው አይደለም፤ "ይኼ የቤተ ክርስቲያን ሽማግሌ የቤተ ክርስቲያንን ክብር የሚነካ፤ የእግዚአብሔርን ስም የሚያስነቅፍ ኃጢአትን በማድረጉ ዲሲፕሊን መደረግ አለበት" በማለት መሪዎችን ተሟገተ።

የቤተ ክርስቲያን ሽማግሌዎች ግን፣ የቤተ ክርስቲያንን ክብር ያጎደፈውን፣ የእግዚአብሔርን ስም ያስነቀፈውን የቤተ ክርስቲያኑ ሽማግሌ፤ "አንደኛ ፤ የቤተ ክርስቲያን ሽማግሌ ነው፤ ይችንን ቤተ ክርስቲያን የተከላት እሱና የእሱ ቤተሰቦች ናቸው፤ ሁለተኛ፤ ቤተሰቦቹ ገንዘብ ስላላቸው የቤተ ክርስቲያኗ የጀርባ አጥንትም ናቸው፤ ሶስተኛ፤ ነቀምት የዚህ ሰውዬ ከተማ ነው፤ አንተ ደግሞ ከሌላ ከተማ ነው የመጣኸውና ገንዘብም የለህም ፤ 'የማን ደሃ ነው? ከየት ሀገር መጥቶ ነው እንዲህ አይነት ንግግር የሚናገረው' ብለው በአንተ ላይ በከፉ ይነሱብኻል።" በማለት ሽማግሌውን ዲስፕሊን እንደማያደርጉት ነገሩት።

አባቴ ግን ይኼንን የቤተ ክርስቲያን ክብር የነካ፣ የእግዚአብሔርን ስም ያስነቀፈ አካሄድ አሜን ብሎ መቀበል አልወደደም። በዚህ ጉዳይ ላይ አንድ የውጭ ሀገር ዜጋ የሆነ ቄስ ነበር እሱም ከአባቴ ጋር ተስማማ። "ይኼ ሰው በእግዚአብሔር ቃል መሠረት መገሰጽ አለበት" በማለት አንዳንድ ሰዎችን ጠርተው ሲያነጋግሩ፤ "ይኼ ትክክል ነው፤ በእግዚአብሔር ፊት አስፀያፊ ነገር ነው።" ብለው በሰውዬው ዲስፕሊን የመደረግ አሳብ ተስማሙ። ከዚያም በዚህ ጉዳይ ላይ ማንበረ ምመኑን ጠርተው በስብሰባ ሕዝቡ እንዲያውቅ ለማድረግ ሲሞክሩ ፤ የቤተ ክርስቲያኗ ሽማግሌዎቹም ሆነ ማንበረ ምእመኑ በሙሉ "እኛ ከዚህ ቤተሰብ ጋር ተጣልተን የት ሄደን ልናመልክ ነው?" ብለው ለሰውየው አዳልተው አባቴን እና ፈረንጁን ቄስ ብቻቸውን እንዲቆሙ ተደረጉ። ጉዳዩ ብዙ ማወዛገብ ሲጀምር ከማዕከላዊ ቢሮ ዶ/ር አማኑኤል ወልደ ሥላሴ ይኼን ጉዳይ ለማጣራት ወደ ነቀምት መጡ። እሳቸው ነገሩን መርምረው እውነቱን ቢረዱም፤ ወደ አዲስ አበባ ሲመለሱ፤ "ሽማግሌውን ዲሲፕሊን ብናደርገው ቤተ ክርስቲያኗን ሊያናጋት ይችላል፤ ስለዚህ የውጪ ሀገር ዜጋ የሆነውን ቄስ ወደ ሀገሩ እንመልሰው፤ ጉዲናን ደግሞ ምንም ወንጌል ያልተሰበከበት ራቅ ያለ ቦታ እንስደደውና ከዚያ አካባቢ ዘወር እናድርገው" በማለት አስወሰኑ። በዚህም ምክንያት አባቴን ወደ ከምባታና ሀዲያ ሄደ

አንዲያገለግል ልከውታል። ይህ እንግዲህ አባቴ ለጽድቅ የያዘው አቋም ከነቀምት እንዲርቅ ያስደረገው ነገር ነው። በዚህ የጽድቅ አቋሙ ምክንያት እንደ ቤተ ሰብም ዋጋ ከፍለንበታል። ወደ ከምባታና ሀዲያ ሲላክ ቤተ ሰቡ ነቀምት ጥሎ ነበር የሄደው።

በዚያን ወቅት እማማ ልጆቹን ይዛ ነቀምት ውስጥ በኑሮ በጣም ትቸገር ነበር። የእርሱ ደመወዝ አሥራ አምስት ብር ነበር። የእርሷ ደመወዝ ሃያ አምስት ብር የነበር ቢሆንም ሥራ እየሠራች ልጆቿን ማሳደግ ስላልቻለች ልጆች ለማሳደግ ስትል ሥራዋን በመልቀቋ ምክንያት የእርሱ ደመወዝ ብቻ አይበቃም ነበር። ወደ ከምባታ ከሄደ በኋላ እስከ ስድስት ወር ድረስም አይመጣም፣ ገንዘብም አይልክም በዚህ ምክንያት በጣም እንቸገር ነበር። በዚያን ወቅት አምስት ልጆች ተወልደን ነበር። አምስታችንንም እናቴ ለቤተሰቦቿ ስጥታን ለስድስት ወር ያህል ከምባታ አብራው ነበረች። ከዚያም ስትመለስ በአካባቢው ያለው ሆስፒታል ነቀምት ብቻ በመሆኑ ብዙ ሰዎች ከገጠር መጥተው ቤታችን ያርፋሉ። ለእነርሱ ቡና መስጠት፣ እነሱን ማስተናገድ ሌላ የቤቱ ቀውስ ነበር።

ከምባታና ሐዲያ ያለ ደመወዝ ነበር ብዙ ጊዜአትን ያሳለፈው። እናቴ ለችግሩ እጅ ላለመሥጠት፣ ከነቀምቴ ቡና ሽምታ ወደ ሌላ አካባቢ ወስዳ በመሸጥ በምታገኘው እነስተኛ ብር የምግብ ችግሩ በተወሰነ መልኩ የተቀረፈበት ሁኔታ ነበር። ቤት ክርስቲያን ከምባታና ሐዲያ ላይ ብቻ ሳይሆን ነቀምትም እያለ በአጋባቡ ደመወዝ አትሰጠውም ነበር። ይኼም ሆኖ አባቴ በቤተ ክርስቲያን ላይ አያማርርም ነበር። በመጨረሻም እናቴ ልጆቹን ይዛ፣ ጓዟንም ጠቅልላ አባቴ ወደ ተመደበበት ከምባታ ገባች።

አባቴ ከምባታ በሄደበት ወቅት የመካነ ኢየሱስ ቤተ ክርስቲያን ገና ጅማሬ ላይ ነበር። አዳዲስ ነፍሳትን እየሰበሰበ ቤተ ክርስቲያን ይመሰርት ነበር። ወንጌል በየገጠሩ እየዞረ ሲሰብክ ውሎ ጌታን የሚቀበሉ ሰዎች እኛ ጋር እደር ሲሉት ከእነሱ ጋር ያድራል።

ከአባቴ ሕይወትና አገልግሎት እስከ ዕለተ ሞቱ ድረስ አብሮት የዘለቀው ለሚያምንበት ነገር ሕይወቱን አሳልፎ እስከ መስጠት የመጓዝ፣ በምንም ሁኔታ ያለማመቻመች ጠንካራ ስብዕናው ነበር።

ወንጌል ሁለተናዊ ለውጥን ያመጣል፤

በአገራችን ይሰበክ የነበረው ወንጌል ሰዎች በዚህ ምድር በድህነት፣ በጉስቁልና እያለፉ ሰማያዊውን ነገር ተስፋ አድርገው እንዲኖሩ እንጂ በሰማያዊ ብርሃን ታግዘው በእውቀት ራሳቸውን እንዲያበለጽጉ፣ አካባቢያቸውን በማልማት በምግብ ራሳቸውን እንዲችሉ

የእንግልግሎት ሌጋሲ

ብዙም ትኩረት የሚሰጠው አልነበረም። አባቴ እንዲህ ያለው አካሄድ ወንጌልን በአግባቡ ካለመረዳት የመነጨ ነው ብሎ ያምናል። ስለሆነም ወንጌል ሰዎችን ሁሉ የሚያድን የእግዚአብሔር ኃይል ነው፤ የእግዚአብሔር ኃይል ደግሞ በመጀመሪያ ደረጃ ከዘላለም ሞት ያድነናል። በተጨማሪም ከፖለቲካዊ፣ ከኢኮኖሚ ተጽእኖ ነፃ ያወጣናል። ወንጌል የሰዎችን ሁለተናዊ ሕይወት መቀየር አለበት በማለት የኢትዮጵያ ቤተ ክርስቲያንን በብርቱ ሞግቷል፤ ለውጥም አምጥቷል።

ስለ ወንጌል መክራን መቀበል፤

ወላጆቼ በወንጌል ምክንያት በተለያየ ጊዜ ታፍነው ተወስደዋል። እናቴ አንድ ዓመት ማእከላዊ፣ ዘጠኝ ዓመት ደግሞ ከርቸሌ ታስራለች። አባቴ ደግሞ ሁለት ጊዜ ታስሮ ከተለቀቀ በኋላ በሦስተኛው ግን ላይመለስ ወስደው ገድለውታል። ወላጆቼ በክርስቶስ ኢየሱስ ሊያምኑ ብቻ ሳይሆን መክራንም ሊቀበሉ እንደተጠሩ በሚገባ የተረዱ ነበሩ። ይኼንን በቅርብም ሆነ በሩቅ የሚያውቋቸው ሁሉ ይመስክራሉ። ወላጆቼ ስለ ወንጌል መሞት እንኳ ቢኖርባቸው ሕይወታቸውን ሳይሳሱ ሊሰጡ እንደሚችሉ ወስነው በአገልግሎታቸው የሚመጣውን ለመቀበል ዝግጁ ነበሩ።

እህቶቼና ትልቅ ወንድሜ ለትምህርት ውጭ አገር ሂደው ስለነበር ከወላጆቼ ጋር ቤት የቀረሁት እኔው ታናሿ ልጃቸው ነበርኩ።

የመሥዋዕትነት ፅዋ፤

አባቴ፣ ሐምሌ 21 ቀን 1971 ዓ/ም በካዛንቺስ አካባቢ በሚገኘው ዑራኤል መካነ ኢየሱስ የወንጌል ስብከትና ሌሎች ተግባራትን ያከናውን ስለነበር ዕረፍት አልነበረውም። በዚያኑ ቀን ምሽት ለስብከት አገልግሎት እየተዘጋጀ እያለ የደርግ ባለ ሥልጣናት እንደሚያስሩት በመንፈሱ ተረድቶ ነበር። ዛሬ ምሽት ያስሩኛል ብሎ ሊነግረኝ ስላልፈለገ፣ ከቤት ከመውጣቱ በፊት ጠራኝ እና የዚያችን ቀን ምሽት ሊሰብከበት የተዘጋጀውን የወንጌል ክፍል ካነበበልኝ በኋላ፣ "ዳግመኛ የሚያስፈኝ ይመስልሻል?" ሲል ጠየቀኝ፤ እኔም "ፈጽሞ! ሁለተኛ ወደ እሥር ቤት አይመልሱህም" በማለት መለስሁ፤ እርሱም "አየሽ፣ ከዚህ ቀደም በሰበኩበት ክፍል ላይ ነው ማታ የምናገረው።" አለኝና ወደ ተግባሩ ሄደ፤ እኔ ቤት ነበር የቀረሁት። ከዚያ በኋላ የተፈጸመውን ነገር ከአሥር ዓመታት በኋላ እማማ ከእስር ስትፈታ ነው ያወቅሁት።

ሐምሌ 21 ቀን 1971 ዓ/ም ምሽት አባቴ የወንጌል መልእክት አሰምቶ ከቤተ ክርስቲያን

ወደ ቤታችን ለመምጣት ከእናቴ ጋር ወደ መኪናቸው ገብተው ከዚያም ወደ ዋናው ጎዳና የሚያመራውን መንገድ እንደያዙ የፖሊስ መኪኖችና በርካታ የወታደር ጂፖች መንገዱን ዘግተው ተመለከቱ። ከኋላቸው ሁለት ተሽከርካሪዎች ተከትለዋቸው ነበር። ወደ ፊት ለመሄድም ሆነ ወደ ኋላ ለመመለስ አልቻሉም። እንዲቆሙ ታዘዙ። ከመኪናው የኋላ ወንበር የተቀመጠችውን አብራቸው የነበረችውን ሴት ጎትተው አወጧት። ከዚያም የእናቴን ቦርሳና ከመኪናው ውስጥ ያገኙትን ሁሉ ወሰዱ። እናቴን ወደ ሌላ መኪና እንድትገባ ከአስገደዱት በኋላ አባቴን ደግሞ በሌላ ተሽከርካሪ ውስጥ ገፍተው አስገቡት። በዚህ ሁኔታ እናቴና አባቴ ተለያይተው ተወሰዱ። ሳይገናኙም ቀሩ። እናቴን የያዟቸው መኪና ወደ ደብረ ዘይት መሥሥመር ነበር የተጓዘችው። በመጨረሻም በአውላላ ሜዳ ላይ ከመኪናው እንድትወርድ አዘዟት። ስዓቱ የመሽ በመሆኑ እናቴ የት እንዳለች እንኳ በቅጡ አላወቀችም ነበር። በምሽት ከወዲያ ወዲህ ስትቅበዘበዝ በመጨረሻም አንድ የነዳጅ ማደያ ስፍራ ደረሰች፤ ሠራተኞቹ በከተማ አውቶቡስ ወደ ቤት የምትደርስበትን 0.15 ሳንቲም እንዲሰጧት ጠየቀቻቸው። የነዳጅ ማደያው ባለቤት እንዲያ ሆና ሲያያት "ምነው? ምን ነካሽ?" ሲል ቢጠይቃትም ፤ "አሁን ልናገር አልችልም" ስትል መለሰችለት። እሱም አንድ ብር ሰጣት። ሁሉ ነገሯ ተቃውሶ ወደ ቤት ብትመጣም ፤ ብዙም ሳትቆይ ከቤት መጥተው ወሰዷት። ለአሥር ዓመታት ታሰረች።

አባቴን ግን የት እንዳደረሱት ስላላወቅን እሱን ለማግኘት በርካታ ጥረቶችን አድርገን ነበር። ከወኅኒ - ወኅኒ፤ ከፖሊስ ጣቢያ - ፖሊስ ጣቢያ ፤ ከከተማ - ከተማ፤ ቤተ ዘመዶቻችን ተንከራትተዋል። ፍንጩ ግን አልነበረም። ደርግ ከመውደቁ ትንሽ ጊዜ ቀደም ብሎ እናቴ ከእስር ተፈታች።

አባቴንም እንደ እናቴ የሆነ ቦታ አሥረው አስቀምጠውት ይሆናል፤ እሷን እንደፈቷት እሱንም ዛሬ ነገ ይለቁት ይሆናል ብለን በምንጠባበቅበት ወቅት የደርግ መንግሥት በአባቴ ጉዳይ ምንም ፍንጭ ሳይሰጠን ወደቀ። እኛም የደርግ መንግሥት እንደ ወደቀ ፍለጋውን እንደገና ህ! ብለን ቀጠልን። በርካታ ጥረቶች ተደረጉ ፤ ሆኖም "እየሁ፤ ሰማሁ" ባይ አልተገኘም። በሬዲዮም አባታችንን ያዩ፤ የሚጠቁመን ከተገኘ ወሮታ ከፋይ ነን! ብለን አሳወጅን። በመጨረሻም በወታደራዊው አገዛዝ ዘመን ከፍተኛ ባለ ሥልጣን የነበሩትና ሥልጣናቸው ከደገንነት ጋር የተያያዘው ኮሎኔል ተስፋዬ ወ/ሥላሴ፤ ከጊዜው ርዝመት የተነሳ ትክክለኛ ቦታውን ለይተው ባያሳዩም አባባ የተቀበሩበት ስፍራ ግን ልዑል አሥራት ካሣ ግቢ እንደነበር ተናገሩ። በመጨረሻም፤ ቦታው "እዚህ ነው" ባይ ስለ ጠፋ ተስፋ ቆርጠን ባለንበት ወቅት ፤ ወታደር ከበደ አማረ ፤ "የአፋልጉኝ" ጥያቄውን በሬዲዮ እንደ ሰማ፤ የተቀበሩበትን ሥፍራ ለማመልከት ከደሴ ተነሥቶ መጣ። በመጀመሪያ

ያመነው ሰው አልነበረም። የመንግሥት አካላት ከነጋገሩት በጎላ ግን ለአጎቴ አቶ ነጋሶ ቴምሳ ከደጎነነት ቢር ስልክ ደውለው "ከባዴ አማረ የተሰኘ ሰው ቄስ ጉዲና የተቀበሩበት ቦታ፣ እንዴት እንደ ታሰፋ እንዴት እንደ ተገደሉ ለማሳየት ፈቃደኛ ሆኖ መጥቶአል" አሉት። እሱም አላመነም። ሆኖም አብሮት ሂዶ አባባ ተገድሎ ተቀብሮበታል ያለውን ቦታ ያለ አንዳች መሳሳት ቀጥታ የተቀበረበትን ቦታ አመልከቶን ቁፋሮው ተጀምሮ አንድ ሜትር ሳይርቅ የአባቴ ዐፅም ተገኘ። በራስ ቅሉና በግዙፉ ቄመናው እንዲሁም በደነና ይዞታ በነበረው ካልሲና ጫማው እሱ መሆኑ ታወቀ። የጣት ቀለበቱም እንዳለ ነበር። ብዙዎች በጅምላ ተገድለው በሚቀበሩበት ከፉ ሥርዓት፣ አባቴን ለብቻው የቀበሩበት ምክንያት ከገዳዮቹ በቀር ማንም አያውቅም። እኛ የአባባን ዐፅም አግኘተን በክብር ለማሳረፍ በመብቃታችን ግን ፡ ሌሎች እንዲህ ያለው ግፍ ከተፈጸመባቸው ሰዎች ቤተ ሰብ አንጻር ሲታይ በጣም እድለኞች ነን።

ቤተ ክርስቲያን ራሷን - በራሷ ማስተዳደር አለባት፤

በኢትዮጵያ ያሉትን ወንጌላውያን አብያተ ክርስቲያናት የውጭ አገር ሚሲዮኖች እንደመትከላቸው ከዚሁ ጋር ተያይዞ እነሱ በባለይነት የመቆጣጠርና የመምራት ፍላጎትና አካሄድ ለዓመታት የዘለቀ ነበር። እንዲህ ያለው አካሄድ እየዋለ እያደር መልኩ ወደ ጥገኝነት መቀየሩን የእነሱን የሁሉ ነገር ጥገኛ መሆን አባቴ ፈጽሞ አልፈለገም። ከዚሁ በተጨማሪም ወደ ሥልጣን የመጣው የደርግ መንግሥት ወደ ፊት የሚያመጣው ነገር የሚያስገ ስለነበር ወንጌላዊት ቤተ ክርስቲያን መካነ ኢየሱስ "ራስን ማስተዳደር" ከሦስቱ የራስ ጉዳዮች "three selfs" አንዱ (ማለትም ራስን ማስተዳደር፣ ስለ ራስ በራስ መናገርና ራስን መቻል) መርሆ መውሰድ ስላለባት ድርጅታዊ ኃላፊነትና ሥራ (ሆስፒታሎች፣ ክሊኒኮች፣ የልማት ፕሮጀክቶች) በሚሲዮናዊ ተጀምሮ አሁንም በእነሱ እጅ ያለውንም ማካተት አለበት። ውሳኔ በመስጠትና ሥራዎቹን በመምራት ረገድ ቤተ ክርስቲያንን ራስ ገዝ ማድረግ ፡ አገር በቀልዋ ቤተ ክርስቲያን - ቤተ ክርስቲያን ትሁን በማለት በሉተራን ዓለም አቀፍ ፌዴሬሽን እና ለወንጌላዊት ቤተ ክርስቲያን መካነ ኢየሱስ ሲኖዶስ አሳቡን በግልጽ ያስረዳ ነበር።

ቤተ ክርስቲያን በውጭ አገር የገንዘብ እርዳታ ላይ ጥገኛ መሆኗ ትክክል አይደለም። አገር በቀሏ ቤተ ክርስቲያን ራሷን ወደ መቻል መምጣት አለባት። በየጊዜው እርዳታ መቀበል በፍፁም ትክክል አይደለም በማለት ይህንን ወደ ተግባር ለመለወጥ ተግቶ ሠርቷል። የሚገርመው ግን አሁንም ቢሆን እርዳታ ከመቀበል አስተሳሰብ አልተላቀቅንም።

ሌሎች የአፍሪካ አገር አብያተ ክርስቲያናት በነጮች ቁኝ ከመገዛት ጋር አያይዘው

የነጭቹን አብሮ ሠራተኝነት አይፈልጉም፡፡ አባቴ ግን እንዲህ ካለው አስተሳሰብ ጋር በተቃራኒ ሳይሆን፣ ክርስቶስ በየትኛውም የዓለም ክፍል የምንኖረውን ሰዎች ወደ ራሱ ሲጠራንና ሲያድነን፣ ከነገድ ፣ ከቋንቋ ዋጅቶን ስለሆን በእሱ ያገኘነውን የአካሉ አንድነት መንፈስ እንደተጠበቀ ሆኖ እያንዳንዱ አገር በቀል ቤተ ክርስቲያን ግን በመንፈሳዊውም ሆነ በልማቱ ሥራ ራሱን ችሎ ወይም ራሱን በማስተዳደር መቀጠል አለበት የሚለውን አስተሳሰብ ነበር ሲያንጸባርቅ የነበረው፡፡ በነጭች ጥገኛ በሆንንበት ጊዜ የአገራችን መንግሥት በራሱ ከምዕራባዊያን ጋር ችግር ስለነበረበት ለቤተ ክርስቲያን ሌላ አላስፈላጊ ጫና ይመጣባታል የሚል ተጨባጭ ስጋትም ነበረው፡፡ ይኼንን አሳቡን በእቅድ መልክ አዘጋጅቶ የወንጌላዊት ቤተ ክርስቲያን መካነ ኢየሱስ ነጆ ላይ ባካሄደችው ጠቅላላ ጉባኤ አጽድቃ ወደ ተግባር ልትገባ ስትል ነበር አባቴ ታፍኖ ተወስዶ በዚያው የተገደለው፡፡

ሁለተናዊ የሆነው የቤተ ክርስቲያን አገልግሎት ከዚያ ወዲህ ራሷን በቻላች አገር በቀሏ ቤተ ክርስቲያን አልተጓዘም፡፡ ነጭቹ የአባባን መገደል ተከትሎ ቤተ ክርስቲያኗን በተጽዕኖአቸው ከልል ውስጥ አስገብተዋታል፡፡ የአባባን ራዕይ ለስሙ ያህል ነው እንጂ ገፍተው ሒደውበታል ብዬ አላምንም፡፡ የቄስ ጉዲና ቱምሳን ራዕይ አስቀጥለናል የሚባለው ነገር እንደ ቤተ ክርስቲያኗ ረኹርም እድሜ ጥያቄ ውስጥ የሚገባ ነው፡፡ ገና ምኑም አልተነካም፡፡ አባቴ ለኢትዮጵያ ቤተ ክርስቲያን ከራዕይ ጋር የተወለደ ነው፡፡ የእግዚአብሔርን ፈቃድ በጸሎቱ አብዝቶ ይፈልጋል፣ ደግሞም የጌታን ምሪት ከልቡ ይከተላል፡፡ በሥራው ክርስቶስን መግለጥ፣ የክርስቶስን አካል በሁለተናዊ መልኩ የበለጸገች እንድትሆን ሚዛኑን ጠብቆ በአገር ውስጥና በውጭው ዓለም ቦ ተጽዕኖ ለማምጣት ተግቶላታል፡፡

የአባታችን ውርስና ፈለግ፤

ጉዲና ቱምሳ ፋውንዴሽን ÷ የጉዲና ቱምሳን ራእይ ለማስቀጠል እና ከግብ ለማድረስ በሚል በልጆቹ የተጀመረ ነው፡፡ በቤተ ክርስቲያን በኩል ሁለተናዊ አገልግሎት መስጠት የሚለውን አስተሳሰብ ወደ ሥራ መተግበር ዋነኛ ዓላማ ተደርጎ የተገባበት ሲሆን ይኼንንም ላለፉት ሃያ ሰባት ዓመታት ከመሰረት ልማት ርቀው ባሉ የኢትዮጵያ ገጠሮች እየተገበርነው እንገኛለን፡፡

ለምሳሌ፣ አፋር ክልል ውስጥ ፈንታሌ የሚባለው

የእንግልግሎት ሌጋሲ

ቦታ ከአካባቢው አርብቶ አደሮች ጋር ስንሥራ ሃያ አምስት ዓመታትን አስቆጥረናል፡፡ ፈንታሌ ከአዲስ አበባ ሁለት መቶ ኪሎ ሜትር ርቃ ብትገኝም ፤ የጉዲና ቴምሳ ፋውንዴሽን ገብቶ ከመሥራቱ አስቀድሞ ምንም ዓይነት መሠረተ ልማት የሌለበት ቦታ ነው፡፡ እኛ ወደዚያ ቦታ ስንሄድ አንድ የተማረ ከረዮ እንኳን አልነበረም፡፡ ፊደል መቁጠር የሚችል አንድ ከረዮ አልነበረም፡፡ ጉዲና ቴምሳ ፋውንዴሽን ነው በዚያ ቦታ የመጀመሪያውን ትምህርት ቤት እና የመጀመሪያውን ክሊኒክ የተከለው፡፡ እኛ ከመግባታችን አስቀድሞ መንግሥት ምንም ዓይነት አገልግሎት የማይሰጥበት አካባቢ ነበር፡፡ በአካባቢው እንደ ሱቅ ያሉ የንግድ ቦታዎች አልነበሩም፡፡ ከዚያ ከገባን በኋላ በማኅበረሰቡ ላይ ንቃተ ሕሊናን ፈጥረናል፤ ደረቅና ሞቃት አካባቢ በመሆኑ በሽዎች የሚቆጠሩ ችግኞችን ተከለን አሁን ደን ሆኗል፡፡ በአካባቢው የውኃ ጉድኝድ ስላልነበር ፤ ሴቶች ብዙ ኪሎ ሜትር ተጉዘው፤ በአህያ እየጫኑ ነበር ውኃ የሚያመጡት፡፡ ይኼንን ችግራቸውን ለመቀረፍ በቦታው የንጹሕ መጠጥ ውኃ አቅርቦት ለሰዎቹ ብቻ ሳይሆን ለእንስሶቻቸውም ጭምር ሠርተናል፡፡ ሁለንተናዊ አገልግሎት የሚለውን በሥራ ለመተግበር ጥረት አድርገናል፡፡ በዚያውም የወንጌልን ሥራ ቸል ባለማለት ወንጌል ሰብከናል፤ ቤት ክርስቲያንም በአካባቢው ላይ ተተክላለች፡፡ በዚያ አካባቢ ዛሬ ብዙ አገልጋዮችና የሕክምና ዶክተሮች አሉ፡፡ ይህ የሆነው ባለፉት ሃያ አምሥት ዓመታት ጉዲናን ቴምሳ ፋውንዴሽን ትምህርት ቤት ገንብቶ ማስተማር ከጀመረ በኋላ ተማረው ለዚህ ደረጃ በመድረሳቸው ነው፡፡ በዚያ ትምህርት ቤት አልፈው አሜሪካም አገር ያሉና ሌሎቹም ከአሜሪካን ተመልሰው እዚያው አገልግሎት የሚሰጡ አሉ፡፡ በሥራ ምክንያት አዲስ አበባ የገቡም እንዲሁ፡፡ እነዚህ እንግዲህ አስቀድሞ ከቀለም እውቀት ጋር ያልተገናኙ አርብቶ አደሮች ነበሩ፡፡

የአባታችንን ሌጋሲ ለማስቀጠል ወደ ከረዮ ከመግባታችን በፊት አባቴ በሕይወት ሳለ እኛ ፈንታሌን ከመረገጣችን አሥራ ሥድስት ዓመት በፊት አካባቢውን ከሚያውቅ ሰው ጋር ሂዶ በዚህ ስፍራ ያሉትን አርሶ አደሮች ወደ ጌታ ማምጣት፤ ቤተ ክርስትያን መትከል፤ ሆስፒታል መገንባት አለብኝ በማለት አቅዶ ወደ አካባቢው ከወሰደው ሰው ጋርም በመነጋገር ፕሮጀክት እንዲቀርጽ ተናግረው ከተመለሱ አንድ ወር በኋላ ሁለቱም ታሰሩ፡፡ በወቅቱ አብሮት የነበረው እቶ ጌታቸው የሚባለው ሰው አሥራ አንድ ዓመት ታስር የተፈታ ሲሆን ዛሬም በሕይወት አለ፡፡ አባቴ ግን በዚያው ተገደለ፡፡

በትክክለኛው መንገድ የአባቴን ሌጋሲ እኛ ልጆቹ እያስቀጠልን እንደሆን በከረዮ የጀመርነው ፕሮጀክት አንዱ ማሳያ ነው፡፡ በእርግጥ ይኼው ፕሮጀክት ከእኛ ቁጥጥር ውጭ በሆነ መልኩ ከሦስት ዓመት ወዲህ በፖለቲካ አለመረጋጋት የተነሳ ችግር እያጋጠመው ነው፡፡ ጠቅላይ ሚኒስቴር ኃይለማርያም ደሳለኝ ከሥልጣን ከመልቀቃቸው

በፈት ኮማንድ ፖስት ተቋቁሞ በነበረበት ወቅት በዚያ ስፍራ ብዙ ብጥብጥ ተከስቶ ስለነበር በገነባነው ትምህርት ቤት ውስጥ አግአዚ የተባሉትን የወታደር ክፍሎች አምጥተው አስፈረውበት ነበር። ዛሬ ተመንጥሯል፤ የትምህርት ቤቱን ንብረት፤ ቤተ መጻሕፍቱ በሙሉ ተዘርፏል። እኛም ከዚያ ሽሽተን የወጣንበት ሁኔታ ተፈጥሯል። ፕሮጀክቱ በዚህ ሁኔታ መቆም ስለሌለበት እንደ እግዚአብሔር ፈቃድ አሁን ነገሮች እየተረጋጉ ስለሆነ ተመልሰን እንዜዳለን ብለን እናስባለን።

በጅግጅጋ፤ ቤኒሻንጉል፤ ጎንደር፤ኦሮሚያ፤አፋር፤ ትምህርት ቤቶችን ሠርተን ለአካባቢው ማኅበረሰብ አበርክተናል። አርሲ አካባቢ ለወጣቶች የሥራ እድል በመፍጠር ተጠቃሚ አድርገናቸዋል።

ሁለተንተናዊ አገልግሎት ወንጌል ከሌለበት ትርጉም አልባ ነው የሚሆነው። በጉዲና ቱምሳ ፋውንዴሽን ውስጥ የጉዲና ቱምሳ ሌጋሲ እንደ ዲፓርትመንት ሆኖ የተቋቋመ በመሆኑ የወንጌል አገልጋዮችን እናሰለጥናለን። ሴሚናር ማዘጋጀት፤ በሴሚናር ላይ የተሰጡትን ትምህርቶች ደግሞ በማሳተም በጽሑፍ መልክ እናቀርባለን።

ወንጌልን ከማስፋፋት ቀጥሎ በአገር ላይ በሚከሰቱ፤ በወቅታዊ ጉዳዮች ላይ መጽሐፍ ቅዱሳዊ እይታዎችን ቅኝት እናደርጋለን። ለምሳሌ በአባቴ ዘመን ሶሻሊዝም እየመጣ ነበር፤ ስለዚህ ቤተ ክርስቲያን ይሄንን ትደግፈዋለች ወይስ ትነቅፈዋለች? ልትደግፈው ወይም ልትነቅፈው የምትችለው ነገር ምን ሊኖራት ይችላል? በሚ ለአገልጋዮችም ስልጠና ይሰጥ ነበር። ስለ ሶሻሊዝም ስትሰማ ጥሩ ነገር ነው የሚመስለው። የሰው ልጅ እኩልነት፤ መብት፤ ደህና ህብታም አይኑር ይላል ይሄ ሁሉ ጥሩ ነው። ግን በጽሑፎቻቸው መጨረሻ ላይ ማርክሲዝምና ወንጌል መታረቅ አይችሉም ብሎ ነው የሚዘጋው። እንዲህ ተመሳሰሎ ግራ የሚያጋባ ነገር በየዘመኑ ይፈጠራል። ግን ወንጌልና ማርክሲዝም ሊታረቁ አይችሉም፤ ምክንያቱም ማርክሲዝም ከታች ነው፤ ወንጌል ከላይ ነው። ስለዚህ እንዲህ ያሉትን ነገሮች እንደ ክርስቲያን በግድ ማስታረቅ አይቻልም። አንዳንዶች አመቻምቸው ለመኖር ሲሉ ማስታረቅ ይቻላል ይላሉ። ሊሆን ግን አይችልም። አሁን ባለንበት ወቅት እንኳ በተደረገው የሥርዓት ለውጥ የጉዲና ቱምሳ ሁለንተናዊ አገልግሎት እና የዶ/ር ዐብይ አህመድ የመደመር ፍልስፍና የሚለውን በንጽጽር አስቀምጠው የተለያዩ ጽሑፎች ቀርበዋል። በነገሩ ብዙ የተናደዱ ሰዎች ነበሩ። "ጉዲና ቱምሳ የወንጌል ሰው፤ ይሄ የፖለቲካ ሰው፤ መደመር የሚለው አይዲዮሎጂ ነው፤ ይሄኛው ደግሞ ቲዮሎጂ ነው፤ ለምንድን ነው የሚነፃፀረው?" ያሉ ሰዎች ነበሩ። ነገር ግን የአባቴ ሌጋሲ አንድ ነገር በሀገር ላይ ሲመጣ በወንጌል እይታ ውስጥ አስገብተን ማየት፤ መቃኘት፤ አገልጋዮቻችንንም ማዘጋጀት አለብን የሚል ሀሳብ ነው። ይሄ ደግሞ እኛ ዛሬ

የእንግልግሎት ሌጋሲ

የጀመርነው ሳይሆን አባባ በሕይወት እያለ መሠዋዕት የሆነበት ነገር በመሆኑ ሌጋሲውን በዚህ መልኩ እናስቀጥላለን::

የጉዲና ቱምሳ ፋውንዴሽን፣ በወቅታዊ ጉዳዮች "መደመርና ሁለንተናዊ አገልግሎት" ፣ "የሰላም አለቃ ኢየሱስ" የተሰኙ ኮንፈረንስ ያዘጋጀነውም በዚህ ምክንያት ነው::

ቄስ ጉዲና ጀምሮት - ጠ/ሚ ዶ/ር ዐቢይ የፈጸመው፣

በአባቴ፣ ሕይወትና ሥራዎች ላይ የአገር ውስጥ ጥናታዊ ጽሑፍ አቅራቢዎች ሆኑ የውጭ አገር ዜጎች በሰፊው ጽፈዋል:: ከዚህ ውስጥ አንዱን እዚህ ላይ ልጥቀስ:-

"በብዙኃኑ አእምሮ ውስጥ 'ፈጽሞ ሊኼድበት አይቻልም' በተባለ ሁኔታ ላይ በመራመድ ውጤት የማምጣት ጉዳይ ለቄስ ጉዲና የጸጋ ያህል ይቆጠራል ቢባል ማጋነን አይሆንም:: 'የኢትዮጵያ አብያተ ክርስቲያናት መተባበር ጉባኤ' የተሰኘው ራእይ ከዚህ የ 'አይቻልም' ተግባራት መካከል ተፈርጆ በኋላ ግን ወደ እውነታ ከመጡት መካከል ሊመደብ ይችላል::

ይህ በኢትዮጵያ ውስጥ ያሉ አብያተ ክርስቲያናት (የኢትዮጵያ ወንጌላውያን አብያተ ክርስቲያናት፣ የኢትዮጵያ ኦርቶዶክስ ተዋህዶ ቤተ ክርስቲያንና የኢትዮጵያ ካቶሊክ ቤተ ክርስቲያንን ጨምሮ) በጋራ በሆኑ ጉዳዮቻቸው ላይ አብረው የመሥራትን ራእይ ፀንሶ የተነሳው ጉባኤ በቄስ ጉዲና ያላሰለሰ ጥረት ሕልውና ያገኘ ቢሆንም፣ ለነልፈተ ሕይወታቸው ምክንያት ከሆኑ ነገሮች አንደኛው ሳይሆን አይቀርም:: የመተባበር ጉባኤው መስከረም 1969 ዓ/ም ሲመሠረት፣ ከመንግሥት ዕውቅና የጠየቀው ግን በ1971 ዓ/ም እንደነበር ሰነዶች ያወሳሉ:: በመተባበር ጉባኤው ውስጥ የነበሩት አንዳንድ የሃይማኖት ድርጅት ተወካዮች እንደሚናገሩት ከሆነ ይህ የ 'ዕውቅና ስጡን' ጥያቄ ለመንግሥት የሚዋጥለት ሆኖ አልተገኘም::

በወቅቱ በርካታ የውጭ መገናኛ ብዙኃን በኢትዮጵያ ውስጥ የሃይማኖት ነጻነት እንደሌለ አማኞችም እየታሰሩ፣ እየተሰቃዩና እየተገደሉ እንዳሉ ቢዘግቡም፣ መንግሥት ይህን ዘገባ ለማስተባበል ከፍተኛ ጥረትና ሙከራ አድርጓል:: በ1970 ዓ/ም ሁኔታውን እንዲመረምር በመንግሥት የተሰየመው ኮሚቴ የተለያዩ የአገር ውስጥና የውጭ አገራት የሃይማኖት ድርጅት ተወካዮች በተገኙበት በአፍሪካ አዳራሽ አንድ ስብሰባ ጠራ:: በስፍራው የመተባበር ጉባኤው አባላትም ተገኝተዋል::

ስብሰባው የተለያዩ ጥናታዊ ጽሑፎች የቀረቡበት፣ አካሄዱም መንግሥት በቀደደለት በይ የፈሰሰ ቢሆንም በመጨረሻ ተናጋሪው በቄስ ጉዲና ቱምሳ ንግግር ግን ብርቱ የሆነ

ተግዳሮት ጠበቀው። ቄሱ በጉባኤው ላይ የተናገረው ቅጥፈት ሁሉ እንዳሳዘናቸው ከገለጡ በኋላ በኢትዮጵያ ውስጥ እርሳቸው እስከሚያውቁት ድረስ የሃይማኖት መረገጥና የምእመናን ሥቃይ እያየለ መምጣቱን ስፍራና ቦታ ጠቅሰው የተፈጸመውንም ግፍ ሁሉ አያዘረዘሩ ባስቀመጡት መረጃ ሐቁን አወጡ። የስብሰባው አካሄድ ከታለመለት ፈር አያፈነገጠ መምጣቱ ያስደነገጠው ደርግ ሁኔታዎችን በማረጋጋት ጉባኤውን የበተነ ቢሆንም ቄስ ጉዲናን ግን በመንጋጋው ለማጥቀቅ ጥርስ ውስጥ አስገባቸው።"25

ከላይ ያለውን ዘለግ ያለ ጽሑፍ እዚህ ላይ ማምጣት ያስፈለገኝ በቅርቡ በሕዝብ ተወካይ ምክር ቤት ተቀባይነት አግኝቶ በአዋጅ የጸደቀው የኢትዮጵያ ወንጌውያን ክርስቲያኖች ካውንስል የምስረታው ዋዜማ ላይ በነበረው ስብሰባ የመዝጊያ ጸሎት እንዲያደርጉ የተጋበዙ፣ ፓስተር ዶ/ር ተስፋ ወርቅነህ "ዛሬ ለአብያተ ክርስቲያናት የደስታ ቀን ነው። ምክንያቱም በብዙ ጉዳዮች ተለያይተው የነበሩ አብያተ ክርስቲያናት ዛሬ በጋራ ለመሥራት ተስማሙ፣ እኔ ዛሬ መጸለይ አልችልም፣ መናገር እንጂ። በዚህ ሰዓት ስለ አንድ ሰው ሳልናገር ብጸልይና ብወርድ እግዚአብሔር ይጠይቀኛል። ለቤተ ክርስቲያን አንድነት ሲል የተገደለ ሰው፣ ለቤተ ክርስቲያን አንድነት የኖረና ያለመ፣ ተገድሎ ደግሞ እዚህ የቆምንበት ጋር የተቀበረ ሰው አለ፣ የእሱ ደም ፍሬ አፍርቶ ዛሬ ቤተ ክርስቲያን አንድ ሆና ስናይ የእግዚአብሔር ሥራ ድንቅ ነው፣ እሱን መንግሥት ለምን አብያተ ክርስቲያናትን አሰባሰብክ ብሎ ገደለው፣ አሁን ግን ዘመን መጣና መንግሥት አብያተ ክርስቲያናትን ተሰብሰቡ አለ። እግዚአብሔር ታሪክን የሚለዋውጥ አምላክ ነው። በወቅቱ የኢትዮጵያ አብያተ ክርስቲያናት ጉባኤ የሚባለውን ጉዲና ቴምሳ ሊቀመንበር ሆና እኔ ደግሞ ጸሐፊ ሆኜ ሥርቻለሁ። የደርግ መንግሥት ግን ተቋሙን ፈጽሞ ስላልፈለገው እና መሪዎቹን ማሰርና መግደል ስለሚሻ ቄስ ጉዲናን "በዚህ ሁኔታ ውስጥ መኖር አልፈልግም፣ ከሀገር መውጣት እፈልጋለሁ፣ ወደ ኬንያ ላከኝ" አልኩት። "ብታ ምን ይደረጋል ባትሄድ ደስ ይለኝ ነበር ፣ እኔ ሕዝቤን ጥዬ አልሄድም፣ አንተ ግን መሄድ ከተሰማህና ከወሰንክ ሂድ" አለኝ። እኔም ኬንያ ሄጄ ከዚያ ወደ አሜሪካ ገባሁ። ጉዲና ግን እዚሁ ቀረ እዚሁ ተገደለ።" ብለው ምስክርነት ሰጡ።

አባቴ የወንጌል አማኝ ቤተ ክርስቲያናት ብቻ ሳይሆኑ በሥላሴ የሚያምኑት አብያተ ክርስቲያናት እንኳ በጋራ በሚያቀራርባቸው ጉዳይ ተቀራርበው እንዲሠሩ የሚፈልግ፣ ያንንም ለማግድረግ የሚጥርና በዚህም ምክንያት ሰማዕት የሆነ ቢሆንም ውሎ አድሮ የማይቻል የሚመስለው አሳቡ ግን በዶ/ር ዐቢይ የሥልጣን ዘመን ዕውቅና ከማግኘት አልፎ በአዋጅ እንዲጸድቅ ተደርጓል።

---
25 ሰለሞን ጥላሁን/ ሥምረት ገብረማሪያም - ደማቆቹ 2000 ዓ/ም ገጽ 218-219

የአገልግሎት ሌጋሲ

የወንጌል ሰማዕታቱን የጽድቅ ጨፌኽት የዘነጋ - ብር'ዝ ወንጌል፤

በወንጌላውያን ክርስቲያኖች ዘንድ ካሳለፍነው አንድ ኣሥር ዓመት ወዲህ እያስተናገድነ እንዳለው ያለ ውዥምብር እንደ አገር ገጥሞን አያውቅም። በደርግ መንግሥት ቤተ ክርስቲያን ላይ የነበረው ስደትና መከራ ብዙዎችን ከክርስቶስ ጋር እንዲጣበቁ አድርጓል። ያ ዘመን አልፎ ግን አንጻራዊ የሃይማኖት ነጻነት ባለበት ጊዜ ቤተ ክርስቲያን በብዙ አቅጣጫ ብትስፋፋም ÷ አንዳንድ ነገሮች ግን ሲበዛ ልቅ ሆነዋል። አንዳንድ አካሄዶች እንደምንሰማውና በየማኅበራዊ ሚዲያ እንደምናስተውለው ወንጌል ሳይሆን ወንጀል ነው። በዚህ ላይ ደግሞ አሁን ዓለም አቀፍ ወረርሽኝ የሆነው ኮሮና በአገራችን መከሰቱን ተከትሎ የቤተ ክርስቲያን ጉባኤዎች ተዘግተዋል። ይህ ሲሆን ግን ለምን እንዲህ ሊሆንብን ቻለ? በማለት የቀደመውን አካሄድ የመረመርና የታረመ አገልጋይ ሳይሆን የሚከፈተው መቼ ነው? የሚል አገልጋይ ነው የበዛው። ቤተ ክርስቲያንን የገሃነም ደጆች አይችሏትም። ታዲያ አሁን የገጠመን ምንድን ነው? እንዴት ኮሮና ሊቋቋማት ቻለ? ብሎ የሚጠይቅ አገልጋይ እንዴት ይጠፋል?

ከቀደመው ዘመን አንጻር የአሁኑ ቤተ ክርስቲያን ትንቢታዊ ሚናዋን ጥላለች ለማለት የሚያስደፍሩ በርካታ ችግሮች አሉ። አገልጋዮች እንዴት አድርጌ ወንጌልን ልስበክ? የሚለው አጀንዳ ሳይሆን ፤ እንዴት አድርጌ መድረክ ለራሴ ልሥራ? እንዴት አድርጌ ራሴንና አገልግሎቴን ላስተዋውቅ? የሚለው ነገር ነው ቀልባቸውን የገዛው።

ብዙዎች ከወንጌል እውነት ተንሸራትተው ርቀው ሄደዋል። በመንፈሳዊ አገልግሎት ስም ሸቃጭነት፤ ወንጌል በራኽነት ከዚህም - ከዚያ ይታያል። የክርስቶስን አካል ለማነጽ በነጻ የተሰጡ የጸጋ ስጦታዎች ለሽያጭ ቀርበዋል። በወንጌላውያን ክርስቲያን ዘንድ ታሪካቸውን የምናውቃቸው እና ወንጌልን የሕይወት መሥዋዕትነት እስከ መክፈል ደርሰው ያቀበሉን፤ ወደ ተከታዩ ትውልድ ያሻገሩልን ÷ የቀደሙት አገልጋዮችን የጽድቅ አገልግሎት ችላ ያለ፤ ከእነሱ ሕይወትና የጽድቅ አቋም የተፋታ አካሄድ ልንኮንነውና ወደ ቀደመው የጽድቅ እና የፍትሕ አካሄድ እንዲመለስ ልናደርግ ይገባል።

ሐዋርያው ጸውሎስ ወንጌል በመስበኩ ምክንያት ብዙ የመከራ አይነቶች ተፈራርቀውበታል። በዚህ ሁሉ ግን እሱን ያስጨነቀው የነበረው ጉዳይ የአብያተ ክርስቲያናት ነገር እንደሆነ ለቆሮንቶስ ሰዎች በጻፈላቸው መልእክት ላይ እናገኛለን።

አባቴ በአንደኛው የእስር ወቅት የሉተራን ዓለም አቀፍ ፌዴሬሽ በታንዛኒያው

ፕሬዘዳንት ጁሊየስ ኔሬሬ አሽማጋይነት ከእስር እንዲለቀቅ አድርጎት "ሚስትህን ልጅህን ይዘህ አሁን እንዉጣ" በማለት የሉተራን ዓለም አቀፍ ፌዴሬሽን ተወካይ ክርስቲያን ኪራውስ፤ በታንዛኒያው ፕሬዘዳንት ኔሬሬ የግል ጀት ከአገር ሊያወጡት አናግረውት ነበር። ታንዛኒያ ከዬደ በኋላ ወደ ጄኔቭ ሄዶ መኖር እንደሚችልም ሲነግሩት እኔም ሆንኩ እማግግ በዚያው ስፍራ ነበርን። የአባባ መልስ ግን "ከሀገሬ የሚያስወጣኝ ኃጢአት አልሠራሁም፤ ቤተ ክርስቲያንን ጥዬ፤ በጎቼን በትኜ አልሄድም!" በማለት ነበር ለክርስቲያን ኪራውስ የመለሰው። አባቴ ከእስር ቤት እንደመውጣቱ ስለ አስራቱ በማማረር፤ የቀረበለትን ከአገር የመውጣት እድል መጠቀም ነበረበት። እሱ ግን ስለ ቤተ ክርስቲያን ሲል አላደረገውም። ይህ ውሳኔው ከአንድ ወር በኋላ ታፍኖ ተወስዶ እንዲገደል አድርጎታል። አገር አንለቀም፤ በጎቼንም አንበትንም የሚለው አቋም እናቴን ለአሥር ዓመታት በከርቸሌ እንድትስቃይ ምክንያት ሆኗል። ስለ ወንጌል እና ስለ ፍትሕ ይኼንን መከራ እና የሕይወት መሥዋዕትነት ወላጆቼ ተቀብለዋል። በዚያን ዘመን በርካታ የወንጌል አገልጋዮች ወንጌልን ባለ መበረዝ ፤ የፍትሕ ጉዳይን ባለማመቻመች ተሰቃይተዋል፤ ታስረዋል፤ ተሰደዋል፤ የሕይወት መሥዋዕትነትም ስለ ወንጌል ከፍለዋል።

ዛሬ ላይ በወንጌል የሚሸቀጡት፤ ቤተ ክርስቲያንን ገቢ ማግኛ አድርገው የሚያስቡት ፤ የወንጌል ሰማዕታቱን የጽድቅ ጫኸት የዘነጋ አካሄድ፤ ቤተ ክርስቲያን በጽድቅ ተጽዕኖ እንዳታመጣ የሚከላከል አደገኛ በሽታ ነው። ይሁንና ችግሩን ማውራት ብቻውን መፍትሄ ስለማያመጣ፤ የአባቴን ሌጋሲ ከማስቀጠል ጋር በተያያዘ እኔ የሕፃናት አገልግሎት ውስጥ የገባሁበት ሁኔታ አለ። በሕጻናት ማተኮሩ ግድ የሚለው ፤ የነገዋ ቤት ክርስቲያን ቀጣይነት፤ አዲስ ያልተበከለ ትውልድ በማስነሳት መጀመር አለበት ብዬ ስለማስብ ነው። አሁን ባለው ብልሹ አካሄድ ላይ ተሐድሶ ለማምጣት ሕጻናት ታዳጊዎች ላይ በርትተን መሥራት ግድ ነው። ቤተ ክርስቲያን ሁለተናዊ በሆነ አገልግሎት መበልጸግ አለባት። ቤተ ክርስቲያን ደመወዝ ስለሚያገኙባት የሚያገለግሏት ሳይሆን ፤ በገንዘባቸው የሚያገለግሏት ትውልድን ማስነሳት ግብ አድርጌ እየሠራሁበት ነው።

አባቴ መሥዋዕት ሆኖም - የማወዛገቡ ምክንያት፤

የሉተራን ዓለም አቀፍ ፌዴሬሽን አባቴን ከእስር አስፈትቶ በታንዛኒያ በኩል ወደ ጄኔቭ የማስወጣቱን ነገር አለመሳካቱን ያወቀው የደርግ መንግሥት ፤ የአባቴ ጉዳይ ምቾት ስለነሳው ከቤተ ክርስቲያን አገልግሎት መልስ አፍኖ ከወሰደው በኋላ ስሙን የማጥፋት ከፍተኛ የሆነ ፕሮፓጋንዳ አስከፍቶበታል።

አባቴን እንዳስፋት አልያም እንዳፈኑት የሉተራን ዓለም አቀፍ ፌዴሬሽን ቢያውቅ መልስ

ዓለም አቀፍ ተጽዕኖ እንደሚያመጣበት ስላወቀ አዲስ የፈጠረው ፕሮፓጋንዳው ቄስ ጉዲና አነግን ደግፎ ለመዋጋት ጫካ ገብቷል በማለት ስሙን ለማጠልሸት በመንቀሳቀሱ ምክንያት ብዙ ብዥታን ከመፍጠሩ አልፎ በአንዳንድ የዋኸን የመካነ ኢየሱስ መሪዎች ዘንድ ነገሩን አሜን ብለው እንዲቀበሉ አልያም አባቴን አስመልክቶ ጥያቄ እንዳያነሱ ለማድረግ የሚቻላቸውን ያህል ርቀት ሂደዋል።

"እውነት ትመነምናለች አንጂ አትበጠስም" እንደሚባለው፣ አባቴን የፖለቲካ ተሳታፊ ሲያደርግ ሳይሆን ከቤተ ክርስቲያን አገልግሎት በኋላ እዚያው ቤተ ክርስቲያን ሳይርቅ ማፈናቸው፣ ከገደሉትም በኋላ በጅምላ ሳይሆን ለብቻው በጥንቃቄ መቅበራቸው ከአሥራ ሦስት ዓመት በኋላ ከገዳዮቹ ውስጥ የደገንነት ኃላፈው እሱ እንደገደሉትና የተቀበሩበትን ግቢ በትክክል እንደሚያውቁት በድኑን ያሳረፉበትን ትክክለኛውን ስፍራ ግን ከጊዜው እርዝመት የተነሳ መዘንጋታቸው ሲናገሩ፣ አባቴ በተገደለበትና በተቀበረበት ዕለት በስፍራው የነበረው ወታደር ከበደ አማረ ደግሞ በሬዲዮ የአፋልጉኝ ጥሪውን ሰምቶ በመምጣት ትክክለኛ የቀብሩን ቦታ ጠቁሞ ዐጽሙ እንዲወጣ ማድረጉ የደርግን ፕሮፓጋንዳና አባቴን፣ አነግን ደግፎ ጫካ ገብቷል በማለት ያጠለሸው ስሙ የውሸት ፈጠራ መሆኑ ገሃድ እንዲወጣና ውሸት በእውነት ፊት መቆም ያለመቻሉ ማስረጃ ነው።

በአባቴ ላይ የተደረገው የስም ማጥፋት ዘመቻ ነጭቼንም ሳይቀር አወዛግቦ ስለነበር በአንድ ወቅት ጀርመን ውስጥ አንድ ሴሚነ ላይ ስለ አባቴ እንድናገር ተጋብዤ ባቀረብኩት ጥናታዊ ጽሑፍ ላይ "አንቺ እያሳየሽን ያለው መንፈሳዊውን አባትሽ ነው፣ ፖለቲከኛውስ?" በማለት ያቀረቡልኝ ጥያቄ ነበር።

እንዲህ ያለው ማስረጃ የሌለው ነገር በእውነቱ ያሳዝናል። የአባቴ ፖለቲከኛነት ስም የደርግን ፕሮፖጋንዳ መሰረት ያደረገ ከንቱ ፈጠራ ሆኖ ያለ ምንም ማስረጃ የቀረበ ሲሆን የአባቴ የፅሑፍ ሥራዎች ሁሉ በእጃችን ላይ አሉ። አንድም የፖቲካዊ የሆነ ስነድ አባቴ አልጻፈም፣ በአንድም ፖለቲካዊ አጀንዳ ከፖለቲከኞች ጋር ተገናኝቶ አልተወያየም። አሁንም ድረስ ስሙን ከአነግ ጋር አያይዘው የሚያነሱት ጉዳይ መሰረተ ቢስ ውንጀላ ነው።

የአገልጋይ ልጅ መሆን በራሱ ክብር ነው፣

አባቴን አፍነው ከወሰዱት በኋላ አድራሻውን ሲሰውሩብን እና እማማም እስር ቤት ስትገባ እኔ ወደ ጀርመን ሀገር ነበር የሄድኩት። ጀርመን አገር የገባሁት ስደተኛ ሆኜ ቢሆንም አባቴ ጀርመን አገር በነበሩ ሉተራዊያን ዘንድ ጥሩ ስምና ከበሬታ ስለነበረው

"የቄስ ጉዲና ልጅ" ተብዬ በጥሩ ሁኔታ ነበር የተቀበሉኝ፡፡ ከእኔ ቀድመው አባታችን ሳይታሰር ጀርመን የገቡትንም እህቶቼንና ወንድሜን እንዲሁ የኢትዮጵያው አገልጋይ ልጅ ተብለው አክብረው ተቀብለዋቸው ነበር፡፡ ጀርመን ለእኔ የትምህርት ሁኔታ ስላላተመቻቸ ወደ አሜሪካን ሀገር ሄድኩ፡፡ እዚያ ስቴድም እንደ ስደተኛ ሆኜ ነው የሄድኩት፤ ከተለያዩ የአፍሪካ ሀገራት የመጡ ስደተኞችም ከእኔ ጋር ነበሩ፡፡ እነሱ የትምህርት ቤት ወጫቸውን የሚሸፍኑት ከትምህርት ጊዜ ውጭ ያለውን ሰዓታቸውን ጽዳት፤ እና የመሳሰለውን ነገር እየሠሩ በብዙ ልፋትና ድካም ሲሆን፤ እኔ አባቴ በነበረው ጥሩ ስምና የጽድቅ አገልግሎት የተነሳ ወጫዬን ሸፍነውልኝ፤ ከትምህርት ወደ ቤተ መጻሕፍት ፣ ከቤተ መጻሕፍት ወደ ዶርም ዘና ብዬ እየተመላለስኩ ነው ትምህርቴን የጨረስኩት፡፡ ይሄ ሊሆን የቻለው በጽድቅና በቅድስና በማገልገል የሚታወቅ አገልጋይ ልጅ በመሆኔ ብቻ ሳይሆን ፤ ወላጆቼ ስለ ወንጌል እስረኛ ናቸው የሚል ነገር ስለ ሰሙም ፤ ለወላጆቼ ያላቸውን ክብር ለመግለጽ ሲባል የተደረገልኝ ነገር ነው፡፡ እግዚአብሔር ወላጆቼ በአገልግሎት የከፈሉትን ዋጋ ቆጥሮ ያደረገልኝ በጎነት ነው፡፡ የወላጆቼን ታሪክ በሚሰሙ ሰዎች ሁሉ ተቀባይነትና ሞገስ እናገኛለን፡፡ ይህ አሁንም ድረስ ያለ ነው፡፡

አሜሪካን አገር በምማርበት ጊዜ፤ የወደድኩትን ኮርስ መርጬ ስማር፤ ምንም አይነት የገንዘብ ችግር ሳይኖርብኝ ስኖር ይኼንን ይህል ገንዘብ ከየት አምጥታ ነው? የሚሉኝ ተማሪዎች ነበሩ፡፡ ምክንያቱም እነሱ ያንን ወጫ ለመሸፈን ብዙ ውጣ ውረድ ይጠብቃቸው ነበርና፡፡ የሆነልኝ ነገር የሆነው ግን አባባ እና እማማ በአገልግሎታቸው የከፈሉትን ዋጋ እግዚአብሔር ፍሬውን ለእኔ ሲያበሳ ነው፡፡

የአገልጋይ ልጅ መሆን በረከት፤ ክብር ነው እንጂ እርግማን አይደለም፡፡ አይናቅም፡፡ በእርግጥ በአሁኑ ወቅት ደግሞ ካየነው የአገልጋይ ልጅነት ከቀደመው ዘመን ወይም ከድሮ አገልጋዮች በብዙ የተለየና የተመቸም ነው፡፡ የድሮ አገልጋዮች ዋጋ የከፈሉት ሙሉ ቤተ ሰባቸውን ጭምር ይዘው ነው፡፡ በዚህ ዘመን ግን እንደ ቀደመው ብዙም ዋጋ የሚያስከፍልን ነገር የለም፡፡ ምን አልባት በጠረፍና በገጠር የሚኖሩ አገልጋዮች አሁንም ዋጋ ይከፍሉ ይሆናል፡፡ የከተማውን የተመለከትን እንደሆን ሁሉም ባይባልም የአገልጋይ ልጆች ጥሩ ትምህርት ቤት ይማራሉ፡፡ ፋሽን ልብስ ይለብሳሉ፡፡ የእግዚአብሔር አገልጋይ ልጅ መሆን ክብር ነው፡፡

አልፎ አልፎ ግን የአገልጋይ ልጅ በመሆናቸው የሚማረሩ ልጆችም ይገጥሙኛል፡፡ የአንድ አገልጋይ ልጆችን በሰንደይ ስኩል ሳስተምር ያጋጠመኝ ነገር ነበር፡፡ እነዚያ የአገልጋይ ልጆች "እኔ ብሞት እንደ አባቴ አገልጋይ መሆን አልፈልግም፤ መቼገር አልፈልግም" እያሉ ይነግሩኛል፡፡ እንደ ምክንያት የሚያቀርቡት የነበረው ደግሞ አገልጋይ አባታቸው

የአገልግሎት ሌጋሲ

መኪና ፣ የግል ቤት፣ ስላልነበረው ነበር:: እኛ "ቤት ተከራይተን መኖር አንፈልግም፤ መኪና እንዲኖረንም አንፈልጋለን፤ ስለዚህ አገልጋይ መሆን አንፈልግም፤" ይሉኝ ነበር:: ብዙ አገልጋዮችም ልጆቻቸው አገልጋይ እንዲሆኑ አይፈልጉም:: ነገር ግን ይሄ ርግማን ነው:: "ልጄ የእግዚአብሔር አገልጋይ አይሁን" ማለት ርግማን ነው:: የኤሊ ልጆች በከፉ ሥራ ሲመላለሱ እግዚአብሔር ኤሊን፣ "ሁለተኛ ከአንተ ዘር በፊቴ የሚቆም አይነሳም" በማለት ነበር የረገመው:: አገልግሎትን አልፈግም ማለት በራስ ፈቃድ ርግማንን መጥራት ነው::

ወላጆች ልጆቻቸውን "ቤተ ክርስቲያን ውስጥ ቆሞ እንዲያገለግል አልፈልግም" ሲሉ ልጆቻቸውን እየረገሟቸው ነው:: እግዚአብሔርን ማገልገል ክብር ነው:: ምክንያቱም እግዚአብሔር በሕዝቡ ፊት ቀዳሚ ሆኖ ለማገልገል ሁሉንም አይደለም የሚመርጠው:: ማንም ሰው በሌላ የሥራ መስክ ላይ የተለያዩ ሹመቶችን ሊሾም ይችላል:: በቤተ ክርስቲያን የሚሆነው አገልግሎት ግን ዘላለማዊ ነው:: የምድራዊው ሹመትና ሥልጣን ከጥቂት ዓመታት በኋላ ያበቃል:: እግዚአብሔር ማገለግል ግን ጡረታ የለውም:: በእግዚአብሔር አገልግሎት ውስጥ ጡረታ አይታወቅም::

ወላጆችን በእግዚአብሔር ፊት አገልግሎታቸውን በታማኝነት በመከወናቸው እኛ ልጆቻቸው በአውቀት፣ በሀብት ተባርከናል:: ምንም እንኳ መራራ በሆነ የሕይወት ውጣ ውረድ ስለ ወንጌል ዋጋ የከፈሉ ወላጆች ቢኖሩም ፣ የከፈሉት ዋጋ ስለ ወንጌል በመሆኑ በወላጆቻችን እንኮራለን:: ፣ እግዚአብሔርም ከእነሱ እንድንወለድ ስላደረገን እናመሰግነዋለን:: እንዲህ ካለ አገልጋይ ቤተሰብ በመገኘታችን ሁላችንም ደስተኞች ነን::

በትዳር ተባርኬያለሁ:: እግዚአብሔር በሁለት ልጆች ባርኮናል:: ሁለቱም አሁን ወደ አገልግሎት እየገቡ ነው:: አንደኛው ልጄ አሥራ አምስት ዓመቱ ሲሆን በቁመትም ሆነ በመልኩ አባቴን ነው የሚመስለው:: አባባ 2.2 ሜትር ቁመት የነበረው ሲሆን ይኼው ልጄ ወደዚያው እያዘገም ነው፤ ቁመቱ 1.90 ሜትር ነው:: ብዙ የማሳድ ጋቸው የተወደዱ፣ ከአብራኬ የተወለዱ ልጆች ያህል የምቆጥራቸው አሉኝ::

እህቴ አስቴር ፣ ሶሻል ወርክ እንድታጠናና ድሆችን የመርዳት ሥራ እንድትሠራ አባባ በሕይወት እያለ ይመክራት ነበር:: እሷም እሱ በሕይወት እያለ ጀርመን ሀገር ሄዳ ያጠናችው አባቴ የመከራትን ነበርና አሁን ላይ G.T.F (Gudina Tumsa Foundation) ውስጥ ድሆችን በመርዳቱ ሥራ ላይ ትተጋለች:: በአገልግሎታችንም ሆነ በኑሮአችን ሁላችንም ተባርከናል:: ይህ የሆነው የማንንም ባለ እዳ ባልሆነው እግዚአብሔር ነው::

እግዚአብሔርን ማገልገል ከንቱ ቢሆን ኖሮ አባቴ ታፍኖ ደብዛው ሲጠፋ፤ እናቴ በወህኒ ስትማቅቅ፣ እኛም ከንቱ ሁነን እንቀር ነበር። ጌታ ግን እንደዚያ አላደረገም። ስለ እነሱ እኛን አሰበ። የእነሱን ሌጋሲ እናስቀጥልም ዘንድ እነሱ ያገለገሉበትን ልብ ለእኛም ሰጠ። እግዚአብሔርን ማገልገል ትልቅ እድል ነው። ይኼንን ተረድተን እኛ ብቻ ሳይሆን ልጆቻችንም አያቶቻቸው በጽድቅና በታማኝነት ያገለገሉትን አምላክ እነሱም እንዲሁ ያገለግሉት ዘንድ መንገዱን እያሳየናቸው እንገኛለን።

የወንጌላዊ አባባ ኤሊያስ እና የእማማ ዓለንጌ ሌጋሲ
በዶ/ር ኢያሱ ኤሊያስ - ፍኖት

ስለ ኢየሱስ...

ወንዶች በተፈጥሯቸው ወደ እናታቸው ያዘነብላሉ ይባላል። እኔም የዚህ ተፈጥራዊ ዝንባሌ ሰላባ ሳልሆን አልቀርም። ሕይወታቸውን ሙሉ ለእግዚአብሔር ቤት አገልግሎት በሰጡ፣ ፈሪሀ እግዚአብሔር መለያቸው፤ ወንጌል ሁሉ ነገራቸው ከሆኑ ወላጆች የተገኘሁ ብሆንም ከአባቴ ይልቅ ወደ እናቴ አዘነብላለሁ። እንዲህ ያለው ነገር በአብርሃም ልጆች የተስተዋለው ሳይሆን አይቀርም። ይስሐቅም ሆነ ያዕቆብ በእናቶቻቸው ፍቅር ተጽዕኖ ሥር የወደቁ ይመስላሉ።

እናቴ በዘመኑ አጠራር የላይኛው መደብ ወይም የባላባት ዘር ከሚባሉት የዘር ግንድ ውስጥ የምትገኝ ሲሆን የቤተሰቦቿ የኑሮ ምን ሊመስል እንደሚችል መገመት ብዙም አይከብድም። እንደ ባላባት ልጅነቷ በብዙ አጃብ አድጋ ለአቅመ ሔዋን ስትደርስ በአካባቢው ባሕል መሠረት የቤተሰቡን ክብር ለሚመጥን ጮቃ ሹም(ሁዱጋ) ድረዋታል።

የአንጓግሎት ሊጋሲ

በዚያ ትዳራ ሁሉ ሞልቶ የሰመረላት፤ በአንዲት ሴትና በአንድ ወንድ ልጅ የተባረከች ብትሆንም ከባአድ አምልኮ ጋር በተያያዘ ሴቷ የሰባት ዓመት፤ ወንዱ ደግሞ የሁለት ዓመት ሕጻናት ሳሉ በከፉ መንፈስ አሠራር ስለሞቱባት፤ በአፍላ ወጣትነት እድሜዋ እናቴ ብርቄ የሆን ሀዘን ተስፋዋን ጨለማ፤ ኑሮዋን ለቅሶ አደረገባት።

መጽናናት ከእርሷ በራቀበት፤ በሰይጣን በተነጠቀቻቸው ብላቴኖቿ እምባ የዐለት ምግባ በሆነበት ወቅት፤ ከወደ ወላይታ ለወንጌል አገልግሎት የመጡት አባባ ላሊሶ በሐዘን የተሰበረውን ልቧን ተመልከተው የምትጽናናበትንና ከዚህ የሽሽ ሕይወት የምትላቀቅበትን የእውነት መንገድ አበሰራት። እንደ አባትም መከራት።

"አባባ፤ ጌታ ኢየሱስ የሚያጽናናኝ ከሆነ ልጆችን ዳግመኛ ሊሰጠኝ ይችላል?" ስትል ልቧ በሐዘን የተሰበረባት ወጣት የፍርሃት፤ የጥርጥሬ ብሎም የተስፋ ጥያቄዋን ለአባባ ላሊሶ አቀረበች።

አባባ ላሊሶ ጌታ ኢየሱስ ከሀዘኗ ሊያጽናናት፤ በልጆችም ሊባርካት እንደሚችል በእምነት ነገራት፤ በተስፋም ሞሏት። ይሁንና ባዪ በጣያት አምልኮ ውስጥ ስለሚገኝ ለሕይወቷም፤ ለትዳራም ስምረት እሱም ከዚህ መውጣት ስላለበት ወደ ቤተ ክርስቲያን ይዛው እንድትመጣ ወንጌል እንዲሰበከለትና ከከፉ የጣያት አምልኮ ነጻ እንዲወጣ በነገራት መሠረት እሱን ወደ ጌታ ለማምጣት የሰማችውን ብስራት ከመንገር ፤ በሸማግሌ እስከ ማስመከር ብትደርስም ፤ ባዪ ለዚህ ነገር አሻፈረኝ ከማለቱም በላይ የሚያመልካቸውን ጣያታት እንደማይተው ልጆም የሚሰጡት እነሱ እንጂ አንቺ አሁን ከወላይታዎች የሰማሸው ኢየሱስ አይደለም ስለዚህ እሱን ተይውና አባቶች ያመለኳቸውን አማልከት እንማጠን ማለቱን ተከትሎ እናቴ የአንተን አማልከት ለመከተል ኢየሱስን ከምተው አንተኑ ብተው ይሻለኛል በማለት ትዳራን ጥላ ወደ ወላጆቿ ቤት ተመለሰች።

"ሙሴ ካደግ በኋላ የፈርዖን የልጅ ልጅ እንዳይባል በአምነት አምቢ አለ፤ ከግብዖም ብዙ ገንዘብ ይልቅ ስለ ክርስቶስ መነቀፍ እጅግ የሚበልጥ ባለ ጠግነት እንዲሆን አስቦአልና ለዚዜው በኃጢአት ከሚገኝ ደስታ ይልቅ ከእግዚአብሔር ሕዝብ ጋር መከራ መቀበልን መረጠ፤ ብድራቱን ትኩር ብሎ ተመልከቶአልና። የንጉሡን ቁጣ ሳይፈራ የግብዕን አገር

የተወ በእምነት ነበር፤ የማይታየውን እንደሚያየው አድርጎ ጸንቶአልና"(ዕብ.11፥24-27)።

አሥር ዓመትን የቆየው ትዳራቸው አደጋ ላይ ወደቀ። በባሕሉ ባሏን ጥላ ወደ ወደ ወላጆቿ ቤት ለምትመለስ ሴት ስፍራ የሚሰጥ አልነበረምና ወላጅ አባቷም፤ "የሕግ ባልሽን ጥለሽ የመጣሽው ማንን ለማግባት ፈልገሽ ነው?" በሚል የነገር አለንጋ ሲሽነቁጥት የእሷ ምላሽ ድፍረትንም እምነትንም የተሞላ ነበር።

"ባልተቤቴ ከኢየሱስ ክርስቶስ አይበልጥም። ኢየሱስን አከተላለሁ። እሱ ደግሞ አሳይቶ የማይነሳኝን ልጆች ይሰጠኛል።" ምላጿ ነበር። ነገሩ ግራ ያጋባቸው ወላጆቿ ባሏንም ጠየቁት፤ "ኢየሱስ ልጅ አይሰጠኝም፤ የአባቴ አምላክ እንጂ" ብሎ የሚያመልካቸውን አማልክት ስም ጠራ። እሷም አልተበገረችም፤ "ያንተን አማልክት ከዚህ በኋላ አላመልክም፤ አልሰግድላቸውም፤ እኔ የላሊሶን አምላክ ኢየሱስን አግኝቻለሁ።" በማለት በአቋሟ ስለጸናች አባቷ "ይቺ ሚሲዮን[26] መሆን ፈልጋ ነው የእኛን ዘር የምታሰድበው" ብለው ተሽቀጥቁጣ ካዳገችበት ቤት አባረራት። ትዳርም በዚያው አከተመ።

ትጠለልበት ቤት፤ ትቆርሰው እንጀራ የሌላት ምስኪን ወጣት ሴት መሄጃው ግራ ቢገባት፤ ወንጌል ወደ ሰበኩላት፤ አባባ ላሊሶ ቤት ሄደች። በዚያም የዕለት ጉርሷን ፤ እተኛበት ዘንድ ምንጣፌን ብትሰጡኝ ውኃ እየቀዳሁ፤ እንጨት እየለቀምኩ፤ ቡና እያፈላሁ የቤት ሥራተኛችሁ እሆናለሁ ብትል ጊዜ ተቀበሏት። ስለ ክርስቶስ ፍቅር ከእመቤትነት ወደ ቤት ሥራተኝነት ተገፈተረች። አግኝታ ካጣችው ይልቅ በዚህ ሕይወቷ ደስተኛ ነበረች። በቤተ ክርስቲያን ሲዘመር የምትሰማውን መዝሙር ቡና እያፈላች እንጨትም እየለቀመች ማዜም የሕይወቷ ክፍል ሆነ።

ስጦታ የማይነሳኝን ልጆች የሚሰጠኝ ኢየሱስ ነው፤ ጣዖታትን አላመልክም በማለት የባላባት ልጅ ስለ ክርስቶስ የቤት ሥራተኛ ሆና መቀጠል የለባትም፤ እዚሁ አካባቢ ታሪኳ ስለሚታወቅ ባል ብናመጣላት ዘመዶቿ ጋር ጥል እንገባለን ስለዚህ ከዚህ መንደር ራቅ ብለው ወዳሉት ወንጌል አማኝ ወገኖቻችን ብንሰዳት በዚያ ትዳር መሥርታ ጥሩ ኑሮ መኖርም ይቻላታል ብለው ያሰቡት አባባ ላሊሶ፤ ከወላይታ ለወንጌል ሥራ መጥቶ ማዜ ከሚባለው ወንዝ ማዶ ሰልቤ ወደ ሚገኘው አባባ ኤርጎዶ ደብዳቤ ጽፈው ላኳት።

"እኛ አካባቢ የተወለደች የአካባቢው ባላባት ልጅ ነች። በክርስቶስ ወንጌል ምክንያት ትዳርን የፈታችና የተሰደደች በመሆኑ ከእናንተ ጋር ሆና እንድታገለግል፤ ትንከባከቢት ዘንድ በጌታ ፍቅር እንጠይቃለን።" የሚለው መልእክት የደረሳቸው አባባ ኤርጎዶ በጥሩ

---

26 "ሚሲዮን" በወቅቱ ለአካባቢው ማነበረሰብ ወንጌላዊያን አማኞችን የሚጠሩበት አጠራር ነበር።

ሁኔታ ተቀበሏት። "በአንቺ አድሜ የምትሆን ንግሥት የምትባል ልጅ አለችኝ ይሁንና በእሷ ፋንታ አንቺን አንደ በኩር እሷን እንደታናሽ አድርጌ አሳድጋችኋለው" በማለት የቤተሰባቸው አካል አድርገው ተቀበሏት። ከእነሱ ጋር በብዙ ደስታ መኖር ማገልገል ጀመረች።

***

ድንቁ አጣማሪ (God 'the Perfect matchmaker')

በዚያን ጊዜ፤ የኮሜ አክስት የኮሜ ወላጆችን ልትጎበኛቸው መጥታ፣ መቀነቷን ፈትታ ምሰሶ ላይ ሰቅላ አደረች። ይህ አድራጎት በማንበረሰቡ ዘንድ ተቀባይነት የሌለውና ትልቅ ጥፋት ነበር። እሷም ብትሆን ባሕሉን እንደማወቋ ይኼንን ያደረገችበት ምክንያት ፈጽሞ ግልጽ አልነበረም።

እንደ አካባቢው ማንበረሰብ ባሕልና እምነት ሴት ልጅ መቀነቷን ምሰሶ ላይ ማድረግ አይደለም፣ ቤት ውስጥ ስንታንጎዳጉድ እንኳ ተሳስታ በእግራ ምሰሶ ነካች ማለት ሰውየው ይሞታል ወይ ምሰሶው ተነቅሎ ቤቱ ይቃጠላል። ቤቱን እንደ አዲስ መቀየር ይኖርበታል።

የኮሜ አባት በማለዳ ከመኝታቸው ሲነቁ በዓይናቸው በብረቱ የተመለከቱትን ማመን አቃታቸው። "ኮሜ! ኮሜ ጉድ ሁነናል" በማለት ልጃቸውን ቀስቀሱና የሆነውን ነገሩት፣ ምሰሶውን እንዲመለከት አደረጉት።

ነገሩ ባሕል ሳይሆን ከአጋንንት አምልኮ ጋር የተያያዘ እምነት ነበርና የኮሜ አባት በጽኑ ሐመም ተመቱ። በጎጡ ያሉት ጎልማሶች ተጠርተው ጎጀው ሳይፈርስ በዘዴ ምሰሶው ተጎትቶ እንዲወጣና በሌላ እንዲተካ ተደረገ። ምሰሶው በሌላ በመተካቱ የኮሜ አባት ከሐመሙ ይድናል፣ መከራም ይርቃል ተብሎ ቢታስብም በኮሜ አባት ላይ ግን ሰይጣን የደዋ አርጨሜውን አጠነከረው።

ኮሜ አባቱን ከአጋንንት መንጋጋ ለመናጠቅ፣ በሞራ ገላጮች እንዲሰዋ የታዘዘውን ፤ ነጫ በግ... ቀይ በግ.. ፤ ነጫ ዶሮ ... ጐብስማ ዶሮ... ለመንፈሱ መሥዋዕት እየገበረ፣ ለቤተሰቡ አንዲት ላም እስከምትቀር ድረስ በድንነት ተቀፈደደ።

የኮሜ አባት ደዌው በረታባቸው። ኮሜ የቤቱ የበኩር ልጅ እንደመሆኑ አባቱን ለማዳን የቤቱን ጥሪት ሁሉ ከመጭረሱም በላይ ከእሱ በታች ያሉት ሁለት ወንዶች እና ሁለት

እህቶቹንና ወላጅ እናቱን የማስተዳደር ኃላፊነት በእሱ ጫንታ ወደቀ።

አባቱ በሞትና በሕይወት መካከል የመጨረሻ ትግላቸውን በሚያደርጉበት ወቅት፤ የመጨረሻው የተባለውን ፍፁም መሥዋዕት ተደርጎ ሞራው ሲገለጥ፤ "ያንተ ነገር ከእኛ አልፏል። ወደ እግዚአብሔር ገብቷል። ቶሎ ሮጠህ ወደ እግዚአብሔር ግባ" የሚል ነበር የሞራ ገላጩ ንግርት።

ይኼን ጊዜ ነበር የኮሜ አባት የመዳን ተስፋ እንደሌላቸው ተረድተው ለቤተሰቡ የቀረቸዋን አንዲት ላም አስመልክተው የኑዛዜ ቃላቸውን የሰጡት።

"መሥዋዕት ከመሆን የቀረችን ላሟ ናት። እሷ ልጆቹ ወተት የሚያገኙባት ስለሆነች መሥዋዕት እንዳታደርጓት። እግዚአብሔር የሚባል አምላክ ይመጣል፤ እግዚአብሔርን አምልኩት እንጂ ከዚህ በኋላ መሥዋዕት እየተቀበለ የማያድነውን አዳትከተሉ።" ከማለታቸው አባቱም ፋታ ሳያገኙ፤ እግዚአብሔርንም ሳይተዋወቁ ሞቱ።

ኮሜ የቤተሰቡ ሙሉ ኃላፊነት ሙሉ በሙሉ እሱ ላይ ስለወደቀ በአፍላ የልጅነት እድሜው ሸምና አያሁራ፤ የእርሻ መሬታቸውን እያረሰ ቤትሰቡን ቀጥ አድርጎ ያዘ።

ኮሜ በ1939 ዓ/ም እድሜው ከአሥራ አምስት እምብዛም አይበልጥም። በዚሁ ዓመት ከከፋው የመንፈስ አሠራር ጋር በተያያዘ ጤናው ታወከ። አንደበቱ ተለጎመ። ንግግሩ በእጅ ምልክቶች ተለወጠ። መንፈሱ የለመደው መሥዋዕት ቀረበት፤ ቃልቻውም ከወላጆቹ ቤት ወጥቶ ወደ ላይ አካባቢ ካልሄደ እንደሚሞት በተናገረው መሠረት ከቤታቸው ከፍ ብሎ ወደ ሚገኝ አና ቤት ከታናሽ ወንድሙ ጋር ከተመ።

አንድ ቀን ምሽት በአናው ቤት መድብ ሥር ጉድጓድ አበጅቶ ይኖር የነበር ከዘንዶ በታች የሆነ መርዘኛ እባብ ኮሜን እንቅልፍ ላይ እያለ ይነከሰዋል። አንደበቱ የተለጎመው ኮሜ በኃይለኛ ጩኸት ታናሽ ወንድሙ የተኛበት ላይ ይወድቃል። አንደበቱ ስለተለጎመም የሆነውን መናገር ይሳነዋል። ጩኸቱን የሰሙ የአካባቢው ሰዎች በእኩለ ሌሊት ተሰባሰቡ፤ መርዘሙ እባብ እንደነከሰው አወቁ። የባህል መድኃኒት አዋቂ መጥቶ በዚያኑ ሰዓት ባይታደገው ሕይወቱ አደጋ ላይ ወድቆ ነበር።

ይህ በሆነ በሦስተኛው ቀን አባባ ኤርጋዶ ወደነ ኮሜ ቀዬ ነራ ማለታቸውን የሰማቸሁ የኮሜ እናት አባባ ኤርጋዶ የእግዚአብሔር ተከታይ መሆናቸውን ስለሰማ፤ እሳቸው ወደሚገኙበት ቤት ኮሜን ይዛ ከተፍ አለች።

ወንጌላዊ አባ ኤሊያስ

"አባባ፤ ባለቤቴ ሟቷል ሊሞት ሲል ግን ወደ እግዚአብሔር ሂጂ እግዚአብሔርን አምልኪ ብሎኛል። እናንተ የእግዚአብሔር እንደሆናችሁ አውቃለሁ እባካችሁ ልጇን አድኑልኝ! ልጇን አድኑልኝ!" በማለት በለቅሶ ፊታቸው ወደቀች። አባባ ኤርጋዶ "ልጅሽ ይፈወሳል! አንቺ ጌታን ትቀበያለሽ?" ሲሏት "እኔ እቀበላለሁ! ምን ማድረግ አለብኝ" ስትል እየተንሰፈሰፈች ጥያቄዋን አቀረበች። እሳቸውም ወንጌል ነግረዋት ጌታን እድትቀበል አደረጓት። ጸለዩላትም። ኮሜም በዚያኑ ቀን አንደበቱ ከሰይጣን እስራት ተፈታ። "ኢየሱስ አዳነኝ! ኢየሱስ አዳነኝ!" እያለ እግራቸው ላይ ወደቀ።

ወደ ቤትም አልመለስም ከአባባ ኤርጋዶ ጋር እሆናለሁ ብሎ ወሰነ። እሳቸው ጋር ተቀምጦ ቀን ቀን የጉልበት ሥራ እንጨት እንደመፍለጥ የመሳሰሉትን ይከውናል፤ ምሽት ላይ ደግሞ አባባ ኤርጋዶ የስፈሩን ጎልማሶች ፈደል ስለሚያስቆጥሩ እሱ ጢፍ ይዞ ይቆማል። አብሮም ፈደል ይቆጥራል።መጽሐፍ ቅዱስንም በዚህ ሁኔታ ይማራል። በዚህ ሁኔታ ሲያልፍ ስሙም ኤሊያስ ተብሎ ተቀየረ።

ፈደል ቆጠራ ጨርሶ መጽሐፍ ቅዱስ ማንበብ ከጀመረ በኋላ ወደ ቾርጋ ባርኤ ወንጌል ለማገልገል ሃምሳ ሳንቲም ተከፍሎት እናቱንና እህት ወንድሞቹን ይዞ ሄደ። በዚያ ቦታ ወንጌል እየሰበከ ከባለቀላድ መሬት ወስዶ እያረስ ሽማ እየሠራ ይኖር ነበር። እዚያው ቾርጋ ቤተሰቡን አስቀምጦ ወደ እናቱ ቤተሰብ አገር ሄዶ ሽማ እየሠራ ወንጌል እየሰበከ ማገለግሉን ቀጠለ። ከሽማ ሥራ ከሚያገኛት አነስተኛ ገቢ ለቤተሰቡ ገንዘብ እየላከ ይደጉማቸው ነበር። አንድ ወቅት ከቀየው ከራቀ ስለሰነበተ እናቱ ልጄ ያለበት ስፍራ ሂጂ ማየት አለብኝ ብላ እሱ ወደሚገኝበት ስፍራ ስታቀና ወንዝ ተሻግራ ማለፍ ነበረባትና ወንዙ ጠልቆ ወስዳት በዚያው ቀርታለች። ከእናቱም ሞት በኋላ ወደ ቾርጋ ተመልሶ ቤተሰቡን እያስተዳደረ ወንጌል ይሰብክ ነበር። እሁድ እሁድ ግን ቀደም ወደተላከበት ቤተ ክርስቲያን ሰልቤ አባባ ኤርጌዶ ያሉበት ቦታ እየመጣ ያመልክ ነበር። ያን ወቅት እናቴ አለንኔ ወደ አባባ ኤርጌዶ መጥታ ስለነበር መተዋወቅ ችለዋል።

አለንኔ አባባ ኤርጌንዶ ቤት በነበረችበት ጊዜ እሷን የምትቀርብ ክርስቲያን እህት ለወንድሟ ልትድራት ማግባባት መጀመሯን የሰሙት አባባ ኤርጋዶ አለንኔ ልታገባው የሚገባው ሁነኛ ሰው ኤሊያስ እንደሆን ሲያስቡበት ስለነበር በዚች እህት ሳትጠለፍ ነገሩን

ቀደም አሉና፤ "አለንጌ ፣ ኤሊያስን አግቢ። እሱ ጌታን ይወዳል። አንቺንም በጥሩ ሁኔታ ያስተዳድርሻል።" ብለው መከሯት።

አለንጌም፤ "አባባ እግዚአብሔር ለእኔ ወንድ ልጅ ይሰጠኛል?" ስትል ጠየቃቸው።

እሳቸውም፤ "አዎ ይሰጥሻል" አሏት፤

"ያዕቆብን ይተካልኛል?" አለች ስሜቷ እየተረባበሽ። ያዕቆብ በሁለት ዓመቱ የሞተባት ሁለተኛዋ ልጇ ነበር።

"አዎ እግዚአብሔር ወንድ ልጅ ይሰጥሻል" የአባባ ኤርጋዶ ፍርጥም ያለ ትንቢታዊ ምላሽ ነው።

"ስሙን ኢያሱ ማለት እችላለሁ?"

"ትችያለሽ" ይቺ ሁሉ እርግጠኝነት የተሞላው የአባባ ኤርጋዶ ምላሽ እንዲሁ እንደዘበት የሚመልሱላት ሳይሆን የመለኮት ፈቃድ በእሳቸው አንደበት ይነገር ስለነበር እንጂ።

የአለንጌ ጥያቄ ኤሊያስን እድታገባ በተመከረችበት ወቅት የሆነ ነው። የእሷን ፈቃደኝነት ተከትሎ፤ በጸሎት ተሚሸቶ ኤሊያስና አለንጌ ተጋቡ። ብዙም ሳይቆዩ አለንጌ መጸነሷን ስታውቅ በጌታ ፊት እንደ ሰባ እምበሳ መዝለል፣ መቦረቅ፣ መዘመር የእርግዝና ወራቾቿ የየዕለት ተግባር ሆነ።

"እፉን በሳቅ ሞላው - ምላሴን በልልታ

ጠላቴ ማቅ ለበስ - አከበረኝ ጌታ

አንገት አያስደፋ - ደግሞም አያሳፍር

ለሚታመኑበት - ታማኝ ነው እግዚአብሔር" ተብሎ እንደተዘመረው ሆነላት። ልቧ በተሰበረ፤ እምባ ምግቧ በነበረበት ወቅት ለአባባ ላሊሶ፤ "አባባ፤ ጌታ ኢየሱስ የሚያጽናናኝ ከሆነ ልጆችን ዳግመኛ ሊሰጠኝ ይችላል?" ብላ በጠየቀቻቸው ወቅት ምላሻቸው አዎን ነበር። ኤሊያስን እድታገባ በአባባ ኤርጋዶ ስትመከረም "እግዚአብሔር ወንድ ልጅ ይሰጠኛልን?" ተስፋ ጉጉቷ አሁን መስመር ይዟል። እግዚአብሔር የማነጿን በራን ከከፈተ ጽንሱ ወንድ ሊሆን እንደሚችል ጥርጥር አልገባትም። ፈጽሞ። የእርግዝና ወራቷ በደስታ ፈንጠዚያ፤ ለእግዚአብሔር ምስጋናን በማቅረብ እና ለጽንሱ በመጸለይ የተሞላ ነበር። የመውለጃዋ ጊዜ እየተቃረበ በመጣበት ወቅት ሕጻኑ ሳይወለድ ኤሊያስ

የእንግልግሎት ሌጋሲ

በወንጌል ምክንያት ተይዞ ታሰረ። አለንጌም ከኤሊያስ ታናሽ እህት ጋር ሆና ስለ ወንጌል እስረኛው ባሏ እና ስለሚወለደው ሕጻን እየጸለዩች የአገሩ እንግዳ የምድሩ ባዳ ሁና ልጇን ተገላገለች።

ከሕጻኑ መወለድ ሦስት ወር በኋላ አባቴ ኤሊያስም ከእስር ተፈቶ ወደ ቤቱ መጣ። የበኩር ልጁን የአራስ ጨቅላውን ጠረን በቅጡ አቅፎ ሳያሽት ሌሊቱን በጎጀው ክዳን የድንጋይ ናዳ ከአካባቢው ቃልቾችና ደጋሚዎች ያስተናግድ ጀመር። ከጎጀው ውስጥ የአራስ ጨቅላ ልቅሶ ሲሰሙ ፣ "የሕፃኑ ድምፅ በሚሰማበት በኩል ድንጋይ ወርውሩ፤ ሕፃኑንም እናቱንም ግደሉ" የሚሉ ሰዎች ድምፅ ተሰማ። በእግዚአብሔር ጣልቃ ገብነት አራሱ ሕጻንም ሆነ እናቱ በሕይወት ተረፈው ሌሊቱ በጭንቅ ነጋ።

ኤሊያስ በማለዳ ጎህ ሲቀድ የሆነውን ሁሉ ለፍትሕ አካላት ነገሬ መፍትሄ አገኛለሁ በሚል ተስፋ ወደ አካባቢው ሹማምንት የሌሊት ዱብ እዳውን ለማመልከት ቢያመራም ከሹማምንቱ ያገኘው ምላሽ ግን "ይገድሉሃልና ሰፈሩን ብትለቅ ጥሩ ነው" የሚል ነበር። መቼም አፍ አውጥተው አልተናገሩም እንጂ "እኛም እጃችን አለበት" አይነት መሆኑ ነበር።

"አዲስ ባለ ትዳር፤ አራስ ጨቅላ የያዝን፤ በቅርቡም አዲስ ጎጆ ቤት ሥርተን፤ በዚህ ሁኔታ እንዴት ልቀቅ ትሉኛላችሁ?" የኤሊያስ ምላሽ ነበር። ከሹማምንቱ ፈቱን ወደ ቤቱ አቅንቶ ሲመለስ መልካም ነገር አልገጠመውም። እንዲሁም ከቶርጋ መከራው ስለበዛ አቤቱታ ለማሰማት ወደ ቡልቂ ደርሶ ሲመለስ ባለቀላዱ ይወደው ስለነበር መንገድ ላይ ጠብቆ፤ "እባክህ ሊገድሉህ አስበዋልና አካባቢውን ብትለቅ ይሻላል" ስላሉት ወደ አባቱ ቀላድ ቤተሰቡን ይዞ ተመለሰ። ወደ ሹማምንቱ መጌዱን ያወቁ የአካባቢው ሰዎች የእሱን ኮቴ ተከትለው፤ ከብቶቹን ዘረፉት። የተወሰኑትን አረዱበት። ሌላውንም እርስ በርሳቸው ተከፋፈሉ። እርሻውን አወደሙ።

የሕዝቡን ዓመፅኝነት በአራስ ጨቅላውና በእናቱ ብሎም በእህቱ ሌላ ጦስ ይዞ ሊመጣ እንደሚችል ሲያውቅ ለወንጌል አገልግሎት ወደላከቸው ቤተ ክርስቲያን፤ ወደ ቀየው ተመለሰ።

ያ ሕጻን - አለንጌ ቤራ፤ ጌታ ኢየሱስ ልጅ እንደሚሰጣት በተስፋ የመቀበሷ ፣ የያዕቆብን ይተካልኛል? ጉጉቲ፤ ከእግዚአብሔር ዘንድ በማያልቀው ምሕረቱ የተሰጠኝት ምላሿ፤ "ሕጻኑን ከእናቱ ጋር ግደሉት" ተብሎ በደቦ የተፈረደበት እኔው ኢያሱ ኤሊያስ ነበርኩ።

***

ወላጆቼ ቶርጋ ለወንጌል አገልግሎት ሲሉ በዚያ አካባቢ አንድም የወንጌል አማኝ ያልነበረበት አካባቢ ነበር። አባቴ በባሕርይው ቡቶሎ ከሰዎች ጋር የሚግባባ ፤ በሥራ ጠንካራና ታታሪ ስለሆነ በቶርጋ ያሉትን ሰዎች በወንጌል ለመድረስ እሱ ይሻላል በሚል በሃምሳ ሳንቲም ደመወዝ የተላከው።

ሃምሳ ሳንቲሟ የጓዳ ወጭያቸውን ስለማትሸፍን እርሻ እያረሰ፤ ሸማ እየሠራ ወንጌል ይሰብካል።ከሸማ ሥራው ጋር በተያያዘ ደግሞ በአካባቢውም ጥሩ ተቀባይነት ለማግኘት ስለቻለ፤ "ኤልያስ ጋር ሂዱ እሱ ጥሩ ቡሉኮ ይሠራል" በማለት ሰዎች እንዲሁ ሙያውን ያስተዋውቁለታል። እሱም ይሄንን አጋጣሚ ተጠቅሞ የሸመና ሥራ ሊያሠሩ ለሚመጡት ሰዎች ወንጌል እየሰበከ ብዙ ሰዎች ጌታን እንዲቀበሉ ያደርጋል።

ከስድስት ዓመት ቆይታ በኋላ ድንገት የባነኑት የኦርቶዶክ ቤተ ክርስቲያን ካህናት "አንተ ሰው ሐሰት እያስተማርክ ነው፤ ከማነበርና ከእድር እናባርሃለን" ሲሉ ቢያስጠነቅቁትም፤ የአካባቢው ማኅበረሰብ ግን በአባቴ ላይ ምንም አይነት ቅጄታ ስላልነበራቸው ሥራውንም ስለወደዱለት ካህናቱ ምንም ሊያደርጉት አልቻሉም። በኋላ ላይ ግን አባቴን በእርሻ ሥራ የቀጠረውን ሰው "ይሄን ሰውዬ አባረው ይኼንን የማታደርግ ከሆነ ካንተ ጋር ምንም አይነት ጉብረት እናደርግም" ብለው በማስጠንቀቃቸው ምክንያት ባለ እርሻው ካህናቱ ያወግዙኛል በማለት ፈርቶ፤ አባቴን፤ "አዝናለሁ ኤልያስ በጣም እወድሃለሁ ግን ቤቴን ልቀቅ" ብሎ አባረረው።

***

የወላጆቼ አገልግሎት በመንፈሳዊ ውጊያ የተሞላ፤ ስደት ያልተለየው ነበር። ከቶርጋ ሳውላ አቅራቢያ ካርዛ ወደሚባል ቦታ ተሰደዱ። በዚያም ከነበሩት የወንጌል ተቃዋሚዎች የተነሳ የጌታን ሥራ መሥራት አልቻሉም። ከአካባቢ ወደ አካባቢ፤ ከአንዱ ጎጥ ወደ ሌላኛው ከስደት ጊዜ በላይ ተሰደዋል። የልጅነት እድሜዬ በስደት የተሞላ ነበር።

በ1955 ዓ/ም አካባቢ ወላጆቼ አሁን ወዳሉበት ሳውላ ወደሚባል ቦታ መጡ። በዚህ ስፍራ የእኔ ታናሽ የሆነችው እህቴም ተወለዳ ነበር። እናቴም እግዚአብሔርን እንደጠየቀችው ሰይጣን የወሰደባትን እግዚአብሔር መልሶ ሰጣት። በአሁኑ ወቅት ታናሽ እህቴ የጎፋ አካባቢ የከፍተኛ ፍርድ ቤት ዳኛ ሁና ታገለግላለች።

በወቅቱ ይነሳባቸው በነበረው ስደት ወደ ሳውላ ሲመጡ የሚለብሱት ቅጄ ልብስ እንኳን ሳይዙ ነበር። በሳውላም አባባ ቦርሳም የሚባሉ ከኮይሻ የመጡ አገልጋይ ነበሩና እሳቸው ተቀበሏቸው። አካባቢው በወቅቱ በእባብ፤ በጊንጥ፤ በጦጣ እና በዝንጀር

የተሞላ፤ ቤታችንም ወንዝ ዳር ያለ ጫካ ሲሆን ጎጆአችን የጎርፍ ውኃ ያገኘው ነበር።

አንድ ስኒ ወተት ልመና፤

ስደት የሰው ክብር ይገፋል፤ በሰው ዓይን ያስገርፋል፤ የሰው እጅ ናፋቂም ያደርጋል። በአንደኛው የስደት ወቅት ወላጆቼ አይደለም እኔና ሌላኛዋ ሕጻን እህቴ በቂ ምግብ ማግኘት አልቻልንም። በዚህም ምክንያት ከሳትና ግርጣት በአካላችን ላይ ፈጦ ታዬ። የባላባቷ ልጅ በቅምጥል ያደገችው እናቴ ነገሩ መከፋቱን ስታውቅ ልመና ወጣች።

"እዚህ ቤቶች ደህና ናችሁ? የእግዚአብሔር እንግዳ፤ የወንጌል ስደተኛ ነኝ! ሕጻናት ልጆቼን ራባቸው! አንድ ሲኒ ወተት ለሕጻናት ልጆቼ ስጡኝ" ብላ እያለቀሰች ለመነች።

የቤቱ አባወራ ፊቱን አይቶ ራራላት፤ አዘነላት። ለሚስቱም፤ "እባክሽ እንግዳ መጥቶብናል ትንሽ ወተት ካለ ስጪት" አለ። ሚስትየው ግን ንፉግ ናቸው። አንድ ሲኒ ወተት ለመሥጠት፤ "አንድ እንቅብ ሙሉ ጤፍ ከፈጨችልኝ እሰጣታለሁ።" በማለት ፊቱን ቅጭም አድርጋ መለሰች።

በርሃብ በከረመ፤ ኃይል በከደዳው ሰውነቲ እናቴ ያንን ማድረግ ስለማትችል ሌላ ፈጭቶ ላንቺ ይስጥሽ እኔ እህል ከሚፈጨኝ ወገን አይደለሁም እያለች እያለቀሰች ከሴትዮዋ ፊት ዞር ብላ ወደ ሌላኛዋ መንደር ልትለምን አቀናች።

በመንገዲም፤ "ጌታ ሆይ ላንተ ብዬ ወጥቼ የሰው ፊት ታሳየኛለህ እንዴ? እንዲህ አይነት ነገር ውስጥ ስገባስ አታየኝም እንዴ?" እያለች ጸሎት ይሁን ማጉረምረም ብቻ ውስጧ እንደተጨነቀ፤ ስሜቷ እንደታወከ ብቻዋን እያወራች "እግዚአብሔር ሆይ እኔን ተመልከት!(ታናጤላ) እያለች ሰፈሩን ለቃ ራቅ ወዳለ መንደር ትደርሳለች።

የደረሰችበት መንደር ዓይነን ቀና አድርጋ ስትመለከት ቤተ ክርስቲያን ታያለች። ይህ ቤተ ክርስቲያን አባባ ጃራ የሚባሉ ወንጌላዊ የሚያገለግሉበት ነበር። ቤተ ክርስቲያኑና የአባባ ጃራ መኖሪያ ቤት ጎን ለጎን ነበርና የእነህ ወንጌላዊ ባለቤት የቤት ጥራጊ ወደ ውጭ ሊደፉ ከመውጣታቸው ብቻዋን ከምታወራዋ እናቴ ጋር ፊት ለፊት ተገጣጠሙ።

ችግረኛ መሆኗን ለማወቅ ጊዜ ያልፈጀባቸው እኒህ ደግ ሴትዮ እናቴን ቤታቸው እንድትገባ አደረጓት። አባባ ጃራ ሲያዩዋት "ከኡባ ሳልቤ ተሰዳችሁ የመጣችሁት ክርስቲያኖች ናችሁ አይደል?" በማለት አስቀድመው ታሪካችሁን ሰምተው እንደነበር ነገሯት፤ አሁን በሚያልፉበት ሁኔታ ማዘናቸውን ገለጸው፤ በትልቅ ቅል ወተት፤ ለእሷ ቀሚስ፤ ለአባቴ

ጋቢ፤ እንዲሁም ለቀለብ የሚሆን እህል ሰጥተው ሸኙት፡፡ ለእናቴ የተለዬ ፍቅር ያለኝ ምን አልባት በዚህ ሁኔታ ውስጥ አልፋ፤ የሰው ፊት እየገረፋት ለምና ሕይወቴን ስለታደገችም ጭምር ይሆናል፡፡

እናቴ በዚህ ሁኔታ በምታልፍበት ወቅት፤ አባቴ ከመንደር - መንደር እየዞረ ወንጌል ይሰብክ ነበር፡፡ ስደት፤ ርሃቡ ወንጌል ከመስበክ ወላጆቹን አላቋረጣቸውም፡፡ በዚህ ሁሉ አልፈው አባቴ ሲያገለግል አጋንንት ያለበት ሰው ገና እሱ ሳይጠጋው "እኔ አልደረስኩብህም አትድረስብኝ" እያለ ይጮህና ይለፈልፍም ነበር፡፡ በኋላ በዚያ አካባቢ ካለው ባለቀላድ (ባለመሬት) ጭቃ ሹም መሬት ተቀብለው እያረሱ፤ ሸማ እየሠሩ ራሳቸውን በኑሮ እያሳደጉና ወንጌል እያገለገሉ መኖር ጀመሩ፡፡

አባባ ቦርሳሞ የሚያገለግሉባት ቤተ ክርስቲያን ወላጆቹ በስደት ሂደው ከተቀላቀሉት በኋላ አባቴ ቦርሃብ ሳይገታ የእግዚአብሔርን መንግሥት ቅድሚያ ሰጥተቶ በማገልገሉ የሚድኑት ሰዎች በየዕለቱ ይጨምሩ ነበር፡፡ ጠንቋዮች ጌታን ተቀበሉ፤ ከጥንቆላ ጋር የተያያዙ ነገሮቻቸውን ወደ ወንዝ ጣሉ፡፡ አባባ ቦርሳሞም አገልግሎቱን ለአባቴ አስረክበ ወደ ወላይታ ተመለሰ፡፡ እኔ ነፍስ ነፍስ ሳውቅ አባቴ የዚያች ቤተ ክርስቲያን መጋቢ ሆኖ ሲሆን፤ አስራ አምስት አመት በሬት ከእድሜ መግፋት ጋር በተያያዘ ደክሞኛል ስላለ የቤት ክርስቲያኗ አማካሪ ሆኖ በማገለገል ላይ ሲገኝ፤ እናቴ ደግሞ የሴቶች አማካሪ ሆና ታገለግላለች፡፡

ልጅ ሁኜ እናቴ የቤተ ክርስቲያን ወለሉ አፈር ስለሆን በአዘባ ትለቀልቅ፤ ታጸዳ፤ ግቢዉ ውስጥ አበባ ትተክል፤ የቤተ ክርስቲያኑን ወንበር ታጥብ፤ እንግዶችን ታስተናግድ የነበር ሲሆን፤ እኔና ታናሽ እህቴን እቤት ትተውን ቤተ ክርስቲያን ውስጥ ነበር የሚውሉት፡፡ እኔ በእድሜ ከፍ ስል እሷን ተከትዬ እየሄድኩ አገልግሎቲን እመለከት ነበር፡፡

ከወላጆቼ የተማርኩት የክርስቶስ መንገድ

ጌታ ኢየሱስ ክርስቶስ ለደቀ መዛሙርቱ "እኔን መከተል የሚወድ ቢኖር፤ ራሱን ይካድ መስቀሉንም ተሸክሞ ይከተለኝ"(ማቴ.16፤24) ነበር ያላቸው፡፡ የእኔ ወላጆች ይህን የክርስቶስ ጥሪ በደንብ ስለተረዱት በሕይወት ዘመናቸው ሁሉ ራሳቸውን ክደው፤ መስቀሉንም ተሸክመው ተከትለውታል፡፡ የአገልግሎታቸው ዓላማ ለሰዎች ሁሉ የመዳንን ወንጌል መስበክ፤ በሰዎች ልቦና ክርስቶስን ማንገሥ፤ እንጂ በዘመናቸን እንደሚስተዋለው ቅራቅንቦ ለመሰብሰብ ሲሉ አልተከተሉትም በዚህም መንገድ አላገለጉትም፡፡ ሐዋርያው ጳውሎስ ለተሰሎንቄ ሰዎች፤ "ከእናንት ቢሆን ወይም ከሌሎች ክብርን ከሰው

የእንግልግሎት ሌጋሲ

አልፈለግንም"(1ተሰ.2፥6) እንዳለው በሙሉ ድፍረት እነሱም ይሄንን ማለት በሚችሉበት ሁኔታ የእግዚአብሔርን መንግሥት አገልግለዋል። የክርስቶስን ፍቅር ሰብከዋል።

ወላጆቼ አሁን ባሉበት የእርጅና እድሜ ውስጥ ሁነው እንኳ በአፍላ ልጅነታቸው ሌታ ኢየሱስ የነበራቸው ፍቅር ዛሬም አልበረደም። የክርስቶስ ፍቅር ግድ ብሏቸው ቤተ ክርስቲያን ውስጥ በእርጅና እድሜአቸው እንኳ እያገለገሉት ይገኛሉ።

እኔ ከእነሱ ይቼንን እያየሁ ስላደግሁ የቃል ሕይወት ፕሬዝዳንት ሆኜ ስመጣ "ምን ራእይ ይዘህ መጣህ?" በሚል ለቀረበልኝ ጥያቄ፤ "ፍቅርና ትሕትናን ነው ይዜ የመጣሁት፤ ከዚህ የተለዬ ሌላ ነገር ከሰማይ ያዘንባል ብላችሁ ከሆነ ይቼንን ከእኔ አትጠብቁ። እንዲህ ያለ ስሌት ከገባችሁ የተሳሳተ ሰው መርጣችኋል። ክርስቶስ ኢየሱስን ከመውደዴ የተነሳ የክርቶስን ቤተ ክርስቲያንን እወዳለሁ፤ ሰውን ከሰው ባለማበላለጥ በእኩልነት እመለከታለሁ። ሁላችሁንም እወዳችኋለሁ። ሌታዬ አስፈላጊ ከሆነ አፈር እየበላሁም በሙሉ መስጠት አገለግላለሁ።" ነበር ምላሼ። ይቼንን እንድል ያደረገኝ ከወላጆቼ የተማርኩት የጌታን ፍቅር፤ ዘመናቸውን ሙሉ የተመላለሱበት ትሕትና በእኔ ሕይወት ላይ ያንኑ በጎ ተጽዕኖ ስላሳደረብኝ ነው።

ወላጆቼ፤ "የእግዚአብሔርን ሥራ በቸልታ የሚያደርግ ርጉም ይሁን"(ኤር.48፥10) የሚለው ቃል በልባቸው የታተመ ይመስላል። ምክንያቱም አገልግሎታቸውን ሁሉ ከልብ በሆነ መስጠት እንጂ ለአፍታም በቸልታ አድርገውት አያውቁምና። ይቼንን እያሳዬ ስላሳደጉኝ በየተመደብኩበት የትኛውም የሥራ፤ የአገልግሎት መስክ ቸልተኝነትን አልወድም። ሰዎችም እንዲያ እንዲሆኑ አልፈቅድም። የጌታን ሥራ የምንሠራ ሁላችን ከልብ መስጠት መሆን እንዳለበት እንዳምን አድርገውኛል።

ዛሬ ዛሬ ሰዎች፤ እግዚአብሔር የእጆቻቸውን ሥራ ባርኮላቸው ከዚያ ላይ አሥራት መሥጠት እንኳ ሲከብዳቸው ስሰማ በቸልተኝነታቸው እገረማለሁ።

ወላጆቼን ልጅበኝ ስሄድ ወግና ነውና እንደ ልጅነቴ የሆነ ሥጦታ ይዢላቸው እሄዳለሁ። እናቴ ያንን ስጦታ ለእራሴ ከመጠቀም ይልቅ በቀጥታ ወደ ቤተ ክርስቲያን ገቢ ታደርጋለች። አንድ ወቅት የጤናዋ ሁኔታ ጥሩ አልነበረምና ወደ አዲስ አበባ አምጥቻት አራት ወራት እኔው ጋር ሁና ጤናዋን ስከታተል ቆየሁ። ጤናዋ መሻሻሉን ስታውቅ "አሁን እግዚአብሔር ይመስገን ተሽሎኛል ወደ ቤት እሄዳለሁ፤ ቤት ክርስቲያን ይገቢ የምሄደውን አንድ ፍራሽ፤ አንድ ቡልኮ እና አበባ ግዛልኝ" አለችኝ።

እናቴ ክርስቶስን እና የእሱ የሆኑትን ሁሉ ከመውደዴ፣ የተነሳ መኖሪያዋ ቤት ክርስቲያን

ውስጥ ቢሆን ደስ ይላታል። በቤቷ ከምታሳልፈው ይልቅ በዚያን እየጸለየች ፣ ቅዱሳንን እያማከረች መቀመጥ ፍጹም ደስታን ይሰጣታል። ይኼንን የሁል ጊዜ የልቧ መሻትና የቤተ ክርስቲያንን መውደድ፣ "ከአእላፋት ይልቅ በአደባባዮችህ አንዲት ቀን ትሻላለች በንጥአን ድንኳኖች ከመቀመጥ ይልቅ፣ በእግዚአብሔር ቤት እጋል ዘንድ መረጥሁ።" በማለት ዳዊት የዘመረውን ልብ ብላ ይሆን ያስብላል።

እኔ እስከማገው·ቃት ድረስ እናቴ አንድ ቀሚስ ገዝታ ብዙም ጊዜ ለብሳው ወይም እሷ ጋር ቆይቶ አያውቅም። ለድሃ ነው የምትሰጠው። አባቴ የገዛላትን ወይም እሷ ፈትላ የሠራችውን ይቅርና እኔ ምርጡን ለእናቴ ብዬ በብዙ ብር የገዛሁላትን ልብስ በሌላ ጊዜ ልጠይቃት ስሄድ ለድሃ ሰጥታ ትጠብቀኛለች። ይህን ማድረግ የጀመረችው አሁን ኑሮዋ በተቃናበት ጊዜ ሳይሆን ድሃም እያለች ለድሆች የምታደርገውና ፍቅሯን የምታሳይበት ተግባራ ነው። አባቴም እንዲሁ ነው። ወይፈኑን ነድቶ ወስዶ ለቤተ ክርስቲያን ይሰጣል። በቅሎውን ለኔታ ቤት አገልግሎት ብሎ በስጦታ ያቀርባል። በመኸር አጨዳ ወቅት ሙሉ ከምር እህል ለኔታ ቤት ብሎ ይሰጥም ነበር። ሐዋርያው ጳውሎስ፣ "እንዲሁም እያፈቀርናችሁ የእግዚአብሔርን ወንጌል ለማካፈል ብቻ ሳይሆን የገዛ ነፍሳችንን ደግሞ እናካፍላችሁ ዘንድ በጎ ፈቃዳችን ነበረ"(1ተሰ.2፥8) በማለት እንደተናገረው፣ ወላጆቼም እንዲሁ ነበሩ ማለት እችላለሁ።

በፍትሕ እጦት ውስጥ በክርስቶስ መታመን

አባቴ፣ ከጎጥ ወደ ጎጥ ጫካ እያቆራረጠ፣ ከአውሬ ጋር እየተጋፈጠ ወንጌልን በመስበኩ ምክንያት ከሣሳ ጊዜ ያላነሰ ታስሯል። ብዙ ጊዜ ተገርፏል። በደቦ ተደብድቧል። ከሁሉም ድብደባዎች የማያرሰውና በዚያ ድብደባ ከሞት መትረፉ ግርሞት ከሚያስታውሰው አንዱ፣ ስደቱ ሲበረታና መሥራት እንኳ እንዳይችል ተጽዕኖው እያየለ ከመምጣቱም ባለፈ፣ የአካባቢው ባላባቶች ለታቦት ሃያ ሳንቲም መዋጮ ከማንበረሰቡ ያሰበሰቡ ነበርና አባቴ "ለዚህ ነገር ተባጋሪ አልሆንም። እኔ ታቦቴ ክርስቶስ ነው። ለክርስቶስ አድሬአለሁ። ለእናንተ ታቦት መዋጮ የሚያስጠኝ ምንም ነገር የለም።" በማለት መዋጮ እንደማይሰጥ ተናግሮ ስለነበር በዚህ ምክንያት ታስሮ አሥር ምስክሮች አቅርበው "ታቦት ገበቴ ነው ይላል፣ ንጉሣችንን [ኃይለ ሥላሴን] ከመሳደብ አልፎ ፣ በእሳቸው እና በባላባቱ ላይ ሰዎችን ያሳምፃል። ሞት ይፈረድበት" ብለው ከሰውት ስለነበር። በዋስ ሲፈቱት አርባ ምንጭ ለሚገኘት የጠቅላይ ገዥ አቤቱታ ሊያቀርብ ቢኼድም ሰሚ ባለማግኘቱ የኹመኞቹን ደጅ ሲጠና ስንቅ አላቋጠረም ነበርና የሚበላው ሲቸግረው የጉልበት ሥራ እየሠራ፣ የሸንጎ ቤት ጉድጓድ እየቆፈረ በሚያገኛት ሳንቲም ለሆስት

የእንግልጦት ሌጋሲ
ወራት ያህል በዚያ ቆየ፡፡

በአንደኛው ቀን የጠቅላይ ግዛቱ አስተዳዳሪ የሆኑትን ደጃዝማች እንቁ ሥላሴ ወደ ቢሮአቸው ሲመጡ መንገድ ላይ ጠብቆ እግራቸው ሥር በመውደቅ ፍትሕ ለመጠየቅ አስቦ ተሰናዳ፡፡ እኒህ የጠቅላይ ግዛት አስተዳዳሪ ከአስፈሪነታቸው የተነሳ መብረቅ እንጂ ሰው አይቀርብም ተብሎ የሚነገርላቸው ነበሩ፡፡

መብረቅ ካልሆነ ሰው አይቀርባቸውም የተባሉትን ሹም ቢሮ የሚመጡበትን ሰዓት ይጠብቅ የነበረው አባቴ እንዳያቸው ፈታቸው ላይ በቁምጡ ልክ ተዘርሮ በመውደቅ፣ "እኔን ረግጠውኝ አይለፉ! እግዚአታየን ይስሙ! እኔ ምስኪን ደሃ ገበሬ ነኝ፣ ነገር ግን ክርስቶስን አመነ ብለው ንብረቴን ይዘረፉሉ፣ እኔን በዓጊዜው ያስራሉ፣ ልጆቼን ያስጨነቃሉ፣ እርሻዬን ያወድማሉ...፡፡" በማለት አቤቱታውን ሲያቀርብ እኒህ የጠቅላይ ግዛት አስተዳዳሪ በሁኔታው አዝነው እንዲህ ያለው ድርጊት ከዚህ በኋላ እንዳይፈጸምበት ለአውራጃ አስተዳዳሪው ትእዛዝ ጽፈው ይኼንን ሂድና ስጥ በለው አሰነባቱት፡፡ ከአርባ ምንጭ ሲመለሱ የእናቴ አጎት ፈታውራሪ "ይህ ሚሲዮን እህቴን አግብቶ እኔን ሊከሰኝ ጠቅላይ ግዛት ይኼዳል?" ብለው በጥይት የሚገድሉት ሰዎችን በሚመጡበት መንገድ ቀጥሮ አስቀምጦ ነበር፡፡ እግዚአብሔር ግን ጣልቃ ገብቶ ማዳን ስለወደደ ከአርባ ምንጭ አብሮት የሚመለሰው ጓደኛው ታሞ ስለነበር ፣ በሌላ መንገድ አሳብረው ሂደው ከተደገሰው ሞት አመለጡ፡፡

አባቴ ከሦስት ቀናት የእግር ጉዞ በኋላ ወደ ቀየው ተመልሶ ቤቱ እንኳን ሳይገባ፣ በመንገድ በዛለ ሰውነቱ እህል ባፉ ሳይሽር ፣ የኔደው ወደ አውራጃው አስተዳዳሪ ነበር፡፡ ከጠቅላይ ግዛት አስተዳዳሪው ያስጸፈውን ትእዛዝ ሊያቀርብ ወደ አውራጃው አስተዳዳሪ እንደመጣ ያወቀው የአውራጃ አስተዳዳሪው የፈታውራሪ ወንድም የወረዳው አስተዳዳሪና ግፉንም የሚያስፈጽመው እሱ ስለነበር ፣ አባቴን እዳየው አጠገቡ ለነበረው ወታደር "በለው" የሚል ቀጭን ወታደራዊ ትእዛዝ እንደሰጠው፣ ወታደሩ በከስክስ ጫማው አባቴን እንደኳስ ለጋው፣ መሬት ላይ ተዘርሮ ሲወድቅለትም በዚያው ጫማ ከመሬቱ ጋር አሸው፡፡ ለሦስት ወር በቀን ሥራ፣ በሦስት ቀናት በመንገድ ርሃብ የተጎዳ ሰውነት የወታደሩን እርግጫ ሊቋቋም አልቻለምና አባቴ ራሱን ስቶ እስር ቤት ተጎቶ እንዲገባ ተደረገ፡፡ ይህ ሁሉ የሆነው የአውራጃውን አስተዳዳሪ በአካል አግኝቶ ደብዳቤውን ሳያደርስ ነበር፡፡

በእስር ቤት ውስጥ የነበሩት ታሳሪዎች አባቴን በዚያ ሁኔታ ውስጥ ሲያዩት አዘኑለት፣ አቢራውን አራገፉለት፣ ከሰዓታት ማታስት በኋላ ወደ አእምሮው ቢመለስም ሙሉ በሙሉ ለመንቃት ለቀናት ያህል በሰመመን ውስጥ አሳለፈል፡፡

ሳይሞቱ ለቅሶ መቀመጥ

አባቴ ወንጌላዊ ኤልያስ ጌታን ተቀብሎ በማገልገል ላይ እያለ በ1956 ዓ.ም የአካባቢው ጠንቋይ እንደለመደው በሟርት ለማስገደል "ኤልያስ ሞቷል ብላችሁ ከበሮ ምቱ፤ ጡሩንባ ንፉ፤ ሦስት ቀን ለቅሶ ተቀመጡ፤ እርግማችሁን አውጡ ብሎ አዘዛቸው።

በጠንቋዩ ትዕዛዝ የሚመሩ የአካባቢው አማሮች ይህንን ትዕዛዝ ተቀብለው በከበሮ መጫዎችና በጡሩንባ ነፋዎች የአባቴን ሞት አሳወቁ። እናቴ አራስ ሆና ከቤት ተኝታ ነበር። የለቅሶ ከበሮ መጫ "ኤሊያስ ሞቷል" ብሎ በር ላይ ከበሮ ሲመታ እናቴ "በከበሮ ጮኸት ኤሊያስ አይሞትም! በደንብ አድርገህ ከበሮውን ምታ፤ ባለ ቤቴ አይሞትም" እያለች ተሳለቀችበት። ከበሮ መጫው የእናቴን የስላቅ ቃል እንደሰማ የሆነ ሰይፍ መጣብኝ በማለት ከነከበሮው መሬት ላይ ወደቀ። ከዚያ ተነስቶ ቀበሌ አደባባይ ሂዶ ከበሮ መታ። በራችን ላይ የታሰበው ለቅሶ ቀበሌ አደባባይ ሆነ። ለአባቴ ለሦስት ቀን የአካባቢ ሕዝብ ተሰብስበው ለአባቴ ተለቀሰለት። በአካባቢው ባህል መሰረት ለሞተ ሰው ሁሉ የሚደረግ የለቅሶ ሥርዓት ተደረገለት። ንፍሮ ተበላ፤ አረቄ ተጠጣ፤ ለሦስት ቀን የአካባቢው ሰው ወደ እርሻ እንዳይደርስ ተደረገ። አባቴ ቤት ውስጥ ጸሎት ላይ ሆኖ እያለ የእርሱ የለቅሶ ሥርዓት ይደረግ ነበር። አባቴ ጦር ሜዳ ሳይሄድ ከሩቅ ሀገር መርዶ ሳይመጣ በመካከላቸው በሕይወት እቤቱ ውስጥ እንዳለ እያወቁ በጠንቋዩ ሚርት ይህንን ፈጸሙ።

በጣም የሚያስገርመው ነገር ከሦስት ቀን በኋላ የለቅሶ ሥርዓት አልፎ አባቴን ከቤት ወጥቶ አግኝተው ለቅሶህ ላይ ለምን አልተገኘህም ብለው አሠሩት። በእምነቱና በጠንቋዩ ትዕዛዝ ይህንን ግፍ የሚሰሩ የአካባቢው አስተዳዳሪ ኃላፊዎች በመሆናቸው በአካባቢው ባህል መሰረት ለቅሶውን የሚቀበሉ ያውም "እግዚአብሔር ያጽናችሁ" ሲባል "አሜን" የሚሉ እነርሱ ነበሩ።

እነዚያ አባቴን በሕይወት እያለ የመቀበር ያህል ለቅሶ ጠርተው በስሙ ንፍሮ በልተው፤ አረቄ ጠጥተው ሲያበቁ የራስህንም ለቅሶ አልደረስክም ብለው አሰሩት። አባቴንም በዚያ አካባቢ ሊያናሩት ስላልቻሉ መንደሩን ለቀው ተሰደዱ። እነዚያ ያንን የክፋት ሴራ ያሴሩት ከነበሩ ሁሉቱ አረቄ ጠጥተው ሰክረው ወደ ቤታቸው እየሄዱ ገደል ገብተው ሞቱ። አንደኛው ከተማ ገብቶ የጉልበት ሥራ እየሠራ እያለ ቤቱን አውሎ ንፋስ እላዩ ላይ ጥሎበት ሞተ። ሌሎችም ግብረ አበሮቻቸው ተከታትለው በዚያን ጊዜ ሞቱ። አባቴ ግን ከዚያ በኋላ 56 ዓመት ዕድሜ ተጨምሮለት በአሁኑ ጊዜ 85 ዓመት የእድሜ ባለጸጋ ሆኖ በመልካም ጤንነት ይኖራል።

ጻድቃንን የሚጠሉ ይጸጸታሉ!

አዲስ ኪዳን ምንም እንኳ የምሕረት ኪዳን ቢሆንም እግዚአብሔር "በቀል የእኔ ነው፤ እኔ ብድራትን እመልሳለሁ"(ዕብ.10፥31)ማለቱን መርሳት የለብንም። በመዝሙረ ዳዊት፣ "ኃጢአተኞችን ክፉት ይገድላቸዋል ጻድቃንንም የሚጠሉ ይጸጸታሉ"(መዝ.34፥21) የሚልም ቃል አለ። በልጅነት ዘመኔ ክፉዎች በአባቴ ላይ የፈጸሙት ክፉት ውሎ አድሮ ሲጸጽታቸውና እግዚአብሔር ሲበቀላቸውም ለመመልከት ችያለው።

በዚያን በጉስቁልናው ዘመን አባቴ ላይ አስቃቂ ግፍና በደል የፈጸሙ ሰዎች በሙሉ በሕይወት ሳሉ የእጃቸውን እግዚአብሔር ከፍሏቸዋል። አባቴን አዲስ ከሠራው ቤቱ አፈናቅለው ከቀዬያቸው ያባረሩት ሰዎች የአባቴን ቤት እንደተመኙት አልኖሩበትም። በጠራራ ፀሐይ እሳት ከሰማይ ወርዶ ቤቱ ተቃጠለ።

አባቴን ደብድቦ ያስቃየው ሰውዬ ሰውነቱ በደዌ ተሃስሮ እንደ አባ ጨጓሬ ተጠቅልሎ ነበር የሞተው። በዚያ በስደት ሀገር እያለ ሽማ እየሠራ ለፍቶ ያገኛትን ሀብት ፣ አባቴንና እናቴን አንቆ የሕጸናት ልብስ እንኳ ሳይቀር ዘርፎን የጠፋው ሰው ከዓመታት በኋላ በጽኑ ደዌ ተመትቶ ከስቃዩ የተነሳ በሞት ጣር እያለ ነፍሱ አልወጣ ስትለው ፣ ወንጌላዊ ኤሊያስን ጥሩት ብሎ፣ "ያኔ አንተን አንቄ ቤትህን የዘረፍኩት እኔ ነኝ፣ አሁን ነፍሴ ብትወጣ ደስ ይለኝ ነበር፣ ግን አልወጣ አለች። ይቺን ከተነፈስኩ ነፍሴ ትወጣለች ጸልይልኝ ያንተን አምላክ እከተላለሁ" ብሎ ከጣያታት ወደ እግዚአብሔር ዘወር ብሎ ከጥቂት ደቂቃዎች በኋላ ነው የሞተው። ፈታውራሪው ያኔ ያሳደደው አባቴን ከገጠር አዲስ አበባ አስጠርቶ በእሱ እጅ ጌታን ተቀብሎ ከአባቴ ጋርም ታርቆ ነው የሞተው። እግዚአብሔር ይበቀላል፣ የቅዱሳንን እንባ አይቶ ዝም አይልም፣ አበዛኞቹ ድሃ ሆነው ተንገሳቀለው ቀርተዋል። አንድ ሰው አባቴን በግፍ የበደለ ያኔ ታቦትን ገበቴ ብዬል ብሎ በሀስት የመሰከረበት ሰው ጉድጓድ ውስጥ ገብቶ ነው የሞተው፣ ጌታን ስንመስክርለት እምቢ ብሎ ነው በዚህ አይነት ሁኔታ የሞተው። ሰው በምድር ላይ ሲኖር ምንም አይነት ግፍ አይሥራ እግዚአብሔር ይበቀላልና።

በአንድ ወቅት አባቴ ለወንጌል አገልግሎት ሂዶ ከነበረበት ቦታ በበቅሎ ሲመለስ ወጣት ለአገራቱ የሚባል እንቅስቃሴ መሪ የነበረ አንድ ሰው አገኘ ይህ ሰው ደግሞ መጠጥ ጠጥቶ ሞቅ ብሎት ስለነበር አባቴ የተቀመጠበትን በቅሎ በማስደንበር መሬት ላይ እንዲወድቅ ካደረገው በኋላ ደበደበው። ምንም እንኳ አባቴ በጉልበት ከልጁ የሚበልጥ የነበረ ቢሆንም "ጌታ ሆይ እኔ ከአገልግሎት ነው የመጣሁት፣ አንተው እራስህ ከዚህ ሰው ጋር ተነጋገር!" በማለት ጸልዮ ወደ ቤቱ ገባ።

የሚገርመው አንድ ሰዓት በማይሞላ ጊዜ ውስጥ ጨኼኸት ተሰማ። አጋንንት ይሄንን ሰው አንፈራፈረው። በወደቀበት ሁለት ጥርሱ ወልቆ ነፍስ ውጭ ነፍስ ግቢ ውስጥ ገባ። አባቴን አየደበደበ ሲያንገላታው ያዩ ሰዎች ተሸከመው ወደ አባቴ ደጅ ይዘውት መጡ። አባቴም ጸለዮለት አጋንንቱ ከለቀቀው በኊላ ጌታን ተቀብሎ ረጅም ጊዜ ከአባቴ ጋር ሲያገለግል ቆይቶ ነው የሞተው።

አንድ አቀራቢያው ያለ ሰው "አንተ ሚሲዮን፤ አንተ ቢታ(መተተኛ)፤ ድንበሬን አየገፋህ እያለ ብዙ ሰደበው። አባቴም ዝም ብሎ አዳመጠውና "እግዚአብሔር ይባርክህ እኔ የወንጌል አገልጋይ ነኝ ቢታ(መተተኛ) አይደለሁም፤ እኔ የወንጌል ገበሬ ነኝ" ብሎ ተወው። የሚገርመው ይኼው ግለሰብ በንፍሬቱ በኩል እባጭ ወጥቶ ነፍሱን ወደላይ ወደታች ብላ ተሰቃይቶ አሥራ አምስት ቀን በማይሞላ ጊዜ ውስጥ ሊሞት ሲል ወደ አባቴ ይዘውት ሲመጡ አባቴ ጸልዮለት ያ ሰው ድኖ ቆይቶ በሌላ በሽታ ሞተ።

አጋንንት ማስወጣት ለሚዲያ ፍጆታ?

በአባቴ የወንጌላዊነት አገልግሎት የእግዚአብሔር ቃል ከመስበክ ጋር ተያይዞ በፈቱ አጋንንት ያለበት ሰው ደፍሮ አይቆምም። አጋንንት ያደሩበት ሰው ኢየሱስን ከፋቁ ተመልክቶ "ምን ልታደርገን መጣህ? ከአንተ ጋር ምን ግንኙነት አለን" ይሉት እንደነበር ሁሉ በአባቴም አገልግሎት ይኼው የየዕለት ገጠመኝ ነበር። እንዳንድ አገልጋዮች በጾምና በጸሎት ታግለው ያላስወጡትን አጋንንት ያለበትን ሰው ወደ አባቴ ያመጡ አልያም አባቴ ወደዚያ ሄዶ አጋንንቱን እንዲያስወጣ ያደርጉት ነበር። እርሱ መንገድ ላይ ሲሄድ በአጋንት እስራት ውስጥ ያሉ ሰዎች፤ "ወደ አንተ አልመጣንም! አልደረስንብህም! አትድረስብን" ይሉት ነበር። በአባቴ እጅ ከአጋንንት እስራት ነጻ የወጣ ሰው ልጅ አሁን የአባቴን ቦታ ተከቶ የቤተ ክርስቲያኗ መጋቢ ነው። አባቴም በትሕትና እና ሰዎችን በወንጌል ለመድረስ ባለፈው ፍቅር ይኼን ሲፈጽም አንድም ቀን ከአገልጋዮች የተለየ "የተቀባ" እንደሆን አስቦም ሆነ ሌሎች እንደዚያ እንዲመለከቱት አድርጎ አያውቅም። እንደዚያም አልነበረም። ለስሙና ለዝና ብሎ ያደረገው ነገር አልነበረም።

በዘመናችን የምንመለከተው አጋንንትን ማስወጣት ለሚዲያ ፍጆታ ማድረግ ሲበዛ ያሳዝነኛል። ያሳፍራልም። አባቴ እንዲህ ያለውን አካሄድ ሲመለከት ግራ ይገባዋል፤ ይገርመዋልም።

በገዛ እጆች እየሠሩ የማገልገል ክብር

አባቴ ደሞዝ ተብሎ ከቤተ ክርስቲያን የሚከፈለው ሃምሳ ሳንቲም ነው። ሃምሳ ሳንቲም ለአንድ ቤተሰብ ምን ይሸፍን እንደነበር በእውነቱ የማዉቀው ነገር የለም። አባቴ ከዚች ሃምሳ ሳንቲም ውጭ ከቤተ ክርስቲያን የወሰደው አልያም የተቀበለው ነገር የለም። ይሁና አባቴ በገዛ እጆቹ እየሠራ ማገለግለን ከጅማሬው አንስቶ ተግባሩ አድርጎታል። እርሻ ያርሳል፤ ሽመና ይሠራ፤ ቅርጫ ሥጋ ያከፋፍል፤ ከሰል ያከስል ነበር። ከዚህ በሚያገኘዉ ገቢ ቤተሰቡን ያስተዳድራል። የወንጌል ሰባኪነቱን ዋነኛው ሥራው አድርጎ ለሰማዩ መንገሥት ከልቡ ተሰጥቶ ያገለግላል። እንዲሁም በትምህርቱ ላይ "ሊሠራ የማይወድ አይብላ" ማለትን ያዘወትራል።

አንድ ጊዜ በልጅ አአምሮዬ የማስታወሰው፤ በቤተ ክርስቲያን የጌታ እራት በሚወሰድበት ዕለት የተሰበሰበው መባ ለእርሱ ይበርከትለት ተብሎ አመጡለት፤ "ይኼንን ለአንተ እንድንሰጥ ተስማምተንበታል እንካ" ብለው ሲያቀርቡለት "በፍፁም አልቀበልም!" ብሎ በፍቅርና በትሕትና ደስ እያለው ሲመለስ አስታውሳለው።

አሁን ላይ ሳስበው እንዲህ ያለውን ነገር ከልቡ አልፈልግም የሚል አገልጋይ ይኖር ይሆን? ብዬ ራሴን እጠይቃለሁ። እንዲያውም ቤተ ክርስቲያንን የገቢ ምንጭ አድርገው በማሰብ ፤ አለቀጥ "አምጡ! አምጡ" የሚሉት ነው የበዙት።

አባቴ ከቤተ ክርስቲያን ብርና ወርቅ ፈልጎ ባለማገልገሉ ምንም የቀረበት ነገር የለም። በልጆቹ አማካኝነት በብዙ ባርኮታል። በሙሉ መሰጠትና ፍቅር ቤተ ክርስቲያንን ማገልገል በምንም የማይተመን የእግዚአብሔር በረከትን እንደሚያጎናጽፍ፤ ሽማግልናን እንደሚያለመልም ከአባቴ ሕይወት ተምሬበታለሁ።

ምስጢር ጠባቂነት

ሐዋርያው ጳውሎስ የቤተ ክርስቲያን አገልጋይነት ምርጫ መስፈርት አደርጎ ባስቀመጠበት የአንደኛ ጢሞቴዎስ መልእክት ላይ፤ "በንጹሕ ሕሊና የሃይማኖትን ምሥጢር የሚይዙ ሊሆኑ ይገባቸዋል"(1ጢሞ.3፥9) ይላል። አባቴ ቤተ ክርስቲያንን ከወጣትነት እድሜው እስከ ሽምግልናው ሲመራ፤ የተጣሉ አስታርቆአል፤ ብዙ ሊፈርሱ ቋፍ ላይ የደረሱ ትዳሮች በእግዚ አብሔር ቃል መክሮ እንዲታደሱ አድርጓል፤ በቤተ ክርስቲያን ሽማግሌዎች ዘንድ ብዙ አጨቃጫቂ ስብሰባዎችን መርቶአል፤ ተሳትፎአል። እንደ ቤተ ክርስቲያን ሽማግሌነቱ አንዳንዶ ኃጢአታቸውን መጥተው ነግረውት ንስሐ እንዲገቡ መክሯል።

በዚህ ሁሉ ግን አንዱንም ጉዳይ ወደ ቤት አምጥቶ አውርቶ አያውቅም። ለእናቴም እንዲህ ያለውን ነገር አያወራም። ሲበዛ ምስጢር ጠባቂ ነበር። ይህ ከቤተ ክርስቲያን አገልጋይ ከሚጠበቁ ዋነኛ ነገሮች አንዱ ነው።

በዚህ ዘመን ያስተዋልኩት እና የቤተ ክርስቲያን መሪዎች ከሚነድሊቸው ነገሮች አንዱ የቤተ ክርስቲያንን ምስጢር ያለ መጠበቅ፤ በስብሰባ ተወይያተው እዚያው የተቋጨና ወደ ማይመለከተው ወገን ሊደርስ የማይገባን ነገር ማውራትና አደባባይ ላይ ማስጣት፤ በጸሎት ስም የሚሰጣቸውን ምስጢር አደባባይ ይዞ የመውጣት ነገር ሲበዛ ያሳፍራል።

በቅርቡ አንድ ስብሰባ ላይ ያነሳነውን ስሱ[Sensitive] የሆነ አጀንዳ አንስተን ስናወራ ከቆየን በኋላ እዚያው ስብሰባ ላይ እያለን ነገሩ በመልእክት ለሌሎች ተልኮ በፌስ ቡክ ላይ መረጃ ሲወጣ አይቼ ፍጥነታቸው ሲያሳዝነኝ፤ የአባቴ ነገር ትዝ ብሎኛል። ምን አይነት ትውልድ ውስጥ ነው ያለነው? አባቴ ለእናቴ እንኳን የማይነግረውን ሚስጥር ጭራሽ ለሚዲያ ፍጆታ ማዋል? እንዲህ ያለው ነውረኛ ነገር ለሌላው ማካፈል አይደለም ከአባቴ ስለተማርኩ ዛሬም ላይ እኔ ለሚስቴ እንዲህ አላደርግም።

የወላጆቻ ውርስ

ከወላጆቻ ከተካፈልኩት የአገልግሎት መርህ እየሰጡ እንጂ ከሌላው እየተቀበሉ ማግልገልን አይደለም። ለቤተ ክርስቲያን እየሰጡ እንጂ ከቤተ ክርስቲያን እየተሰጠኝ አገልግዬ አላውቅም። የምሰጠውንም ቢሆን ግን የተቀበልኩት ከእግዚአብሔር መሆኑ እሱ ሊዘነጋ አይገባም። እግዚአብሔር እኔን በዕውቀት፤ በሐብት ባለፀጋ አድርጎኛል።እንዲህ ያለውን ነገር ደፍሬ የምመሰክርበት ምክንያት የብልጽግናዬ ምንጩ እግዚአብሔር ስለሆነ ነው። እሱ ያደረገውን መናገር ደግሞ ክብሩ ለእርሱ ነው።

ዶ/ር ኢያሱ

የቤተ ክርስቲያንን አገልግሎት ከልባቸው ተሰጥተው ለሚያገልግሉ በርካታ ወንጌላዊያን እኔና ሚስቴ ደስ እያለን ወደ ሚያገለግሉበት ስፍራ ደመወዝ እንልከላቸዋለን። በቤተ ክርስቲያን አገልግሎት ውስጥ የምሳተፈው ፤ ወደ መሪነት የመጣሁት ከእግዚአብሔር

የአገልግሎት ሌጋሲ
ዘንድ የተሰጠኝ ለመስጠት ነው። እግዚአብሔር በብዙ ባርኮኛል፤ አላጎደለብኝም።
ለቤተ ክርስቲያን አገልግሎት የተሰጠኝን ጊ2፣ የጌታን ፍቅር፣ እና ገንዘብ አካፍላለሁ።
ለትውልዱ የሚሆን ነገር ለመሥራት ከልቤ ተሰጥቼ አገለግላለሁ።

የእናቴ ቃል በሕይወቴ ላይ

የልጅነት እድሜዬን እንደማንኛውም የደሃ ልጅ ጫማ ተጫምቼ አላደግሁም። ትምህርት
ቤት ስገባና ጎዳናውም በጠጠር ድንጋይ ስለነበር በእጁ ያስቸግረኝ፣ እግሬንም
ይሰነጣጥቅ ስለነበር በአንዱ ቀን አባቴን በሁለት ብር ከሃማሳ ሳንቲም የሚሸጥ በረባሶ
ጫማ እንዲገዘልኝ ስጠይቀው፣ ገንዘብ ስላልነበረው "በባዶ እግርህ ትሄዳለህ እንጂ ጫማ
የምገዛበት የለኝም" ብሎ ሲመልስ የሰማችው እናቴ "ልጄን ጫማ አልገዛለትም ነው
የምትለው? ታያለህ ከዚህ አልፎ በመኪና አይደለም በአይሮፕላን ይሄዳል።" አለችው።
ጥያቄዬ የጫማ ቢሆንም እናቴ ከዚያ አልፋ በመንፈሷ ያየችውን ተናገረች። ያ ትንቢቷ
የመጀመሪያ ዲግሪዬን ከያዝኩበት ጊዜ ጀምሮ ተፈጽሟል። በእርግጥ አባቴ በወቅቱ ያ
ሳንቲም ስላልነበረ እንጂ፣ በእኔ በልጁ ጫከሮ አልያም ለሳንቲሙ ሳስቶ አልነበረም።

የወላጆቼን ትንቢትና ጸሎት ዛሬ እኔ እኖርበታለሁ። የእኔ በረከት ከእነሱ ጸሎትና የጽድቅ
አገልግሎት የተነሳ እንጂ ሌላ ምስጢር የለውም።

ወላጆቼ በእኔ ላይ በሕይወታቸው ያሳዩኝ መልካምነት፣ በጸሎት የዘሩት ዘር በእኔና
በወንድሜ፣ እህቶቼ ሕይወት ፍሬው ተገልጦ ስመለከት፣ እግዚአብሔርን እያመሰገንኩ
ግን ደግሞ የሚያሳስበኝ እኔ በልጆቼ ላይ ምን እየዘራሁ ነው? የሚለውን በሚገባ
እንዳስበበት ያደርገኛል። ለዚህም ጥንቃቄ አደርጋለሁ።

አባቴ በአሁኑ ወቅት ግማሽ ቀበሌ ያህል የእርሻ መሬት ባለቤት ነው። ከብቶቼን ማንም
እየተነሳ የሚከፋፈልበትና የሚያርድበት፣ እርሻውን በሚጨፈጭፉበት ስደትና መከራ፣
እስርና እንግልትን ያየበት ዘመን አልፎ፣ አሁን በእርሻ ምርት ለመንግሥት ከፍተኛውን
ግብር የሚያስገባው አባቴ ነው። ብዙ ሄክታር መሬት ስላለው የቸገረው ሰው ሁሉ ወደ
አባቴ እየመጣ በኮንትራት እንረስ ብለው ሲለምኑት በነጻ ጭምር እየሰጠ ለብዙዎች
በረከት ሆኗል። ብዙ ከብቶች አሉት። እኔ ለአካባቢው ማንበረስብ በከፈትኩት ኮሌጅ
የብዙዎች ሕይወት ተለውጧል። ወላጆቼ ምንም አይነት የገንዘብ ችግር የለባቸውም።
ሽምግልናቸው በደስታ በሐሴት የተሞላ ነው። በሞቅ ኖሮአቸው ደስ ብሏቸው ጌታን
እያከበሩ ነው ያሉት።

በልጆቻቸው ተባርከዋል። ታናሽ እህቴ የከፍተኛ ፍርድ ቤት ዳኛ ስትሆን፤ ሦስተኛዋ እህቴ አካውንታንት ሆና ትሰራለች። ባለቤቲ ደግሞ ወንጌላዊ ነው። አራተኛዋ ነርስ ነች። የመጨረሻውና ትንሹን ወንድሜን እኔ ነኝ ያሳደኩት እሱም አዲስ አበባ ዩኒቨርሲቲ ዶክተር ነው። ፒ.ኤች.ዲ በኢኮኖሚክስ አለው፤ ረዳት ፕሮፌሰር ነው። ኀይሉ ኤልያስ ይባላል ለአገር ጠቃሚ የሆነ የታወቀ ኢኮኖሚስት ነው። ወላጆቻችን ስድስት ልጆች፤ ሰላሳ ሦስት የልጅ ልጆችና ፤ አራት የልጅ ልጅ አይተዋል። ጠቅላላ አርባ ሦስት ደርሰናል።

አባቴ ቀኑን ሙሉ ባተሌ ሆኖ በወንጌል ሥራ፤ በእርሻና በሸመና ሲያሳልፍ ውሎ ሌሊቱን ደከመኝ ሳይል በጸሎት ሲጋደል የሚያያደድር ሰው ነው። ለልጆቻቸው የሆነው ሁሉ የሆነው በጸሎታቸው ነው። እግዚአብሔር ከወላጆች ጋር የሚገባው ኪዳን ወደ ልጆች ይወርዳል።

እናቴ ከባላባት ቤተሰቦቿ ፤ "ኢየሱስ ክርስቶስን ትቼ ያንተን ጣዖታት አልከተልም" ብላ የቀድሞ ባደን ጥላ ስትሰደድ የገባላት ቃል ኪዳን ነበር። አባቴም አገሩን ፤ ርስቱን ትቶ ሲሰደድና በዝንጀሮ፤ በጦጣ፤ በእባብና በጊንጥ መካከል ስለ ክርስቶስ መከራን ሲቀበል እግዚአብሔር የገባለት ኪዳን ነበር።

"ባሪያዬ እስራኤል፤ የመረጥሁህ ያዕቆብ፤ የወዳጁ የአብርሃም ዘር ሆይ፤ አንተ ከምድር ዳርቻ የያዝሁህ ከማዕዘንዋም የጠራሁህና። አንተ ባሪያዬ ነህ፤ መርጬሃለሁ አልጣልህም ያልሁህ ሆይ፤ እኔ ከአንተ ጋር ነኝና አትፍራ፤ እኔ አምላክህ ነኝና አትደንግጥ፤ አበረታሃለሁ፤ እረዳሃለሁ፤ በጽድቄም ቀኝ ደግፌ እይዝሃለሁ። እነሆ የሚቆጡህ ሁሉ ያፍራሉ፤ ይዋረዱማል፤ የሚከራከሩህም እንዳልነበሩ ይሆናሉ፤ ይጠፋማል። የሚያጣሉህንም ትሻቸዋለህ አታገኛቸውም፤ የሚዋጉህም እንዳልነበሩና እንደ ምናምን ይሆናሉ።" (ኢሳ.41፥8-12) ተብሎ ለያዕቆብ ቤት እንደተገባው ኪዳን እግዚአብሔር ከአባቴ ከኤልያስ እና ከእናቴ ዓለሜ ጋር እንዲህ ያለ የወዳጅነት ኪዳን ነበረው። ልጆቻቸው የእግዚአብሔር ወዳጅ ልጆች ነን።

የእኔና ወንድሜ እንዲሁም እህቶቼ ወላጆቻችን ከእግዚአብሔር ጋር የነበራቸውን የወዳጅነት በረከት ነው እያመነዘርን የምንበላው። እነሱ በጌታ ፊት በልብ ቅንነት፤ በታማኝነት አገልግለዋል። አንድ ወቅት ሃምሳ ሳንቲም ፈልጌ እናቴን ስጠይቃት "እኔ አሁን የለኝም ነገ ግን ካዝናህ ሙሉ ይሆናል" ትለኝ ነበር። አዲ በልጅ ላይ ትንቢት ተናጋሪ ነበረች። ደግሞ ትንቢቷ እንደ ሳሙኤል ቃል የሚሰምር ነበር።

ቅይማት - በድኅነት ላይ

በልጅነቴ የቤተ ክርስቲያንን አገልግሎት ስጀምር እውነቱን ለመናገር የጌታ ነገር ብዙም አይገባኝም፤ ምክንያቱም ወላጆቼ በአንድ ቦታ ተረጋግተው አይቀመጡም ነበር። በሁሉም ስፍራ ስደትና መከራ ዕጣ ክፍላቸው ስለነበር ግን ለምን? የሚለው ነገር በእግዚአብሔር እና በድህነት ላይ ቅይማት አድሮብኝ ነበር። ወላጆቼ ደሃ በመሆናቸው ለእኔ ጫማ እንኳን መግዛት ስለማይችሉ "እግዚአብሔር እንዲህ ያጎሳቁላል? እናቴ ልመና አስከትሄድ ድረስ ያስርባል? የአባቴ እርሻ እየተጨፈጨፈ፤ ከብቶቹ እየተዘረፉ ለምን ዝም ይላል? የሰው እጅ አይተን መኖር በእኛ ቤት ተፈርዶብናል እንዴ? ማገልገል እንዲህ የሚያደርግ ከሆነ ክርስትና ምንድን ነው ጥቅሙ?" ሙግቴ ነበር። ይህ ሁሉ የወላጆቼ ጉስቁልና ስለሚቆጨኝ በውስጤ የሚብላላ እና ከጌታ ጋር የሚያሟሟግተኝ ነበር። በዚህ ሁኔታ ግን አገለግል ነበር። በኋላ ላይ እግዚአብሔርን ማገልገል ከንቱ እንዳልሆነ እየተረዳሁ መጣ። የወቅቱ የምናልፍበትን ችግር እያየሁ እንዳልመላለስ ጌታ ረድቶ አወጣኝ አገልግሎቴንም በጥሩ መንፈስ ማስኬድ ጀመርኩ። ወጣቶች ላይ አገለግላለሁ፤ እዘምራለሁ፤ ስዘምር ዝም ብዬ አለቅሳለሁ ምን እንደሚያስለቅሰኝ ብዙ አይገባኝም። ስብከት ላይ የተዋጣልኝ ነኝ ባልልም መዝሙር መዝመር ግን በጣም እወድና አምላኬን በዚያ አገለግል ነበር።

እኔና ትምህርት፤

ለአቅመ ትምህርት ስደርስ፤ ትምህርቴን ለመከታተል በየቀኑ አሥር ኪሎ ሜትር መጓዝ ነበረብኝ፤ በቂ ምግብ አላገኝም፤ በዝናብ ወቅት ዝናብ እየመታኝ አንዳንዴ ደብተሬም ጭምር በስብሶ ነው ትምህርት ቤት የምደርሰው። በዚህ ሁኔታ ትምህርት ቤት ደርሼ ሰሌዳ ላይ አስተማሪው የጻፈውን ደብተሬ ላይ ለመፃፍ ስሞክር እጁ ይንቀጠቀጣል፤ አንዳንዴ ደግሞ ከረፈደብኝ እገረፍ ነበር። ጠዋት ተነስቼ በሩጫ ወደ ትምህርት ቤት መሄድና ከሰአትም እንዲሁ በሩጫ ወደ ቤት መመለስ የዕለት ተዕለት ተግባሬ ሲሆን፤ ከትምህርት መልስ እንጨት በመልቀም፤ ሳር በማጨድ ወላጆቼን እረዳለሁ።

በዚያን ዘመን ትምህርት ቤት ክፍል ውስጥ በአስተማሪ ከሚሰጠው ትምህርት ውጭ ሌላ የአጋዥ የጥናት መጻሕፍት እንኳ ሳይኖረኝ ከክፍል አንደኛ እየወጣሁ ነበር ትምህርቴን ያጠናቀቅሁት። በ1974 ዓ.ም የማትሪክ ውጤት በወቅቱ ከፍተኛ ነው የሚባለውን 3.4 በማምጣት ዩኒቨርስቲ ገብቻለሁ።

እንደሁኑ ትምህርት በሁሉም የኢትዮጵያ ግዛቶች ባልተስፋፋበት ዘመን፤ ለትምህርት ቅርብ ከነበሩት የባላባት እና የባለጸጎች ልጆች ይልቅ ከጎፉ ሕዝብ መካከል ከገጠር ወደ

ዩኒቨርሲቲ በመሄድ የመጀመሪያ ዲግሪ ያገኙሁት እኔው ነኝ። በዚህም እግዚአብሔርን አመሰግናለሁ።

የከፍተኛ ትምህርቴን በሐረርማያ ዩኒቨርሲቲ በእፅዋት ሳይንስ የመጀመሪያ ዲግሪዬን በማእረግ ተመርቄ ባሌ ውስጥ ሲናና የሚባል የምርምር ማእከል ተመድቤ በምሠራበት ወቅት በዚያ አካባቢ የነብሩት ወንጌላዊያን አብያተ ክርስቲያናት የተዘጉበት ወቅትና የሚሰደደው ተሰዶ፤ የቀረው አገልጋይም ሁሉ ወደ ቤቱ የገባበት፤ ክርስቲያኑ ማንበረስብ አማኝ ያልሆነውን ሕዝብ ተመሳስሎ የሚኖርበት ወቅት ነበር።

በሳምንት ሁለት ቀን እየፆምኩ እየጸለይኩ የተበተኑትን ቅዱሳን ማሰባሰብ፤ ወንጌልን መስበክ ጀመርኩ። በዚህ ሁኔታ ቤተ ክርስቲያንን እያደራጀሁ እያለ አግሮኖሚ ለሚባል ልዮ ስልጠና ሜክሲኮ ወደሚባል ሀገር ሄድኩ። እዚያም አገር እያለሁ በጸሎት እተጋ፤ የአካባቢውን ሰዎችንም አገለግል ነበር።

ስልጠናውን ጨርሼ ወደ ኢትዮጵያ እንደተመለስኩ፤ የትምህርት እድሉን ለሰጠኝ የዓለም ባንክ ድርጅት፤ የቢሊ ግርሃም ሚኒስትሪ "ምስራቅ አፍሪካ ላይ የግብርና ምግብ ዋስትናን ለማረጋገጥ ክርስቲያን የሆኑ ሰዎች ማሰልጠን እንፈልጋለንና በእናንተ በኩል ስልጠና መጥቶ ክርስቲያን የሆነ የምታውቁት ሰው ካለ ስጡን" በማለት ላቀረቡት ጥያቄ እኔን ጠቁመውኝ ስሜን በማስተላለፋቸው በእነሱ ስፓንሰርነት ካናዳ በመሄድ ማንቶባ ዩንቨርስቲ በአፈር ሳይንስ ሁለተኛ ዲግሪዬን ሰርቼ እንደጨረስኩ በኢትዮጵያ ከነበረው የመንግሥት ለውጥ ጋር ተያይዞ የሥራ ምድቤ በነበረው ባሌ አካባቢ ችግር ስለነበር ጀርመን አገር የዶክትሬት ዲግሪህን እናሥተምርህ የሚል ግብዣ ቀረበልኝ። በጀርመን በኩል ፈንድ ተዘጋጅቶ በእንግሊዝ አገር ከሚገኝ የኢስት አንጊሊያ ዩንቨርስት በአፈር ሳይንስ ትምህርት መስክ በዶክትሬት ዲግሪ በከፍተኛ ማዕረግ ተምርቄአለሁ። ሁሉም የትምህርት እድሎች የመጡት ደግሞ ከክርስትናዬ እና ከቤተ ክርስቲያን አገልግሎቴ ጋር ተያይዞ በመምጣቱ እግዚአብሔርን ሁሌም እንዳመሰግነው ያደርገኛል።

ፒኤችዲዬን ስጨርስ ለአፍሪካ የተቀረጸ ትልቅ ፕሮጀክት ነበርና ለዚያ ማናጀር አድርገው ሾሙኝ። እኔ ግን "እኔ ለቤተ ክርስቲያን ቃል ገብቻለሁ፤ ቤተ ክርስቲያኔን ላገልግል" ብዬ ወደ አዲስ አበባ ተመለስኩ።

ቤተ ክርስቲያንን ለማገልገል ብመጣም የጠበቀኝ ነገር ግን መገፋት፤ ቦታ አለመሰጠት ነበር። የነበረኝ አማራጭ ለአፍሪካ የተቀረጸው ትልቅ ፕሮጀክት እኔን ይጠብቅ ነበርና እዚህ ሲገፋኝ ተመልሼ ሄድኩ። በስድስት የአፍሪካ ሀገራት ማለትም ኬንያ፤ ኡጋንዳ

የአገልግሎት ሌጋሲ

ዚምባቡዌ፣ ቡርኪናፋሶ፣ ማሊ እና ኢትዮጵያ ላይ ለስድስት ዓመታት የዚያ ፕሮጀክት ማናጀር ሆኜ ሠራሁ። ዋናው ቢሮ ናይሮቢ ሲሆን፣ ኢትዮጵያ ውስጥም ቅርንጫፉ አዲስ አበባ ነበር። በስድስቱም የአፍሪካ ሀገራት ላይ አየተንቀሳቀስኩ ነበር የምሰራው።

አባቴ የበረባሶ መግገ የለኝም ባለኝ ወቅት እናቴ በአውሮፕላን ይሄዳል ያለቸው እውን የሆነው በዚህ ፕሮጀክት ነው። በስድስቱም አገር በየጊዜው ጉዞዬ በአውሮፕላን ነበር። ባለጸጋም የሆንኩት በዚሁ መሥሪያ ቤት ነበር። በዓለም አቀፍ ደረጃ ሊታይ የሚችል ነገር ስጥቶኝ ሠርቻለሁ። አርባ ሁለት ሳይንሳዊ ጆርናሎች አሳትሜአለሁ። ሦስት ትልልቅ ሳይንሳዊ መጽሐፎችን ጽፌያለሁ። አንደኛው የዶክትሬት ትምህርት መማሪያ መጽሐፍ ነው። እኔም ይሄን መጽሐፍ መነሻ አድርጌ ነው የማስተምረው። መቀሌ ፣ ባህርዳር ፣ ሀዋሳ ዩኒቨርሲቲ፣ በአፈር ሳይንስ ዶክትሬት የሚያስተምሩ የእኔን መጽሐፍ ተጠቅመው ነው። ሌሎቹ ማጣቀሻ መጽሐፍት ናቸው።

ለስድስት ዓመት የምራሁት ፕሮጀክቱ ሲጠናቀቅ ለወላጆቹ ዘመናዊ መኖሪያ ቤት ገነባሁ፣ ሳውላ ላይ ለማገንበረሰቡ የመጀመሪያ የሆነውን ኮሌጅ ገነባሁ።

በሳውላ የመጀመሪያውን ኮሌጅ የሠራሁት የአባቴን ዘመናዊ መኖሪያ ቤት ለመሥራት በዬድኩበት ወቅት የአካባቢው የማገንበረሰቡ የመንገድ ፣ ኮሌጅ ፣ ሆስፒታል ልማት ጥያቄዎች ያልተመለሱበት ወቅት ነበር።

የቀድሞው የኢትዮጵያ ጠቅላይ ሚኒስትር ኃይለማርያም ደሳለኝ ደግሞ ወዳጄ ነውና ወደ ሳውላ መሄዴን ሲሰማ እዚያ ላሉት ባለስልጣናት ደውሎ ስለነገራቸው፣ "አንተ የአባትህን ቤት ብቻ አይደለም የምትሰራው አቶ ኃይለማርያምም ደውሎልናል ስለዚህ እዚህ ከተማ ላይ ለማገንበረሰቡ የሚሆን አንድ ነገር ሥራ" ብለው መንቀሳቀሻ አሳጡኝ።

"እኔነጋዴ አይደለሁም። የምርምር ሰው ነኝ። ፖለቲካውን አላውቅም። ውጪ አገር ቆይቼ የአባቴን ቤት ለመሥራት ነው የመጣሁት" ብል ፈጽሞ ሊሰሙኝ ካለመቻላቸውም በላይ፣ አባቴም በእነሱ ላይ ተጨምሮ "ልጄ ሆይ እባከህ ሕዝቡን ስማ እኔ በወንጌል አገልግሎት ነው ያረጀሁት። አንተ ደግሞ የወንጌሉ ፍሬህ ስለዚህ ለሕዝቡ የጠየቁህን አድርግ" አለኝ።

ሕዝቡ የሚፈልገው መሰረታዊ የሆነ የልማት ጥያቄ አለመሟላቱ በጣም አሳዘነኝ። ጌታም ደግሞ ልቤን ሞላኝና ኮሌጅ አንደምከፍትላቸው ቃል ገብቼ በሳውላ የመጀመሪያውን አሠራሁ። የመጀመሪያ ሰርቲፊኬት T.T.I የሚባለውን በ1998 ዓ.ም ጀመርኩ ወዲያው ነርሲንግ፣ ሕግ፣ አካውንቲንግ፣ ማኔጅመንት እያልኩ አስፋፋሁ። በመቶ ሜትር ላይ ባለ

ሁለት ፎቅ ሕንፃ አስገነባሁ ትልቅ ኮሌጅ ሆነ። የመጀመሪያዎቹን ተማሪዎች ስናስመርቅ ሕዝቡ ሁሉ ከደስታው ብዛት ያለቅስ ነበር። በዚያ ኮሌጅ ተምረው ያለፉት ብዙ ሹዎች ናቸው። ባለስልጣን የሆኑና ማስተርሳቸውን የሠሩም በርካቶች ናቸው።

አራት ኪሎ ዩኒቨርሲቲ አስተምራለሁና ከሦስት ዓመት በፊት ክፍል ገብቼ አስተምሬ ስወጣ፣ አንድ ተማሪ ተከትሎኝ መጣና "ዶክተር እኔ እኮ እርሶን አውቃታለሁ" አለኝ። ብዙም አልገረመኝም። የወንጌል ሰባኪ ስለሆንኩ የሆነ ቦታ አይቶኝ ይሆናል ብዬ አሰበኩ።

"እኔ ዘንግቼህ ይሆናል፤ የት ነበር የምንተዋወቀው?" ስለው፣ "ሳውላ በእርሶ ተቋም T.T.I ተመርቄ ገጠር ተመልሼ በኩራዝ አጥንቼ አራት ኪሎ ገብቼ የመጀመሪያ ዲግሪዬን በኬሚስትሪ ተመርቄአለሁ። ወደ ሳውላ ተመልሼ መምህር ሆኜ ሰርቼ ይኼው አሁን ማስተርስ የእርሶ ተማሪ ነኝ" ሲለኝ በጣም ደስ አለኝ። በወላጆቼ የወንጌል በረከት ለአዲሱ ትውልድ የትምህርት እድል ተፈጠረ።

በሳውላው የኮሌጅ ምረቃ ቀን አንዱ ተመራቂ፣ "አይቻልም እንጂ ከአድሜዬ ተቀንሶ ለዶ/ር ኢያሱ ቢሰጥልኝ ደስታየን አልችለውም" በማለት ነበር የገለጸው። በኮሌጁ የዚያ አካባቢ ተወላጆች የትምህርት እድል እንዲያገኙ ከማድረግ ባሻገር ብዙዎችን ስፖንሰር አድርጌ አስተምሬያለሁ።

የቃለ ሕይወት ቤተ ክርስቲያን ፕሬዝዳንትነት

በዚህ ሁሉ ውስጥ በቃለ ሕይወት ቤተ ክርስቲያን አጥቢያ ቤተ ክርስቲያን ሽምግልና፣ እስከ ማዕከል መሪነት፣ አቅራቢ ኮሚቴነት፣ የልማት ቦርድ እያገለገልኩ ቆይቼ በ2008 ዓ.ም የኢትዮጵያ ቃለ ሕይወት ቤተ ክርስቲያን ፕሬዘዳንት ወደ መሆን የመጣሁት።

ወደ ቤተ ክርስቲያኗ የበላይ አመራርነት በመጣሁበት ወቅት ፣ ጊዜው ቃለ ሕይወት ቤተ ክርስቲያን በውስጥ ጉዳዮቿ በብዙ ቀውስ ውስጥ የምታልፍበት ጊዜ ነበር። ከብዙ ዓመታት በኋላ ስትፈልገኝ በሰዓቱ ያንን ኃላፊነት ልቀበል የማችልባቸው ከእነሱ ጋር የሚስተዋሉ የጓዳም ሆነ የአደባባይ ችግር ውስጥ መግባት ያለመፈለጌን ባሳወቅም ከሁለት ወራት በኋላ እግዚአብሔር ያንን ኃላፊነት እንድረከብ በሚገባኝ መንገድ ስለተናገረኝ እና በዚያ እሱ ሊያደርግ ያለውን ነገር ስላሳወቀኝ ለጥሪያቸው ምላሽ የሰጠሁበት ሁኔታ ተፈጠረ።

ከቤተ ክርስቲያኗ ጋር ችግር ውስጥ ገብተውና ታግደው የነበሩ የቤተ ክርስቲያኗ ቀደምት እና አንጋፋ አገልጋዮችን እንደ እግዚአብሔር ቃል በሆነ መልኩ እርቅ እንዲፈጸም

የአገልግሎት ሌጋሲ

በማድረግ ቤተ ክርስቲያኗ መንፈሳዊነቷን እንድትይዝ በማድረግ ነበር አመራር መሥጠት የጀመርኩት።

የካውንስሉ ፕሬዝዳንት

የቃለ ሕይወት ቤተ ክርስቲያንን በፕሬዘዳንትነት እያገለገልኩ ባለሁበት ሁኔታ፣ በቅርቡ በአዋጅ በጸደቀው የኢትዮጵያ ወንጌላውያን ክርስቲያኖች ካውንስል ለፕሬዘዳንትነት ከቀረቡት አራት ሰዎች ውስጥ ሙሉ የመራጮች ድምፅ ሊባል በሚችል መልኩ አግኝቼ፣ በታሪክ ለዚህ ኃላፊነት በወንጌላዊያን ክርስቲያኖች ዘንድ የመጀመሪያው የሆንኩበት እድል ተፈጥሯል። ይህ ሁሉ በእኔ ማንነት ሳይሆን እኔ ዛሬ የሆንኩትን እንድሆን በሥጋ በመንፈስ ዋጋ የከፈሉት ወላጆቼ ውጤትና የጌታ ብድራት ነው።

የሁል ጊዜ ደስታዬ፤

ብዙዎች አገልግሎትን የሙሉ ጊዜና የትርፍ ጊዜ አድርገው ይመለከቱታል። እንዲህ ያለው ነገር ለእኔ አይገባኝም። አገልግሎት ለእኔ የሕይወቴ አንድ ክፍል እንደሆነ አድርጌ ነው የማስበው። ዩንቨርስቲ ሳስተምር፣ ፣ ላቦራቶሪ ገብቼም ስሠራ፣ ከተማሪዎቼ ጋር ምርምር ሳደርግ ወንጌል እንደማገለግል ነው የሚገባኝ። ይኼንን አስቤ ሥለምሠራ ብዙ ተማሪዎቸ ጌታ ኢየሱስን እንዲቀበሉ ሁነዋል። በእጄ ጌታን በሚቀበሉት ነፍሴ ሐሴት ታደርጋለች። በዚህ ሁኔታ ወደ ጌታ አምጥቻቸው፣ የቤተ ክርስቲያን ሽማግሌና መጋቢያን የሆኑ አሉ። ባሌ በነበርኩበት የስደቱ ወቅት ሠላሳ ስድስት ባለሙያዎች በእኔ እጅ ተጠምቀዋል። ከእነዚያ ውስጥ አንዱ በአውስትራሊያ አገር መጋቢ ሆኖ ያገለግላል። ሌላኛው ማስተርስ ዲግሪውን ተምሮ ሱዳን ሚሲዮናዊ ነበር። አምቦ ዩኒቨርሲቲ የሚያስተምር በወንጌል የወለድኩትና ያሳደኩት፣ ፒኤችዲውንም ያስተማርኩት አለ። እነሱን ሳይ ደስታ ይሰማኛል። አገልጋይነቴን እንድወደው በሙሉ ልቤ ተሰጥቼ ጌታየን እንዳገለግለው ያነቃቃኛል።

በቃለ ሕይወት ውስጥ ካገለገልኳቸው አገልግሎቶች ይልቅ ሙያዬ ክርስቶስን ለማገልገል የሰጠኝ እድል ይበልጣል። ወንጌላውያንና መጋቢያን በወንጌል መድረስ የማይችሏቸውን የፒኤች.ዲ ተማሪዎችን አግኝቼ ወንጌልን በመንገር፣ የመጋቢነት ሙያዬን እዚያ እወጣለሁ። በእኔ ሕይወት እና ምስክርነት ጌታ ኢየሱስን የተቀበሉት ሐዋርያው ጳውሎስ የፊሊጵስዮስ ሰዎችን ደስታዬና አክሊሌ እንዳላቸው ሁሉ ለእኔም እነዚህ በጌታ ቀን አክሊሎቼ ናቸው።

መጋቤ አሇሙ ጌታ

የእግዚአብሔር በረከት በእኛ ቤት፤

በሥራ ዓለም በሸዋዎች የሚቆጠር ዶላር ተከፋይ ሁኜ ሠርቻለሁ። ዘመናዊ የመኖሪያ ቤት፤ የንግድ ሕንጻ ፤ ኮሌጅ አሇኝ። ሳውላ ላይ እግዚአብሔር ቢረዳን ባለ ሦስት ኮከብ ሆቴል ለመገንባት እቅድ ይዣለሁ።የተማርኩበት ትልቅ ፕሮጀክት የስድስት ዩኒቨርሲቲዎች የመቀሌ፤ ባህርዳር፤ አዲስ አበባ፤ ጅማ፤ ሀዋሳ እና ሀሮማያ የምርምር ኃላፌ ስላደረገኝ እነዚህን ዩንቨርስቲ ለማስተባበርበት ክፍተኛ ደመወዝ ተከፋይ ነኝ።

አባቴ በልጅነቴ ነው የዳኑኝ። እኔና ሚስቴ በልጆች ተባርከናል። የመጀመሪያ ልጆቻችንን ከአምላክነሽ ኢያሱ፤ ዲግሪዋን በፋርማሲ ጨርሳ አሁን የፋርማሲ ባለሙያ ስትሆን፤ ትዳርም ይዛ የአንድ ወንድ ልጅ እናት ሆናሇች። ለጥቂት ጊዜ ተቀጥራ ሠርታ ነበር። አሁን ግን ሙሉ ፋርማሲ አደራጅታን ስጥተናት የራሷን እየሰራች ትገኛሇች።

ሁሇተኛዋ ልጄ ዶክተር አስቴር ኢያሱ፤ እሷም ትዳር መሥርታሇች። ባሏ የኢትዮጵያ አየር መንገድ ኤሌክትሪካል ኢንጂነር ሲሆን፤ ጴጥሮስ ወጸውሎስ በሙያዋ ስታገሇግል ከቆዮች በኋላ ከዚያ ለቅቃ በአንድ የውጪ ድርጅት ውስጥ ሐኪም ሆና ትሠራሇች።

ሦስተኛዋ ልጄ አቤኔዘር ኢያሱ፤ አካውንቲንግ በዲግሪ ተመርቃ ብርሃን ባንክ ትሠራሇች። ትዳር መሥርታ የአንዲት ቆንጆዬ ልጅ አያት አድርጋናሇች።

አራተኛዋ ልጄ ዶክተር ኤልሳቤጥ ኢያሱ፤ የሕክምና ዶክተር ስትሆን የቅርብ ጊዜ ተመራቂ ስትሆን በአዲስ አበባ ጤና ቢሮ በሙያዋ እያገሇገሇች ትገኛሇች።

አምስተኛው ወንድ ልጄ ሳሙኤል ኢያሱ፤ ዲግሪውን በማርኬቲንግ ማኔጅመንት ጨርሶ የሳውላውን ኮሌጅ ያስተዳድራል። ቤቶችን እየገዘ፤ እየገነባም ይሸጣል። በምህንድስናም የተካነ ነው። ኢቲሲ ቲዎሎጂ ዲግሪ ፕሮግራም ይከታተላል። የወንጌል አገልጋይ መሆንን ይሻል። የአባቴ የወንጌሊዋነት ጸጋ በእሱም ላይ አሇ። በቅርቡም ወደ ጋብቻ ይመጣል።

ስድስተኛው ልጄ ካሌብ ኢያሱ፤ አምስት ኪሎ ዩኒቨርሲቲ በኢንጂነሪንግ ተመድቦ የነበር ቢሆንም፤ ኢንጂነሪንግ አልማርም በማለት ንግድ ሥራ ላይ ነው የተሰማራው። ኢንጂነሪንግ መማር ካልፈለገ የአውሮፕላን አብራሪነት ትምህርት እንዲከታተል የመከርኩት ቢሆንም፤ መክሰቱ ንግድ እንደሆን አምኖ በዚያ መንቀሳቀስ በመፈለጉ ለመነሻ የሚሆነውን ብር ሰጥቼው ንግዱን ተቀላቅሏል። ለገጠር አካባቢ የሚያገሇግል የውሃ ፓምፕ አስመጪ እና አከፋፋይ ነው። በአዲስ አበባ ዩንቨርስቲ የቢዝነስ አመራር

የአገልግሎት ሌጋሲ
ዲግሪውን አየተማረ ይገኛል::

ከባለቤቴ ጋር ስንጋባ የሁለተኛ ክፍል ተማሪ ስትሆን፤ ዶክትሬቴን ጨርሼ ስመጣ ስምንተኛ ክፍል ደርሳ ጠበቀችኝ:: እኔ አጠገቤ ባልነበርኩበት ዓመታት ልጆቻችንን ተንከባክባ አሳድጋለች:: አሁን እኔው በተራዬ የልጆቻችንን፤ የጓዳውን ኃላፊነት ተረከቤ እሷን በትምህርቷ እንድትገፋ ማድረግ ነበረብኝና በቤት የሚያገለግሉ እህቶች ተቀጥሮ በትምህርት ላይ እንድታተኩር አደረኳት:: የሁለተኛ ደረጃ ትምህርቷን አጠናቃ፤ ኮሌጅ በመደበኛው የቀን ትምህርት ገብታ በጤና ሙያ ዲፕሎማዋን፤ከዚያም ዲግሪዋን ያዘች:: በዚያው ተነቃቅታ በመቀጠል በስሟ ፋርማሲ ከፍተንላት ነበዝ ፋርማሲስት ሆና ለአሥር ዓመት ከሥራች በኋላ ወደ ቤት እመቤትነቴ ልመልስ ብላ ቤታችንን ገነት አድርጋዋለች::

ቤተ ክርስቲያን ውስጥ በታማኝነት በድቁና ታገለግላለች፤ በጸሎት ትተጋለች:: የሰፈሩ ሰዎችም አጽናኝ ናት:: በጣም ደስተኛ ለባሴ ጥሩ ሚስት፤ ለልጆቿ መልካም እናት ከመሆኗ ባለፈ እግዚአብሔር በሁስት የልጅ ልጆች ባርኮናል፤ እነሱንም የምታሳድገው እሷው ናት:: ወላጆቼ ሁስት ትውልዳቸውን በዓይናቸው ለመመልከት እግዚአብሔር ረድቷቸዋል::

የሕይወቴ እና የአገልግሎቴ መሪ ቃል

የሉቃስ ወንጌል ምዕራፍ 1 ቁጥር 17ን የሕይወቴና የአገልግሎቴ መሪ ቃል አደርጌ መጥቀስ እፈልጋለሁ:: ምን ይላል "እርሱም የተዘጋጁትን ሕዝብ ለጌታ እንዲያሰናዳ፤ የአባቶችን ልብ ወደ ልጆች የማይታዘዙትንም ወደ ጻድቃን ጥበብ ይመልስ ዘንድ በኤልያስ መንፈስና ኃይል በፊቱ ይሄዳል::" አገልጋዮችንም የካውንስሉንም መሪዎች በዚህ ቃል መሰረት ነው የምሞግታቸው ትልልቅ አገልጋዮች የማከብራቸው ናቸው ቢሆንም እግዚአብሔር እኔን ከፊት እስካደረገኝ ድረስ በቃሉ የምሞግት ከሆን በዚህ ቃል ነው:: ለቅዱሳን፤ ለምመራው ካውንስል፤ ለምመራው ቤት አምነት ለትውልድ ሁሉ የምመኘው ይሄን ነው:: በአዲሱ መደበኛ ትርጉም "እርሱም የተዘጋጁትን" የሚለው ቃል "ለጌታ የሚገባ ሕዝብ ያዘጋጅ ዘንድ" ይላል እኛ ኢትዮጵያ ውስጥ ለጌታ የተገባ ትውልድ መፍጠር አለብን:: ሰው አሁን ላይ ለጌታ ሳይሆን ለስልጣኔ መንፈሳዊ ላልሆነው ነገር፤ ለቁሳቁስ የተገባ ሆኗል:: ሰው ለቁሳቁስ የተገባ ስለሆነ ነው በገስት ሃውስ ስም ሕዝብን የሚበዘብዘው:: ክርስቶስን ለማንንስ ሳይሆን ራሱን ለማንንስ የሚርጠው፤ ክርስቶስን ለማሳየት ሳይሆን ራሱን ለማሳየት የሚተጋው፤ በክርስቶስ ላይ ተንጠልጥሎ ክርስቶስን መጠቀሚያ ለማድረግ የሚርጠውን አገልጋይ ሳይ ልቤ ይደማል:: እኔ በዚያ ሥርዓት ውስጥ አላደኩም፤ ያንን

ሥርዓትም አላውቅም። ነገር ግን በመስጠት ውስጥ ያለውን ፍሬ አውቃለሁ። ለጌታ ፤ ለቃሉ ፤ ለመንፈሱ ምሪት የሚኖር፤ ሙሽራይቱን የሚያዘጋጅ ትውልድ መፈጠር ለአበት።

1ኛ ዜና ምዕራፍ 12 ላይ "በጺቅላግም ከቂስ ልጅ ከሳአል በተሸሸገ ጊዜ ወደ ዳዊት የመጡ እነዚህ ናቸው፤ በሰልፍም ባገዙት ኃያላን መካከል ነበሩ። ቀስተኞችም ነበሩ፤ በቀኝና በግራም እጃቸው ድንጋይ ሊወነጭፉ ፍላጻም ሊወረውሩ ይችሉ ነበር፤ ከብንያም ወገን የሳአል ወንድሞች ነበሩ።...ዳዊትም ከምድር በዳ ውስጥ ባለችው በአንባይቱ ሳለ ኪጋድ ወገን የሆኑ እነዚህ ጋሻና ጦር የሚይዙ፤ ጽኑዓን ኃያላን፤ ሰልፈኞች፤ ወደ እርሱ ተጠቱ፤ ፊታቸውም እንደ አንበሳ ፊት ነበረ፤ በተራራም ላይ እንደሚዘልል ሚዳቋ ፈጣኖች ነበሩ።..."የሚል ቃል አለ። እነዚህ ኃያላን በዳዊት ዙሪያ የተሰበሰቡት እንደ እግዚአብሔር ቃል ዳዊትን ለማንገሥ ነበር። እንደዚሁ ሁሉ ዛሬም ራሱን ሳይሆን ክርስቶስን ማንገሥ ዓላማው የሆነ ኃያልና ጽኑዓን ትውልድ መፍጠር ያስፈልጋል። ስንትና ስንት ምሁራን ፤ ኢንቨስተሮች ፤ ባለሀብቶች ፤ ሳይንቲስቶች ፤ መጋቢያን ፤ ሐዋርያት እና ነቢያት ባሉበት አገር ጽኑአን እና ኃያላን ትውልድ ግን መፍጠር አልቻልንም። ልፍስፍስ ፤ የግራውንም የቀኙንም አያግበሰበሰ የሚኖር ትውልድ ነው የፈጠርነው። ጌታ እኮ በጽድቅ የሚኖረውንና ልቡ ቀና የሆነውን የሚባርክ አምላክ ነው። ጌታ ባልጠበቱት መንገድ እየመጣ እንዳበለጸገኝ የሕይወት ተሞክሮዬን ከላይ ገልጨለሁ። እኔ ምንም ቆፍሬ፤ በብልጠት ፤ በረቀቀ መንገድ እና ጥበብ ኼጅ ያገኘሁት ነገር አይደለም። በንጹሕ አእምሮ ሥራዬን ስሠራ ጌታ እንዲህ ባረከኝ። እኔ በሕይወቴ የረካሁ ሰው ነኝ። አነሰኝ ነደለኝ ብዬ አላለቃቅስም። ባለኝ ነገር ሁሉ ረክቼ ነው የምኖረው። አባቶች ያላቸውን የጽናት ተሞክሮ እና የመሥዋዕትነት ሌጋሲ ልጆች ካላቸው እውቀት፤ ሐብት፤ ቴክኖሎጅ ተስፋና ምኞት ጋር አዋሕደን ይችን ምድር በጽድቅ የሚወርሱ ጽኑና ኃያል ትውልድ ለመፍጠር እንሥራ። በዚህ ዘመን ካልሠራን መቼም አንሠራም። ይሄ እግዚአብሔር በእኛ አልፎ የሚሠራበት የኢትዮጵያ ዘመን ነው፤ የእግዚአብሔር እና የወንጌላውያን ዘመን ነው፤ ይሄንን ዘመን እንድንዋጅ በኼታ ፍቅር አበረታታለሁ፤ የአባቴ አደራም ይሄ ነው።

"ከዚህ በኋላ ዮሴፍን ባረከ፤ እንዲህም አለው፤ አባቶቼ አብርሃምና ይስሐቅ በፊቱ የተመላለሱት እግዚአብሔር (ኤሎሂም)፤ለእኔም እስከ ዛሬ ድረስ በዘመኔ ሁሉ እረኛ የሆነኝ አምላክ (ኤሎሂም)፤ ከጉዳትም ሁሉ የታደገኝ መልአክ፤ እርሱ እነዚህን ልጆች ይባርክ፤ እነርሱም በስሜ፤ በአባቶቼ በአብርሃምና በይስሐቅ ስም ይጠሩ፤ በምድር ላይ እጅግ ይብዙ"(ዘፍ.48፤15-16)።

"አንተ ግን ከማሕፀን አወጣኸኝ፤ በእናቴም ጡት ሳለሁ፤ መታመኛ ሆንኸኝ። ከማሕፀን ስወጣም በአንተ ላይ ተጣልሁ፤ ከእናቴ ሆድ ጀምሮም አንተ አምላኬ

ነህ"(መዝ.22፥9-10)::

"አንተ ግን፣ ባሪያዬ እስራኤል፣ የመረጥሁ ያዕቆብ፣ የወዳጄ የአብርሃም ዘር ሆይ፣ ከምድር ዳርቻ ያመጣሁህ፣ ከአጥናፍም የጠራሁህ፣ 'አንተ ባሪያዬ ነህ' ያልሁህ፣ መረጥሁህ እንጂ፣ አልጣልሁህም::እኔ ከአንተ ጋር ነኝና አትፍራ፣ አምላክህ ነኝና አትደንግጥ:: አበረታሃለሁ፣ እረዳሃለሁ፣ በጽድቄም ቀኝ እጄ ደግፌ እይዝሃለሁ:: እነሆ፣ የተቄጡህ ሁሉ፣ አጅግ ያፍራሉ፣ ይዋረዳሉም፣ የሚቃቃሙህ እንዳልነበሩ ይሆናሉ፣ ይጠፋሉም:: ጠላቶችህን ብትፈልጋቸው እንኳ፣አታገኛቸውም፣ የሚዋጉህም እንዳልነበሩ ይሆናሉ:: እኔ እግዚአብሔር አምላክህ 'አትፍራ፣ እረዳሃለሁ' ብዬ ቀኝ እጅህን እይዛለሁና:: አንተ ትል ያዕቆብ፣ ታናሽ እስራኤል ሆይ፣ 'አትፍራ እኔ እረዳሃለሁ'" ይላል እግዚአብሔር፣ የሚቤዥህ የእስራኤል ቅዱስ ነው:: "እነሆ፣ አዲስ የተሳለና ብዙ ጥርስ ያለው ማጌጃ አደርግሃለሁ፣ ተራሮችን ታኼዳለህ፣ ታደቃቸዋለህ፣ ኮረብቶችንም ገለባ ታደርጋቸዋለህ፣ ታበጥራቸዋለህ፣ ነፋስ ጠርጎ ይወስዳቸዋል፣ ዐውሎ ነፋስም ይበትናቸዋል፣ አንተ ግን በእግዚአብሔር ደስ ይልሃል፣ በእስራኤል ቅዱስ ሞገስ ታገኛለህ"(ኢሳ.41፥8-16)::

፴፮

የአባባ ሔራሞ የአገልግሎት ፍሬ

በኢ.ንጅነር ጌታሁን ሔራሞ

ከመውለድ ባሻገር

ሕይወት የሂደት ውጤት ነች፤ለዛሬ ማንነታችን ትናንት የተከፈለ መሥዋዕትነት ይኖራል። ይህን ዕሳቤ ወደ ቤተሰብ ሚና ስናመጣው ደግሞ ሁሉም ስለ ወላጆቹ አይተኬ በነ ተፀዕኖ የሚለው ይኖራዋል ብዬ አስባለሁ። እናም እኔም ወላጆቹ በሕይወት ዘመኔ ፈጽሞ የማልረሳቸውን መልካም አሻራዎችን ትተው ስለማለፋቸው የምለው ይኖረኛል።

ልጆችን በወንጌል ቃል ኮትኩቶ በመልካም ስብዕና ማሳደግ እንደ መውለድ ቀላል አይደለም። ይህን አባባሌን የወዳጁ የዳዊት ፀጋዬ አጭር ግጥም የበለጠ ያስገነዝብልኛል ብዬ አስባለሁ፤ ግጥሙ እንደዚህ ይላል፦

እኔና አንቺ እየሳቅን፤

የሚያለቅስ ልጅ ወለድን፤

የኢንጅግሎት ሌጋሲ

እኔና አንቺ እያለቀስን፤

የሚስቅ ልጅ አሳደግን።።

ልጅን ለሳቅ ማብቃት እንዲሁ በዋዛ ፈዛዛ የሚመጣ አይደለም።። ማልቀስን ይጠይቃል፤ ገጣሚው "ማልቀስ" በሚለው ቃል ለመግለፅ የሞከረው ልጅን በመልካም ስብዕና ለማሳደግ የሚከፈለውን የትኛውንም መስዋዕትነትን ለመጠቆም ስለመሆኑ ልብ ይሏል።። በባልና ሚስት "ሳቅ" እያለቀስ የሚወለድ ሕፃን ከውልደት በኋላ እሱም እየሳቀ ማደግ እንደሚፈልግ መገንዘብ ከወላጆች የሚጠበቅ ግዴታ ነው።። ወላጆች ልጆችን ወደዚህ ዓለም ከማምጣት ባሻገር በመልካም ምሳሌነት ልጆቻቸውን የማሳደግ ግዴታና ሃላፊነት እንዳለባቸውም ጮምር ገና ትዳርን ከመመስረታቸውም በፊት ሊያወቁት ዘንድ የሚገባ እውነት ነው።። ወንድና ሴት ልጅ ለመውለድ ብቻ መጋባት የለባቸውም። በሕይወት እያሉ ለልጆቻቸው መልካም የወደ ፊት ሕይወት ዘሬ ዋጋ የማይከፍሉ ወላጆች ልጆች በተግባር ሲታዩ የወላጅ-አልባ ልጆች ናቸው ቢባል ማጋነን አይሆንም። ስለዚህም ወላጅ አልባነት በሞት ብቻ ሳይሆን በሕይወት እየኖሩም ሊከሰት የሚችል ሁኔታ ስለመሆኑ ልብ ልንል ዘንድ ይገባል።። በታቃራኒው በመልካም የወላጆች የሕይወት ተምሳሌት ተኮትኩተው አድገው ከራሳቸው አልፈው ለማህበረሰቡም የተረፉ ልጆች ወላጅ-አልባ ተብለው መጠራት የለባቸውም ባይ ነኝ። ለምሳሌ የእኔ አባትና እናት ከጥቂት ዓመታት በፊት ተራ በተራ ወደሚወዱትና እድሜ ልካቸውን ወዳገለገሉት አምላካቸው ሄደዋል። ሆኖም ግን ወላጆቼ በሕይወት ዘመኔ ፈፅሞ ልረሳቸው የማልችላቸውን የሕይወት በጎ ተምሳሌትና አሻራ (Legacy) በቲያሪም በተግባርም በልቤ አትመዋል፤ እናም ሁሌም በልቤ እንደኖሩ ነው፤ ስለዚህም እኔ ወላጅ-አልባ አይደለሁም።።

ከላይ እንዳስቀመጥኩት ወላጆቼ በቲያሪ ሳይሆን በተግባር የኔንም ሆነ የወንድሞቼንና እህቶቼን ሕይወት በብዙ ቀርፀዋል። ከወላጆቼ የተማርኩትና በዘመኔ ሁሉ የጠቀመኝ የሕይወት ተምክሮዎቻቸውን እንደሚከተለው ላቅርብ፦-

የመስጠት፤ የመሰጠትና የማካፈል ሕይወት

አባቴና እናቴ በከምባታ ምድር በ1930ዎቹ ለክርስቶስ ወንጌል ልባቸውን ከሰጡ ቀደምት አማኞች ውስጥ የሚጠቀሱ ናቸው።። የአባቴ ስም ሄራም እናም ሲሆን የእናቴ ደግሞ ዲንዳሜ አርፋጮ ይባላል።። ወላጆቼ ጌታን የተቀበሉበት ዘመን ከዛሬው ዘመን አቀባበል ፈፅሞ የተለየ ነበር ማለት ይቻላል።። በቃሉ እንደተዛፈው ጌታን እንደግል አዳኝ አድርጎ መቀበል ስለ ስሙ የሚመጣውን መከራና ስደትንም አንድ ላይ መቀበልንም የሚያካትት

ስለምሆኑ የወቅቱ ክርስቲያኖች አበከረው ያውቁ ነበር። አባቴ ሄራም አናም ግን ገና ከጅምሩ በወንጌል ምክንያት የሚመጣውን ስደት ለመጋፈጥ ቆርጦ የተነሳ የሚመስልበት ሁኔታ ነበር፤ ነገሩ እንደዚህ ነው፦ በጊዜው ወንጌልን ለመስበክ ወደ አካባቢው የሚመጡ ሚሲዮኖች ከሁሉ አስቀድመው የሚያስፈልጋቸው የቤተክርስቲያን መስሪያ ቦታ ነበር። ይህን ቦታ በወቅቱ ከነበረው መንግስት ማግኘት እጅግ አዳጋች ስለ ነበረ የግድ ፈቃደኛ የሆኑ ገበሬዎች ከእርሻ መሬታቸው ቆርሰው መስጠት ይጠበቅባቸዋል። መሬቱን ቆርሶ መስጠቱ ያህል ከባድ አልነበረም፤ የሚከብደው ይህን ስጦታ ተክትሎ የሚመጣውን እስርና ስደት መጋፈጡ ነበር። እናም አባቴ ይህን ማድረግ ይዞት የሚመጣውን ስደትና እንግልት እያወቀ ከእርሻ መሬቱ ላይ የተወሰነውን ያህል ቆርጦ ለመካነ ኢየሱስ ቤተክርስቲያን ለመልቀቅ ወሰነ። ታዲያ አባቴ ይህን ስደት-ጠሪ ውሳኔውን ሲወስን ከማንም ጋር የመሬት ሽያጭ ወይም የቦታ ኪራይ ውል አልተፈራረመም፤ ሚሲዮናዊያኖቹን ቤሳቤስቲን ፍራንክ አላጠየቃቸውም፤ ስንዴ ተሰፍሮም አልተሰጠውም፦ ምንም እንኳን ሚስዮናዊያኖቹ ስንዴ እየሰጡ ሰዎችን ክርስቲያን እንደሚያደርጉ በአንዳንዶች ዘንድ ቢወራም ...እኔ የማውቀው አባቴ ስንዴ ዘርቶ አብቅሎ ብር የሚያገኝበትን መሬት ከ30 ዓመታት ለሚበልጥ ዘመን ለቤተክርስቲያን በነፃ ስለማበርከቱ ነው።

እንደ እግዚአብሔር ሰጪ የለም፤ ምን ያልተሰጠን አለ? ሌላው የስጦታዎቹ ዝርዝር ለጊዜው ይቅርና ከሁሉም በላይ አንድ ልጁን ኢየሱስን ሰጥቶናል። መስጠት የክርስትና ዓይነተኛ ምልክት ነው፤ መፅሐፍ ቅዱስም ከሚቀበል ይልቅ የሚሰጥ ብፁዕ ነው ይላል። ኬሚስትሪውም ሁለት ንጥረ ነገሮች በኬሚካላዊ መንገድ በሚዋሐዱበት ወቅት ኤሌክትሮንን የሚሰጠው ንጥረ ነገር ፖዘቲቭ ቻርጅ እንደሚኖረው ያስተምራል፤ የተቀባዩ ቻርጅ ግን ኔጋቲቭ ነው። ቃሉም ጌታን የተቀበልን ሁሉ እንደ ሥጋ ፋቃድ እንዳንመላለስ ባለዕዳዎች እንደሆንን አበከር ይነግረናል። ወላጆቹ እኔንና ሌሎች 10 ልጆቻቸውን ስለመስጠትና ስለ ማካፈል ሕይወት በንድፈ ሀሳብ ደረጃ ብቻ ሳይሆን በኑሮአቸውም እየሰጡና እያካፈሉም ምሳሌ ሆነውልናል።

አባቴና እናቴ ከእግዚአብሔር ባሕርይ ውስጥ መስጠትንና ማካፈልን በተመለከተ በሚገባ የተረዱት ይመስለኛል። ለምሳሌ በወቅቱ ነጭ ለባሽ የሚባሉ ወታደሮች የእስር ትዕዛዝ ተቀብለው ወደ ሰፈራችን ሲመጡ አባቴን መንገድ ላይ ያገኙታል። አባቴም ወታደሮቹን ማንን ልትይዙ ነው ወደ ሰፈራችን የምትሄዱት ብሎ ሲጠይቃቸው "ወንድምህን ወንታሞ አናምን ነው" በማለት መለሱለት። አባቴ ይህን እንደሰማ "ወንድሜን ተውትና በእሱ ምትክ እኔን እሰሩኝ" ብሎ ወታደሮቹን ተማፀነ። አቶ ወንታሞ አናም ለአባቴ ታላቅ ወንድሙ ነው፤ ውሳኔ ላይ ቆራጥና ማመቻመችንና እውነትን በውሽት መሸፋቀጥን በእጅጉ

አባባ ሐራሞ

የሚፀየፍ ጀግና ነበር፡፡አጎቴ አቶ ወንታም አናም በአካባቢው ከሚታወቀባቸው ውሳኔዎቹ አንዱም ጌታን እንደተቀበለ ከሌሎቹ አዳዲስ አማኞች በተለየ መልኩ ቀደም ሲል ለታቦት በየወሩ ይሰጥ የነበረውን መዋጮ አስቀድሞ በማቆሙና ሌሎቹም እንዲያቆሙ ፈር ቀዳጅ ሆኖ በመገኘቱ ነበር፡፡ ከዚህም ባለፈ በጃንሆይ ዘመን የዜጎች የእምነት ነፃነት መከበር አለበት በማለት ከትልልቅ የወቅቱ ባላሥልጣናት ጋር ሙግት ይገጥም ነበር፡፡ ይህ ጠንካራ አቋሙ አሳዳጆቹን ያበሳጫቸው ስለነበረ በአንድ ወቅትም በተላላኪዎቻቸው አማካይነት የመግደል ሙከራ ሁሉ አድርገውበት ነበር፡፡ አጎቴ ከዚህም ባለፈ አባቴና ሌሎች ክርስቲያኖች ስለ ወንጌል እስከ አሰላ ወሀኒ ቤት ድረስ በሚታሰሩበት ወቅት የስንቅ አቅርቦትን በማደራጀቱ በኩል የጎላ አስተዋፅኦ ነበረው፡፡ ስለዚህም በወቅቱ የአጎቴ ሚና በአብዛኛው የነበረው የእምነት ነፃነትን በተመለከተ ከመንግስት ጋር መሟገትና ክርስቲያኖች በሚታሰሩበት ወቅት የሎጂስቲክ ሥራውን(የስንቅ መሰናዶና የታሳሪዎችን ቤተሰቦችን መንከባከብ) ማቀነባበር ነበር፡፡ አባቴ ደግሞ የወቅቱ የወህኒ ቤቶች ቋሚ ደንበኛ ነበር፤ እንግዲህ በታላቅ ወንድሙ ምክንያት ለመታሰር ጥያቄውን ያቀረበው ምናልባትም ከአጎቴ ይልቅ እሱ የወህኒ ቤቶቹን ሥቃይ ልምድ ስላላው ለወንደሙ አዝኖለት ሳይሆን አይቀርም ብዬ አስባለሁ፡፡ ይህን በልጅነቱ ያጫወተኝ አባቴ ራሱ ቢሆንም ወታደሮቹ ጥያቄውን ይቀበሉ ወይ አይቀበሉ ዛሬ ላይ ሆኜ ማስታወስ አልቻልኩም፡፡ ወደ ፊት በወቅቱ ከነበሩ ሰዎች ለማጣራት ግን እሞክራለሁ፡፡

የአባቴን የቸርነት ፀጋውን ባስታወስኩ ቁጥር በልጅነት አዕምሮዬ ያስተዋልኩት አንድ የማልረሳው ገጠመኝ አለ፡፡ የአባቴ ወዳጅ የወንጌል ቀደምት አገልጋዩ ጋሼ ዮሐንስ መኪሶ በዱራሜ ከተማ ቤት ለመስራት አስበው አባቴን ሲያማክሩ አባቴም በሐሳቡ ደስተኛ ሆኖ ጋሽ ዮሐንስን ይዘአቸው ወደ ባህር ዛፍ እርሻው አመራ፡፡ እኔም ሁለቱንም ተከትዬአቸው አብሬአቸው መሄዴን አስታውሳለሁ፡፡ በባሕር ዛፍ ደን ውስጥ አባቴ ለብዙ ዓመታት ተንከብክቦ ያሳደገውን ትልቁን ዛፍ ለጋሽ ዮሐንስ ቤት መስሪያ ሲያበረክት ያስተዋልኩት በሁለቱም መካከል የነበረው ፍቅር ነበር፡፡ ለእኔ አባቴና ጋሽ ዮሐንስ የዳዊትና የዮናታን ፍቅር መገለጫዎች ናቸው፤ በእርሻ መሬታችን ብርቱካንም ሆነ ሙዝ በስሎ ለገበያ ከመብቃቱ በፊት መጀመሪያ የሚላከው ለጋሽ ዮሐንስ ነበር፡፡ ታዲያ ብርቱካኑንንም ሆነ ሙዙን ለጋሽ ዮሐንስ ለማድረስ እኛ ቤት የነበረው ፉከከር ገራሚ ነበር፡፡ ምክንያቱም

ጋሽ ዮሐንስ ብርቱካኑን ከተቀበሉ በኋላ ከረጢቱን ባዶውን አይመለልሱትም ነበር፤ ለአድራሹ ሳይነግሩ ብዙ ሳንቲሞችን ከረጢቱ ውስጥ ያስቀምጣሉ፤ እኛም ከፊታቸው ዘወር እንዳልን መንገድ ዳር ቁጭ ብለን ከረጢቱ ውስጥ የተጨመሩትን ሳንቲሞች እንቆጥራለን። ይህ በወቅቱ እኔም ሆንኩ ወንድሞቼ እጅግ ደስ የምንሰኝበት ትዕይንት ነበር። ጋሽ ዮሐንስ ልክ እንደ መፅሐፍ ቅዱሱ ሉቃስ ወንጌላዊም የሕክምናና ባለሙያም ነበሩ።

ታዲያ ስለ አባቴ ለጋስነት ባነሳሁ ቁጥር የእናቴም አስተዋፅዖ ከበስተጀርባ ስለመኖሩ አንባቢያን እንዲያውቁልኝ እፈልጋለሁ። እናቴ በመፅሐፍ ቅዱስ ውስጥ "እንግዶችን ለመቀበል ትጉ" የሚለውን ቃል ለመፈፀም አንገራግራ አታውቅም። ወላጆቼ እንግዶች ወደ ቤታችን መምጣት ባቆሙ ቁጥር በፀሎታቸው "በምን አሳዝነንህ ይሆን እንግዶች ወደ ቤታችን ከመምጣት የታቀቡት?" እያሉ ከአምላካቸው ጋር ይሟገቱ ነበር። ከዓመታት በፊት ወላጆቻችን በሕይወት እያሉ ከታናሽ ወንድሜ ንጋቱ ጋር ወደ ትውልድ ቀዬዬአችን ከምባታ-ቤናራ ጎራ ባልን ወቅት የገጠመንን በጥቂቱ ላስቃኛችሁ። በወቅቱ ከእናታችን ጋር አቤት ውስጥ ሳለን በቁጥር አራት የሚሆኑ ሰዎች ቤታችን መጡ። እናቴ ትንሽ ቆይታ ወደ ጓዳ ገባችና ወተት ይዛ መጣች። እየቀዳችም ለእንግዶቹ መስጠት ጀመረች። የተሰጣቸውን ጠጥተው ሲጨርሱም እናቴ "ድገሙ እንጂ" እያለች መቅደቱን ተያያዘችው። በዚህ ጊዜ እኔና ወንድሜ እርስ በእርስ መተያየት ጀመርን። በዚህ የእናታችን ሁኔታ አቤት ውስጥ ያለው ወተት በሙሉ የሚያልቅ መስሎ ታየን። እንግዶቹ ከሄዱ በኋላም ለአናታችን የተሰማንን አጫወትናት። ወተት ለእንግዳ በመስጠቱ ላይ ተቃውሞው እንደሌለን ነገር ግን ይህን ሁለትና ሦስት ዞር የመደጋገሙ ነገር ባይኖር ይሻላል በማለት ሐሳባችንን አቀረብንላት። እንደዚህ ያልነው የሁለቱም ዕድሜ በወቅቱ እየገፋ በመምጣቱ ወተቱ በግንባር ቀደምትነት ለራሳቸው አስፈላጊ መሆኑን በማስመር ነበር። እናታችን ግን በዚህ አልተስማማችም። ይባስ ብላም፦ "ይህን ከአዲስ አበባ የተማራችሁትን ቋንቋናት እዚያው ይዛችሁት ተመለሱ፤ እኛ አስከ ዛሬ ያለንን ለሌሎች በማካፈላችን እግዚአብሔር ያሳጣን ነገር የለም" በማለት ወሸመጣችንን ቁርጥ የሚያደርግ ምላሽ ሰጠችን። በመጨረሻም በከምባታኛ "ቤሃም" አለችን። ቤሃም ማለት "አካፍላለሁ" ማለት ነው። ይህ ቃል ወደ አዲስ አበባም ስመለስ በጆሮዬ ያቃጭል ነበር፤ ከዚህም የተነሳ ከአንድ ዓመት በፊት የተወለደውን ልጄን ስሙን "ቤሃም" ብዬ ሰይሜዋለሁ።

በነገራችን ላይ ስለ ወላጆቼ ደግነትና ቸርነት ለልጆቼ ሁሌም እነግራቸዋለሁ፤ በተለይ ለሰው ልጅ ክብርና ፍቅር እንዲኖራቸው አመክራቸዋለሁ። ከቤሃም ባሻገር ሁለት ሴት ልጆች አሉኝ። ኔታና ዊጋ ይባላሉ። ኔታ ገና ሕፃን እያለች ቄም ሳጥኔ ውስጥ ለረኸም ጊዜ

ሳልሰብሳቸው የከረሙ ልብሶቹን አውጥታ በራሷ ውሳኔ ለሚያስፈልጋቸው ከማከፋፋል ወደ ኋላ አትልም ነበር። ታናሽዋ ዊማም የዋዛ አይደለችም። ዊማ በአንድ ወቅት ከእኔ ጋር ወደ ከምባታ በሄደችበት ጊዜ ከወላጆቹ ሰፈር አንድ ጫማ የሌላትን ልጅ አገኘች። ያ፤ የ4 ዓመት ሕፃን ነበረች፤ ጫማ ያልነበራት ልጅ ደግሞ ዕድሜዋ 13 ወይም 14 አካባቢ ነበር። ፤ ዊማ የልጅቷ ሁኔታ በእጅጉ ስላሳዘነት ጫማዋን አውልቃ ስጠቻት፤ነገር ግን ልጅቷ ትልቅ ነበረችና ጫማው አልሆናትም። ይህን ስታውቅ ጊዜ ዊማ አንድ ውሳኔ ወሰነች። ውሳኔዋንም ለልጅቷ እንደዚህ በማለት አሳወቀች፦ "አባቴ ጫማ ይገዛልሻል፤እስከዚያው ግን እኔም ጫማዬን አላደርግም፤ እንደ አንቼው በባዶ እግሬ እሆናለሁ" በማለት ጫማዋን አውልቃ ቀኑን ሙሉ በባዶ እግራ አብራት እየተጫወተች ዋለች። ይህ የዊማ ውሳኔ ከልጅቷ ባለፈም ለሌሎች የገጠር ሕፃናትም ይተርፍ ዘንድ በፕሮጀክት ደረጃ ተቀርጾ ወደ ተግባር ሊቀየር በጣም አጭር ጊዜ ይቀረዋል። ሰናይ ምግባር እንደዚህ ከዘር ወደ ዘር ይሸጋገራል።

ስለ እናቴ አንድ ሌላ እውነት ላካፍላችሁ። እናቴ ከአሰርቱ ትዕዛዛት ውስጥ "የሰንበትን ቀን ትቀድሳት ዘንድ አስባት" የሚለውን ትዕዛዝ እንደ ዋዛ አታየውም ነበር። ስለዚህም እሁድ በአምልኮ ሰዓት ሌላ ሥራን መስራትና ለገል ጉዳይ መራራጥን አጥብቃ ትቃወም ነበር። በአንድ ወቅት ታምማ አዲስ አባባ ታላቅ እህቴ ቤት ነበረችና እኔ በአለተ ሰንበት ልጠይቃት ወደ እህቴ ቤት አመራሁ። እናቴ ግን ገና ስታየኝ ደስተኛ አልነበረችም። "ይህ ሰዓት የአምልኮ ሰዓት አይደለም ወይ? ለምንድው ወደ ቤተ ክርስቲያን መሄድ ትተህ እኔን ለመጠየቅ የመጣኸው? " በማለት በጥያቄ አፋጠጠችኝ። ቀጥላም፦ "እናንተ የአዲስ አባባ ሰዎች ትገርማላችሁ፤ እግዚአብሔር ከሰባቱ ቀናት ስድስቱን ስጥቶአችሁ ሳለ እናንተ ግን አንዱን ብቻ ለእርሱ መስጠት ያቅታችኋል" ስትለኝ ምንም ምላሽ አልነበረኝም።

ስለ ሰሙ መከራን መቀበል

ይህንንም ቢሆን ወላጆቻችን ያስተማሩን መፅሐፍ እያገላበጡ ማስታወሻ እያስፈሩ አልነበረም። ነገር ግን የወንጌልን እውነትንና ስለ ሰሙ መከራ መቀበልን በንግግር ብቻ ከመግለጥ ባለፈ ኖረውብት ሕያው ምስክርነታቸውን ለእኛ ለልጆቻቸው አረጋግጠውልናል።

አባቴ ስለ ወንጌል መከራን መቀበል የጀመረው ዳግም በቤታ እንደተወለደ ነበር። ለዚህም መንስኤው ከላይ እንዳስቀመጥኩት ለቤተክርስቲያን ከመሬቱ ቆርሶ መስጠቱ ነበር። ከዚህም የተነሳ አባቴ በተደጋጋሚ መሬቱ "ለመጤ እምነትና ለፀረ ማርያሞች" በመስጠትና ለአዲሱ እምነት መስፋፋትም ሁኔታዎችን በማመቻቸቱ በሃሰትና በአሰሰ

ወህኒ ቤቶች ለአስርና እንግልት ተዳርጓል፡፡ ሌላው አባቴ የሚከሰስበት የክስ ጭብጥ ሚሲዮናዊያንን በእንግድነት ተቀብሎ በማስተናገድ ድርጊትም ነበር፡፡ ወንጌልን ለመስበክ የሚመጡ ሚሲዮናዊያን ማረፊያቸው የኛ ቤት ስለነበረ ይህም በወቅቱ የወንጌል ተቃዋሚ ባላሥልጣናት ዘንድ አባቴን ለመክሰስ እንደ መነሻ ይጠቀስበት ነበር፡፡ ይህን በተመለከተ አባቴ ያጫወተኝን አንድ የፍርድ ቤት ችሎት ውሎውን እንደሚከተለው ላካፍላችሁ፦

በአንድ ወቅት አባቴ ሚሲዮናዊያኑን ለስምነት ቀናት በእንግድነት ተቀብሎአቸው በማስተናገዱ ተከሶ ፍርድ ቤት ቀረበ፡፡ ታዲያ ከሳሾቹ ለምስክርነት ያቀረቡአቸው ሰዎች የአባቴ የቅርብ ወዳጆቹን ነበር፡፡ ለምስክርነቱም የቀረቡት ተገድደው ነበር፡፡ ስለዚህም ከመስካሪዎቹ አንዱ በችሎቱ ፊት አባቴ ሚሲዮናዊያኑን ለስንት ቀናት እንዳሳደራቸው በዳኛው ሲጠየቅ የአባቴ ወዳጁ ነበርና ፍርዱ እንዲቀልለት ቀናቹን ቀነሶ ተናገረ፡፡ በዚህ ምስክርነቱ አባቴ ደስተኛ አልነበረም፤መስካሪው እሱን የጠቀመው እየመሰለው በታቃራኒው "በሐሰት አትመስክር" የሚለውን የመፅሐፍ ቅዱስ ቃል እየተላለፈ እንደሆነ ሲገባው እዚያው ችሎት ፊት መስካሪውን፦ "እኔ ፈረንጆቹን በእንግድነት ተቀብዬ ያስተናገድኩት አንተ እንደመሰከርከው ለአራት ቀናት ሳይሆን ለስምነት ቀናት ነው፤ ስለዚህም እውነተኛውን የምስክርነት ቃልህን ከመስጠት መቆጠብ የለብህም" በማለት ገሰፀው፡፡

ሌላው የአባቴ የእስር ቤት ገጠመኙ ይህን ይመስላል፦ አባቴ በጠቅላላ ስለ ወንጌል ወደ ሰባት ዙር ያህል ከዱራሜ እስከ አሳላ ወህኒ ቤቶች ድረስ ታስሯል፡፡ አንዳንዴም ከእስር ቤት ተፈትቶ ሲመለስ ልጆቹ አድገው ስለሚጠብቁት አባትነቱን ለመቀበል ይቸገር ነበር፡፡ ለምሳሌ በአንዱ የእስር ዙር አባቴ ለሁለት ዓመታት አሳላ ወህኒ ቤት ታስሮ ከተፈታ በኋላ ወደ ቤት ሲመለስ እንዲት ልጅ ቤት ውስጥ ስትጫወት ያያትና ይህች ልጅ የማን ናት? ብሎ እናቴን ጠየቃት፡፡ አባቴ ከመታሰሩ በፊት ትንሽ ሕፃን የነበረችው ልጁ ከእስር በኋላ አድጋ ብትጠብቀው መለየት ስላቀተው ነበር ይህን ጥያቄ የጠየቀው፡፡ ታዲያ በዚህ መልኩ አባቴና ሌሎች ወዳጆቹ በተደጋጋሚ በፍርድ ችሎት በየወቅቱ በመቅረባቸው የተሰላቸ አንድ ዳኛ በአንድ ወቅት የወንጌል እስረኞቹን በስውር እንደዚህ በማለት መከራቸው፦ "እናንተ በተደጋጋሚ ለእስር ከምትዳረጉ ይህን ኢየሱስን አሳላ ላይ በአፋችሁ ካዱትና ወደ ቀዬአችሁ ስትመለሱ በድብቅ አምልኩት" በማለት፡፡ በዚህም ጊዜ የአባቴና የሌሎች የወንጌል አርበኞች ምላሽ ፦ "መፅሐፍ ቅዱስ ሰው በአፉ መስክሮ በልቡም አምኖ ይድናል ስለሚል አፋችንም ልባችንም የኢየሱስ ስለሆን በአንዱ ክደን በሌላው ልናመልከው ዘንድ አንችልም፤ ኢየሱስን መካድ ብንፈልግ ኖሮ ከዱራሜ አሳላ ድረስ በእግራችን ለእስር ባልመጣን ነበር፤ ስለዚህም ይህን ሁሉ ርቀት መምጣታችን

እሱን ላለመካድ እንደሆነ ተገንዘብልን" የሚል ነበር። በነገራችን ላይ ከዱራሜ አሰላ 270 ኪ.ሜ. ሲሆን በወቅቱም ዘመናዊ ትራንስፖርት ባለመኖሩ እስረኞች ይህን ሁሉ ርቀት በእግራቸው ተጉዘው ነበር አሰላ የሚደርሱት። አባቴ ይህን ሁሉ ሥቃይ ስለ ወንጌል ተቀብሎ ከዘመነ ደርግ መግቢያ ጀምሮ ግን ሰንሰለቱ ከእጁ ወድቋል። እኔ ተወልጄ ባይደግሁበት በከምባታ ምድር ትልቁ ስደት በአንዛራዊነት የተከሰተው በጃንሆይ ዘመን ነበር። አባቴ ግን በአዲሱ ትውልድ ላይ እምነት አልነበረውም። ሁሌም "ይህ ትውልድ በአንድ ጅራፍ ኢየሱስን የሚክደው ይመስለኛል፤ ክርስቲያኖች ካላስተዋሉ በቀር የሰላም ጊዜ ከመከራው ዘመን ባላነሰ የመንፈሳዊ ሕይወት ኪሳራ ምንጭ ሊሆን ይችላል" እያለ ይናገር ነበር። አባባሉን ቆይቼ ሳስተውለው እውነታነት ነበረው። ንጉሥ ዳዊት ከትንሽነቱ እስከ ሽምግልናው ሰልፍ የበዛበት ሰው ነበር፤ሆኖም ግን እስከ መጨረሻው የአምላኩን ሐሳብ አገልግሎ አለፈ። በተቃራኒ የልጁ የሰሎሞን ዘመን ጦርነት የሌለበት የሰላም ዘመን ነበር፤ ሆኖም ግን የሰሎሞን ፍጻሜው የሚያያምር አልነበረም። አባቴ ተድላንና ቅጥ ያጣ ምቾትን ሁሌም የነፍስ ያያቸው ነበር፤ ዝንት አልነበረም።

ታማኝነት

አባቴ ለሶስት አስርት ዓመታት ያህል የቤተክርስቲያን ገንዘብ ያዥ ነበር። ታዲያ በነዚህ ዓመታት ሁሉ በየዓመቱ መጨረሻ አዲት ሲደረግ የሂሳብ ጉድለት አይታይበትም ነበር። ይልቁን በተደጋጋሚ ትርፍ ገንዘብ በአዲተሮች ሪፖርት ይደረግ ነበር። ምክንያቱም ይህን ይመስላል:- የምንኖረው ገጠር እንደመሆኑ መጠን እንደዛሬው ባንክ በአቅራቢያችን ባለመኖሩ ገንዘቡ ይቀመጥ የነበረው እኛው ቤት ነበር። ስለዚህም ቤት ውስጥም ሆነ ግቢአችን ውስጥ ተጥሎ የተገኘ ብር በሙሉ የማንም ይሁን የማን የሚገባው በቤተክርስቲያን ካዝና ውስጥ ነበር። ዓመቱን በሙሉ በዚህ መልክ የሚሰበሰበው ብር ለትርፍ ሂሳቡ መንስኤ ይሆን ነበር።

 ከልጅነቴም ይህን የአባቴን ታማኝነትንና ጠንቃቃነትን እያያሁ ማደጌ በቀጣይ ሕይወቴ በተለያዩ ድርጅቶች ተቀጥሬ በሚሰራበት ወቅት ለነበረኝ ሥነ ምግባር መሠረት ሆኖልኝ ነበር። የስድስት መቶ ብር ደመወዝተኛ እያለሁ በብዙ ሺህ ብሮች የሚቆጠር ገንዘብ በጉቦ መልክ ሲቀርብልኝ ሁሌም ትዝ የሚለኝ አባቴ የራሱ ያልሆነ ገንዘብ ወደ ኪሱ እንዳይገባ የሚያደርገው ጥንቃቄ ነበር። ምንም እንኳን በወቅቱ ካላኝ ገቢዬ አንጻር ብሮቹ የሚያማግሉ ቢሆኑም አባቴ ትዝ ባለኝ ቁጥር የብሮቹ ቁጥር ከዜሮ በታች እንዳሉ ኔጋቲቭ ቁጥሮች እቆጥራቸው ነበር።

መጋቢ. አመሉ ጌታ

የትምህርት፤ የሥራና የሀገር ፍቅር

አባቴ ለዘመናዊው ትምህርት ልዩ ፍቅር ነበረው። እሱ አስከ 4ኛ ክፍል ብቻ ቢማርም እኛን አስራ አንድ ልጆቹን ግን ለማስተማር ከፍተኛ መስዋዕትነትን ከፍሏል። ለምሳሌ እኔ የገብሬ ልጅ ቢሆንም በሬ እንዴት ተጠምዶ እንሚታረስ እስከ ዛሬ ድረስ አላውቅም፤ ለዚህ ምክንያቱም ደግሞ አባቴ ነው፤ እሱ በሬ ጠምዶ እያረስ ላግዘው ወደ እርሻው ቦታ ስሄድ "አንተ ሂድና ትምህርትህን አጥና፤ ደግሞም እናንተ ነገ ከእኔ ጋር ስለማትሆኑ ለብቻዬ መስራትን ከወዲሁ መለማማድ አለብኝ" እያለ ይመልሰልኝ ነበር። አባቴ አሰላ እስር ቤት ሆኖ እንኳን ከሌሎች ወገኖች የሚያኙትን ፍራንክ እየቆጠብ ለልጆቹ ደብተርና እስክርብቶ መግዣ ይልክ ነበር። የሚገርመው አባቴ እኛን ከማስተማሩ

ኢንጅነር ጌታሁን

ባለፈም ከ10 በላይ የሀኑ የዘመድ ልጆችም እኛው ቤት እየኖሩ እንዲማሩ አድርጓል። ለዘመድ ልጆችም ማደሪያ ይሆን ዘንድ አንድ ቤት ግቢያችን ውስጥ በመስራት ያለ አንዳች ከፍያ ለአራት ዓመታት ያህል እስከ 8ኛ ክፍል ድረስ ይማሩ ነበር። እኛን ለማስተማር ስለከፈለው መስዋዕትነት በአንድ ወቅት "እኔ እናንተን ባላስተምራችሁ ኖሮ ስንት ፎቅ እሰራ ነበር?" በማለት የተናገረውንም መቼም የማልረሳው አባባሉ ነው።

ሥራን በተመለከተም አባቴ ትጉህ ገበሬ ነበር፤ በቡናና በብርቱካን ምርትም በአካባቢው ከሚታወቁ ገበሬዎች አንዱ ነበር። በተለይም አዳዲስ ምርጥ ዘር በገዛ መሬቱ ላይ ሞክሮ ውጤታማ ከሆነ በኋላ ልምዱን ለቀበሌው ገበሬዎች ያካፍል ነበር። ስለዚህም የመንግሥት የግብርና ባለሙያዎች አዲስ ምርጥ ዘር ለመሞከር ሁሉንም ገበሬዎች ማሳመን አይጠበቅባቸውም ነበር፤ አባቴ በቀበሌው ሕዝብ ተወዳጅ ስለነበረ (በደርግ ዘመን የቀበሌ ገንዘብ ያዥ ሆኖም አገልግሏል) መጀመሪያ እሱን ማሳመኑን ይመርጡ ነበር። ገበሬዎቹም የአባቴን ምክር ተቀብለው ተግባራዊ ያደርጉ ነበር።

አባቴ ለሀገሩ ለኢትዮጵም ልዩ ፍቅር ነበረው። እስከሚሞት ድረስ በብሔር ላይ የተመሠረተ ፖለቲካን ይጠላው ነበር። በሂደት ሕዝቦችን ከፋፍሎ ለእርስ በእርስ ግጭት ይዳርጋል የሚል እምነትም ነበረው። በ1992 ዓ.ም. በተደረገው የቀበሌ ምርጫም አባቴ በፕሮፌሰር በየነ ጴጥሮስ ለሚመራው የጎብረት ፓርቲ በገዛ ፈቃዱ ቀስቃሽ ሆኖ ነበር። ከጎብረት

የእንግልግሎት ሌጋሲ

ፓርቲ ጋር ለውድድር የቀረበው ብሔር ተኮሩ የኢሕአዴግ ፓርቲ ነበር። በወቅቱ አባቴ ገበሬዎቹ የነብረት ፓርቲን እንዲመርጡ የዘየደው መላ መቼም የሚዘነጋ አይደለም፤ ይኸውም ከሁለቱ ተፎካካሪ ፓርቲዎች መካከል የኢትዮጵያን ስም በተደጋጋሚ የሚያነሳ ፓርቲን ገበሬዎቹ እንዲመርጡ በግልፅ መቀስቀሱ ነበር። ይህን ማጣሪያ ያለፈው የፕሮፌሰር በየነ ፓርቲ ነበር። የኢሕአዴግ ፓርቲ ግን በቅስቀሳው ወቅት ከኢትዮጵያ ይልቅ የዘርና የብሔር ስሞችን ደጋግሞ በመጥራቱ በምርጫው በዝረራ ተሸነፈ።

***

መግቢያዬ ላይ እንዳነሳሁት አባቴና እናቴ ከዚህ ዓለም በሞት የተለዩት በመልካም ሽምግልና ዕድሜ ጠግበው ነበር፤ አባቴ በ105 ዓመቱ እናቴ ደግሞ በዘጠናዎቹ። በሕይወት ዘመናቸውም 11 ልጆችን፤ 27 የልጅ ልጆችና 2 የልጅ ልጅ ልጆችን ለማየት በቅተዋል። ከአስር ወንድሞቼና እህቶቼ ውስጥ አራቱ በህክምና ሙያ ሶስቱ በመምህርነት፤ ሁለቱ በአካውንቲንግ፤ አንድ በግብርና ሳይንስ እና እኔ ደግሞ በኬሚካል ኢንጂነሪንግ ሙያ ተሰመርተን እንገኛለን። ከአስራ አንዳችንም ውስጥ ደግሞ አራቱ ከነልጆቻቸው አሜሪካን ሀገር ይኖራሉ።

ስለ እኔ ሙያ ጥቂት ልበል፦ ከላይ ጠቀስ እንዳደረኩት እኔ የተመረቅሁት በኬሚካል እንጂነርነግ ሙያ ከአዲስ አበባ ዩኒቨርሲቲ ነው። የተሰማራሁት ደግሞ በቀለም ሳይንስና ቴክኖሎጂ ዘርፍ ነው። ጥናቶቼ ደግሞ በአብዛኛው የሚያተኩሩት ከውጪ ሀገር የሚገቡትን ምርቶች በሀገር ውስጥ በማምረት ላይ ነው። አስከ አሁንም ከአምስት ዓይነት ምርቶች ላይ ጥናት አድርጌ በአሁኑ ወቅት ምርቶቹን በብቸኝነት በሀገር ውስጥ በማምረት ላይ እገኛለሁ። ከዚህም በተጓዳኝነት ቀለማት በሰው ልጆች ሥነልቦናና አዕምሮ ላይ ስለሚያስከትሉት ተፅዕኖዎች ላይ ጥናት አደርጋለሁ። በጥቅሉ አስከአሁን ባደረኳቸው ስኬታማ ምርምሮች የተነሳ የተሸለምኳቸው ሽልማቶች ዝርዝር ይህን ይመስላል፦

ሀ) የኬሚካል መሐንዲሶች ማሕበር የ2002 ዓ.ም የዓመቱ የእንዱስትሪ ፈጠራ ሥራ ባለቤት ሽልማት

ለ). ኢ.ኤ.አ በ2005 "Best Ethiopian Inventor Award" ከዓለም አቀፍ አዕምሮ ንብረት ጥበቃ ፅ/ቤት ጄኔቫ (WIPO Award)

ሐ) ኢ. ኤ. አ በ2006 "Best Business Plan Aawrd" ከዓለም ባንክ

መ) ኢ. ኤ.አ በ2015 የዓመቱ ምርጥ የመካከለኛ እንዱስትሪ ሽልማት ከ"UNDP"

በመንፈሳዊ አገልግሎት ረገድ የእግዚአብሔርን ቃል በማስተማር፤ በሥነ ፅሑፍ፤ በዝማሬ አገልግሎትና የሙዚቃ መሳሪያን በመጫወት አገለግላለሁ። በተለይም የዝማሬ አገልግሎት ከ5 ዓመቴ ጀምሮ አብሮኝ የነበረ ሲሆን በሶሎ ከማገልገል ጎን ለጎን በዩኒቨርሲቲ ህብረትና በልደታ መካነ ኢየሱስ በህ መዘምራን ኻየር አገልግዬአለሁ። ከዚህም ባሻገር አንድ የመዝሙር አልበምም አሳትሜም ለአድማጮች አቅርቤአለሁ።

እስከአሁን ላለፍኩባቸው የስኬት ምዕራፌ ምክንያቱ እግዚአብሔር ነው። ይህ በሕይወቴ እንዲፈፀምም እግዚአብሔር መልካም ወላጆችን ስጥቶኛል፤ የወላጆቹ በጎ ተጽዕኖ መቼም የማዘነጋው አይደለም። ከሁሉም በላይ እነርሱ ለሌሌች ጥቅም መኖርን ኖረው አስተምረውኛል። የሕይወት እውነተኛ ትርጉሙም ያለው ለሌሎች መፈጠራችንን ከማገንዘብ ላይ ነው። አባቴ የመጨረሻ እስትንፋሱ ላይ ሆኖ ለእኛ ለልጆቹ አደራ ያለውም ከዚህ ሐሳብ ጋር የሚቃራኝ ነበር፦ "ልጆቼ ድሆችን እንዳትበድሉ" የሚል!!

፲፱

የወንጌል ቅብብሎሹ ሲቀጥል...!

በኢትዮጵያ ወንጌላዊው ክርስትና የሦስት ትውልድ እድሜ እንዳለው አጠቃላይ ስምምነት አለ። የመጀመሪያ ትውልድ በአሥራ ዘጠኝ ሃያዎቹ የፕሪስቢተሪያንን ሚሽነሪን ወደ ደቡብ ኢትዮጵያ ማቅናትን ተከትሎ የሚሽነሪዎቹ የወንጌል ፍሬ የሆኑት እንደ ወንጌላዊ ደስታ፣ ወንጌዊላ ዮሐንስ አንሼቦ፣ ወንጌላዊ ሔራሞ፣ ወንጌላዊ ኤሊያስ፣ በወለጋ ደግሞ በነበሩት የስዊዲሽ ሚሽን አገልግሎት ከተገኙት ቄስ ጉዲና ቱምሳን የመሳሰሉት የመጀመሪያው ትውልድ ተብሎ ሲጠራ፣ በአሥራ ዘጠኝ መቶ ሃምሳዎቹ አጋማሽ የተማሪዎችን የወንጌል ንቅናቄ ተከትሎ በየትምህርት ቤቱ የተቀጣጠለው የወንጌላውያን ክርስቲያኖች ንቅናቄ እንደ ሁለተኛው ትውልድ ተቆጥሮ ፣ አንጸራዊ የሃይማኖት ነጻነት አስገኘ ከተባለው ከዘመነ ኢህአዴግ ወዲህ ያለው ሦስተኛው አልያም አዲሱ ትውልድ በሚለው ብዙዎች ይስማማሉ።

ወንጌል ወደ አዲሱ ትውልድ ይደርስ ዘንድ የፈተኞቹ በብዙ መከራ፣ ስደት፣ እስራትና ሞት ውስጥ አልፈው ወንጌልን ከነ ሙሉ ከብሩ ለቀጣዩ ትውልድ አድረስዋል። ሁለተኛውም ትውልድ ከሃይማኖት የለሹ የኮሚኒስት ሥርዓት ጋር በነፍሱ ተወራርዶ፣

"የሉም ሲባል ይኖራሉ

የእንግልግሎት ሌጋሲ

ጠፉ ሲባል ይበዛሉ

ሲዋለዱ ብዙ መንታ

ሩጫቸውን ማን ሊገታ

አይታከቱም ይሄዳሉ

አይደክሙም ይበረታሉ

እንደ ንስር ይበራሉ

እጥፍ ድርብ ያፈራሉ...”[27] በማለት መዝሙረኛው እንደተቀኘው፤ በመከራ፤ በእስራትና በሞታቸውን ብዙዎችን ወደ እግዚአብሔር መንግሥት ማርከው እንደ ዱላ ቅብብሎሽ ወንጌልን ወደ ተተኪው ትውልድ አድርሰዋል።

የሁለተኛው ትውልድ የወንጌል አገልጋይ ሲታሰብ ከእነሱ ቀደምት የሆኑት አባቶች ውርስ በእነሱ መቀጠሉና ፍሬው'ም ወደ ሦስተናው ትውልድ እየበዛ እየሰፋ ሕያው ምስክር የሚሆኑን በርካቶች ናቸው።

ከምዕራፍ ስድስት ጀምሮ የተመለከትናቸው የአባቶች የእንግልግሎት ሌጋሲ እና የልጆቻቸው በነ ተጽእና በዚያን ጊዜ ያልቆመና ዘሬም ያለ ጌታ እስከሚመጣባት ቀንም እንደሚቀጥል ማሳያ የሆኑትን በቀጣይ መጽሐፍ ቅጽ ሁለት በሰፈው ለምንመለከታቸው አገልጋዮች እንደ መሸጋገሪያ የተወሰኑትን ከዚህ ቀጥለን በአጭሩ እንመለከታለን።

ዶ/ር ቤተ መንግሥቱ

በ1950ዎቹ መጨረሻ ላይ በሐረር መምህራን ማሠልጠኛ ጌታን ካገኙትና የመጀመሪያ የመንፈስ ቅዱስን ጉብኝት ከተካፈሉ ወጣቶች መካከል ስማቸው ጎልቶ ከሚጠቀሱት ውስጥ አንዱ ዶ/ር ቤተ መንግሥቱ ሲሆኑ፤ በአገልግሎታቸው'ም ለኢትዮጵያ ወንጌላውያን ክርስቲያኖች ብቻ ሳይሆን በአፍሪካም ውስጥ ለሚገኙ ወንጌል አማኞች ጉልህ ሚና ያበረከቱ አባት ናቸው።

ዶ/ር ቤተ መንግሥቱ፤ ትውልዳቸው በቀድሞው ጎጃም ክፍለ ሀገር ሲሆን ፤ ሐረር ለዕጨ

መምህርነት ኮርስ በመጡበት ወቅት በደም ካንሰር ተይዘው ለመኖር ተስፋ በቆረጡበት ሁኔታ ውስጥ ሆነው እየጸለዩና መጽሐፍ ቅዱሳቸውንም እያነበቡ፣ በበራላቸው የወንጌል ብርሃን ጌታ ኢየሱስ ክርስቶስን የተቀበሉና ፈውስንም ያገኙ አባት ናቸው።

ዶ/ር ቤተ መንግሥቱ በአሁኑ ወቅት የ75 ዓመት የእድሜ ባለጸጋ ሲሆኑ፣ በአገልግሎት ውስጥም ከግማሽ ክፍለ ዘመን በላይ ዘልቀዋል።

እኒህ የወንጌል አገልጋይ ከመድረክ ስብከትና ትምህርታቸው ባለፈ፣ ታላቅ ሀገራዊና አህጉራዊ ራእዮችን የነበራቸውና በዚህም ራእያቸው መልካሙን የወንጌል ተጽእኖ በብዙዎች ላይ ያመጡ፣ ከኢትዮጵያዊያን መንፈሳዊ አባቶች አንዱ ናቸው።

መቀመጫውን በአገረ ኬንያ አድርጎ ለረጅም ዓመታት ለአፍሪካ አገሮች መጽሐፍ ቅዱስን በማሳተምና በማሰራጨት የሚታወቀውን ኢንተርናሽና ባይብል ሶሳይቲ በመምራት ታላቅ አህጉራዊ አስተዋጽአ ያደረጉ ከመሆኑም በላይ፣ የደርግ መንግሥት ወደ ሥልጣን መምጣቱን ተከትሎ ብዙዎች ወደ ጎረቤት አገር ኬንያ በሃይማኖት እና በፖለቲካ ልዮነት ሲሰደዱ፣ ወንጌል አማኞቹን በማሰባሰብ፣ የፖለቲካ ስደተኞቹን ደግሞ በወንጌል በመድረስ፣ ብዙዎችን የሥነ-መለኮት እና የአማራ ትምህርት እንዲማሩ በማድረግ ለኢትዮጵያ ቤተ ክርስቲያን መጋቢና መሪዎችን በማብቃት ታላቅ አስተዋጽአ አድርገዋል። በኬንያ የምትገኘውን የኢትዮጵያ የስደተኞች ቤተ ክርስቲያንን በመጀመርና በመምራት ለስደተኞች የተለያዩ ሁኔታዎችን በማመቻቸት ለብዙዎች አባትም ናቸው።

የኬንያ አገልግሎታቸውን ጨርሰው ወደ ኢትዮጵያ ሲመለሱም የጉባኤ እግዚአብሔር ቤተ ክርስቲያንን በአገር ውስጥ በመትከል የዚሁ ቤት እምነት ቅርንጫፎች በበርካታ የአገሪቱ ቦታዎች እንዲስፋፉ ምክንያት ከመሆን ባለፈ፣ ግዙፍ የሥነ-መለኮት ኮሌጅ እንዲከፈት ምክንያት የሆኑ ናቸው።

ከጉባኤ እግዚአብሔር ከለቀቁም በኋላ ቤዛ ዓለም አቀፍ ቤተ ክርስቲያንን በመትከል ሀገር ውስጥ ሆኖ ዓለም አቀፍ ይዘት ያለውን አጥቢያ በማደራጀት በአዲስ አበባ የሚገኙ የአፍሪካና የተለያዩ የውጭ አገር ዜጎች በአንድ ቋንቋ በነብረት ጌታ ኢየሱስ ክርስቶስን የሚያመልኩበትን በመትከል፣ በዮሐንስ ራእይ፣ "በደምህም ለእግዚአብሔር ከነገድ ሁሉ ከቋንቋም ሁሉ ከወገንም ሁሉ ከሕዝብም ሁሉ ሰዎችን ዋጅተህ ለአምላካችን መንግሥትና ካህናት ይሆኑ ዘንድ አደረግሃቸው"(ራዕ.5፥10)። የሚለውን ምስል የሚያሳይ ጉባኤ በበላይነት ይመራሉ።

ዶ/ር ቤተ መንግሥቱ እይታ ከኢትዮጵያዊያን ባለፈ ሌሎች ዜጎችንም ያካተተ ለመሆኑ

ማስረጃ በየዓመቱ "አፍሪካ ተነሺ" በሚል ራእይ የአፍሪካ መሪዎችንና በአህጉሪቷ ላይ ተጽእኖ አምጭ የሆኑት ሰዎችን ተደራሽ ያደረጉ ፕሮግራሞችን በማድረግ በቃለ እግዚአብሔር ያስታጥቃሉ::

በኢትዮጵያ ወንጌላውያን ክርስቲያኖች ዘንድ ካሉት በርካታ መጋቢያን ጀርባ የዶ/ር ቤተ መንግሥቱ አሻራ እንዳለ ብዙዎች የሚስማሙበት ከመሆኑም በላይ በአሁኑ ወቅት የኢትዮጵያ የእርቅና ሰላም ኮሚሽን አባላት መካከል አንዱ ናቸው::

ከዶ/ር ቤተ ጎን ሁሌ ተጣቃሽ የሆኑት በተለይም በወንጌላውያን ክርስቲያኖች ዘንድ የሴት አገልጋዮች ግንባር ቀደምት የሆኑት የትዳር አጋራቸው እትዬ ሶፊያ ፣ በሴቶች አገልግሎት ላይ ትልቅ ሽከም ያላቸውና ለብዙዎች ምሳሌ የሆኑም ናቸው::

የአባቶች የጽድቅ አገልግሎት ወደ ልጆች በበጎ ተጽእኖ እየተሻገረ ለመሆኑ እንደማሳያ ከሚሆኑን ከእኚህ የወንጌል አገልጋይ ወላጆች የተገኙት ሁስት ወንዶች ልጆች፣ መካከል የመጀመሪያው ፓስተር ዘሩባቤል ቤተ ፣ የቤዛ ዓለም አቀፍ ቤተ ክርስቲያን ዋና መጋቢ ሲሆን በመስበክና በማስተማር እንዲሁም አጥቢያዋን በመምራት ከኢትዮጵያኖች ባለፈ በሥሩ ባሉት የተለያዩ ዓለም ዜግነት ባላቸው የአጥቢያ ቤተ ክርስቲያኗ ምእመናን ላይ ተጽእኖ እያመጣ ያለ አገልጋይ ነው::

ፓስተር ዘሩባቤል ከወላጆቹ እንደ ዱላ ቅብብሎሽ እጁ ላይ ያረፈውን የወንጌል አደራ ተረክቦ ለእግዚአብሔር ከብር ለሰዎች ጥቅም የሆነ ፍሬያማ አገልግሎት እየሰጠ ያለ የሥስተኛው ትውልድ አካል ነው::

ዶ/ር ቤተ መንግሥቱና እትዬ ሶፊያ ሁለት ልጆቻቸውም ቢሆን በአጥቢያ ቤተ ክርስቲያናቸው ውስጥ የአገልግሎት ተሳታፊ ሲሆኑ በንግዱና በሥራ ፈጠራው ዓለም የሚታይ ተጽእኖ እያመጡ ያሉም ናቸው::

ዶ/ር ቤተ መንግሥቱና የእትዬ ሶፊያ ሥስቱም ልጆቻቸው አግብተው እናትና አባታቸውን የሰባት ልጆች አያት ያደረጉ ከመሆኑም ባለፈ መላ ቤተሰቡ የክርስቶስ መንግሥት በሁለተናቸው ተግተው ያገለግላሉ::

ፓስተር ጸድቁ አብዶ

ፓስተር ጸዲቁ በ1949 ዓ.ም በአሁኑ አፋሲ ዞን ዶዶታ ወረዳ ከሙስሊም ቤተሰብ የተወለዱና በትምህርት ቤት ጓደኛቸው በኩል የጌታ ኢየሱስ ክርስቶስ አዳኝነት

ተመስክሮላቸው ጌታን ያገኙ ሲሆን ወንጌል ሕይወታቸውን ቀይሮ ጌታን እንዳገኙ ወዲያውኑ የወንጌል አገልግሎት በመጀመር ከ45 ዓመት በላይ ጌታን ያገለገሉ አባት ናቸው።

ፓስተር ጻድቁ አብዶ፤ ጌታን እንዳገኙ ከቤተሰባቸውና ከዘመዶቻቸው በእምነት ምክንያት በመሰደድ ዋጋ እየከፈሉ ከመኖራቸውም በላይ በደርግ ጊዜ በነበረው የኮሚኒስት ሥርዓት በባሌና በሌሎች አካባቢዎች ባለው የወንጌል አገልግሎት ምክንያት በእስራትና በተለያዩ መንገዶች ዋጋ ከፍለዋል። በብዙ ውጣ ውረድ በሞትና በሕይወት መካከል አልፈው በመጽናት፣ የባሌ ክፍለ ሀገርን በልጅነት እድሜአቸው በወንጌል ያረሱ ፣ በጽድቅ አቋማቸው ምክንያት የወንጌል አገልጋዮች ነን በሚሉ ወገኖቻቸው በምላስ ጅራፍ እየተገረፉ ፣ በኢትዮጵያ የወንጌል አገልግሎት ላይ ከፍተኛ አስተዋእዖ ያደረጉ አንጋፋ አገልጋይ ናቸው።

በባሌ ክፍለ አገር የነበረው የወንጌል አገልግሎት ሲነሳ በቁጥር አንድ ስማቸው የሚነሳው ፓስተር ጻድቁ አብዶ ከልጅነታቸው ጀምሮ ላመኑበት ነገር ግንባራቸውን ከመሥጠት ወደ ኋላ የማይሉ ከመሆናቸው የተነሳ የደርግ መንግሥትን ስደትና እስራት ተቋቁመው ብዙ አጥቢያ ቤተ ክርስቲያንን ተክለዋል። የአመኞች የመጽናናት፣ የአቋም ሰው የመሆን አርአያነትን በዘመናቸው ሁሉ አንጸባርቀዋል። ቀጥተኛና እውነተኛ በመሆን ለጽድቅ ጨክነው የመሄድ፣ ላመኑበት የወንጌል እውነት የመታመን፣ ማመቻመችንና አስመስሎ መኖርን የመጸየፍ ጠንካራ አቋማቸው በአዲሱ ትውልድ ጭምር ይታወቃል።

ከልጅነት እስከ ሽምግልና እድሜአቸውን ወንጌል በመስበክና በማስተማር፣ ቤተ ክርስቲያንን በመምራት ያገለገሉት እኚህ አንጋፋ አባት በኢትዮጵያ ሙሉ ወንጌል አማኞች ቤተ ክርስቲያን በፀሐፊነት ለስምንት ዓመታት በመምራት ቤተ እምነቷ የሥነ መለኮት ሴሚናሪ በፕሪንሲፓልነት እና በሥነ-መለኮት አስተማሪነት በማገልገል የወንጌል አሻራቸውን አኑረዋል።

በአሁኑ ወቅት የኢትዮጵያ ወንጌላውያን አብያተ ክርስቲያናት ኅብረት ፕሬዝዳንትና የኢትዮጵያ የሃይማኖት ተቋማት ጉባኤ የበላይ ጠባቂ ሆነው በማገልገል የሚገኙት ፣ ፓስተር ጻድቁ የሁለት ሴቶችና የአንድ ወንድ ልጅ አባት ሲሆኑ፣ ሴቶች ልጆቻቸው የከፍተኛ ትምህርታቸውን በኢንዱስትሪያል እና በኤሌትሪካል ምሕንድስና የተከታተሉ ሲሆን፣ ወንዱ ልጃቸው ደግሞ በሜካኒካል ምሕንድስና የመጀመሪያ ድግሪውን የሠራና ሁለተኛ ድግሪውን ደግሞ በባቡር ቴክኖሎጂ ፤ እንዲሁም በሥነ-መለኮት አግኝቷል።

የአገልግሎት ሌጋሲ.

በኤሌትሪካል ምህንድስና የተመረቀችው ልጃቸው በጣሊያን አገር ሮም ውስጥ በፎዳፎን ካምፓኒ በኃላፊነት እየሠራች ትገኛለች::

የፓስተር ጸድቁ ሦስቱም ልጆቻቸው በመልካም ትዳር የተባረኩና ከታላቅ ልጃቸውም የአያትነት ማዕረግ ያገኙ አባት ናቸው:: ልጆቻቸው ጌታን የሚወዱና በየአጥቢያ ቤተ ክርስቲያናቸው የአባታቸውን አምላክ በመሰጠት የሚያገለግሉም ናቸው::

ወንጌላዊ ሽመልስ ረጋ

በምስራቅ ኢትዮጵያ ያለው የወንጌል አገልግሎት ሲነሳ ስማቸው አብሮ ከሚነሳው የወንጌል አገልጋዮች የሰማንያ አመቱ የእድሜ ባለ ጸጋና በብዙዎች ዘንድ ጋሽ ሽሜ በሚል አባታዊ የአክብሮት ስም የሚነሱት ወንጌላዊ ሽመልስ ረጋን አለማንሳት አይቻልም::

በአፍላው የወጣትነት እድሜአቸው በጽኑ ሕመም የአልጋ ቁራኛ ሆነው ተስፋ በራቃቸው ወቅት የሐረር መምህራን ማሰልጠኛ ተማሪ በነበሩት አሠፋ አለሙ [በኋላ ፓስተር]፤ ዘለቀ ዓለሙ [በኋላ ፓስተር፤ ዶ/ር] እና በወንድም ጌታቸው ምክሩ በኩል ወደ ጌታ የመጡትና የልቦና ብርሃንን ያገኙት እነሂህ አባት፤ ከ1955 ዓ/ም ጀምሮ በሕመማቸው ምክንያት የአልጋ ቁራኛ ቢሆኑም፤ ስለ ጽኑ ሕመማቸው "እግዜር ይማርህ" ለማለት ቤታቸው በሚመጡት ወዳጅ ዘመድ የእውነትን መንገድ በመመስከር አገልግሎት የጀመሩ ሲሆን ወደ አሥር ዓመት በአልጋቸው ጫፍ ተቀምጠው የሰንበት ትምህርት ጭምር በማስተማር በዚያን ወቅት በሐረር በነበረው የወንጌል እንቅስቃሴ የራሳቸውን አሻራ አኑረዋል::

ከእድሜ ባለጸግነታቸው ጋር በተያያዘ በአሁኑ ወቅት በጡረታ ላይ ያሉት እነሂህ አንጋፋ አባት በቤታቸው ውስጥ ሁነው ሊጠይቋቸው ለሚመጡ፤ በስልክ ምክራቸውንና ትምህርታቸውን ለሚፈልጉ ቅዱሳን አሁንም በማገልገል ላይ ናቸው::

የአካል ጉዳተኝነቴ ሳይገድበው በጸጋው ብዙዎችን እንድጠቅም የረዳኝ፤ በእድሜም ባለጸጋ ያደረገኝን አምላክ በሕይወት ፈቅዶ ባኖረኝ ዘመን ሁሉ አገለግለዋለው የሚሉት እነሂህ የወንጌል አገልጋይ፤ በ1970 ዓ.ም በትዳር ተጣምረው ፤ በሦስት ሴት፤ በአንድ ወንድ ልጅ የተባረኩ ሲሆን፤ አራቱም ልጆቻቸው በትምህርታቸውን ከዲፕሎማ እስከ የመጀመሪያ ዲግሪ የሥሩና በተማሩበት ሙያ አገራቸውን የሚያገለግሉ፤ ጤናማ ትዳር የመሠረቱና ወላጆቻቸውን የአያት ማዕረግ ያሳዩም ናቸው:: ሁላቸውም ጌታን የሚወዱና በአጥቢያ ቤተ ክርስቲያናቸውም አገልጋዮች ናቸው::

ጋሽ ሸማዬ በእድሜ ባለጸግነታቸው አሁንም ጌታን እያመለኩ፣ የምክር አገልግሎትን እየሰጡ በመልካም ኑሮ እና ቤተሰብ ተከበው ያሉ አንጋፋ አባት ናቸው።

ፓስተር ተክለመድህን ከተማ

ከአዋሽ ማዶ በምሥራቅ ኢትዮጵያ እግዚአብሔር በምሕረቱ ከተጠቀመባቸው መሪ አገልጋዮች መካከል አንዱ ፓስተር ተክለ መድኀን ሲሆኑ በሐረር ሙሉ ወንጌል ቤተ ክርስቲያን አሻራቸው በጉልህ ይታያል።

የደርግ ወታደራዊ መንግሥት በእምነታቸው ምክንያት ዋጋ ካስከፈላቸው ውስጥም ይገኙበታል። ግማሽ ክፍለ ዘመንን በዘለቀው አገልግሎታቸው በርካታ አጥቢያ ቤተ ክርስቲያንን ተከለዋል፤ ቤተ ክርስቲያንን መርተዋል። በባዕድ አምልኮ እና በእስልምና ከተወረረው የምስራቁ የአገራችን ክፍል በወንጌል ብርቱ ተጋድሎ አድርገዋል። ከሌሎች የመከሩ ሠራተኞች ጋር በመሆን በምስራቅ ኢትዮጵያ ሰላሳ ሁለት አጥቢያ ቤተ ክርስቲያናት እንዲከፈቱ ምክንያትም ናቸው።

በወንጌል አገልግሎት ምክንያት በሐረር፣ በጅግጅጋ፣ በገላአድን፣ በሆሳዕናና በሀለታ በተለያዩ ወቅቶች በእስር አሳልፈዋል። ከእነዚህ የእሥር ጊዜያት ጋር ተያይዞ ሦስት ጊዜ የሞት ፍርድ ተፈርዶባቸው በእግዚአብሔር ምሕረትና ፈቃድ ተርፈው የእድሜ ባለጸጋ በመሆን አሁንም በወንጌሉ አገልግሎት ውስጥ ይገኛሉ።

በ1977 ዓ.ም ካገቡት ሚስታቸው ሲ/ር ማርታ ጋር የ35 ዓመት የትዳር ዘመን ያላቸው ሲሆን፣ በሁለት መልካም ወንድ ልጆች ተባርከው ፣ ኑሮአቸውም ቀንቶላቸዋል።

ጋሽ ዘሚካኤል ተስፋዬ

ኢትዮጵያ ጥንታዊት አገር ብቻ ሳይሆን ጥንታዊ አጋንንትም ያለባት ናት እስከመባል ያደረስ የክርስቶስ መንፈስ ተቃዋሚ የሆነ አሠራር በግላጭ ዛሬም ድረስ በሰሜን ኢትዮጵያ እንዳለ ይታወቃል።

የሀይማኖት ነገር ሲነሳ "እረ በአርባ አራቱ ታቦት" ተብሎ መኻላ በሚፈጸምባት ጥንታዊቷ ጎንደር፣ ታቦታችን ኢየሱስ ነው የሚል እምነት ውጋዝ ከመአርዮስ ከመሆኑም በላይ የሕይወት መሥዋዕትነት የሚጠይቅ ነው።

በዚያ ቦታ ወንጌልን ለመሥበክ፦ "እኔ ከአንተ ጋር ነኝ፤ ማንም ክፉ ሊያደርግብህ

የእገልግሎት ሌጋሲ

የሚኒነሣብህ የለምና አትፍራ፤ ነገር ግን ተናገር ዝምም አትበል፤ በዚህ ከተማ ብዙ ሕዝብ አሉኝና "(የሐዋ.18፤10) የሚል መለኮታዊ ድምፅ መስማት አልያም ሕልምን ማየት ግድ ይላል። እንዲህ ያለ መለኮታዊ ምሪትንና ማጽናናትን ያገኙ ለመከፉ ሥራ ጨክነው የሚያስከፍለውን ዋጋ ሁሉ ከፍለው በወንጌል ይጋደላሉ። ከእነዚያ መለኮታዊ ምሪትን ካገኙ የወንጌል ተጋዳይ ውስጥ ደግሞ ጋሽ ዘሚካኤል ተስፋዬ ከጎንደሩ የወንጌል እንቅስቃሴ ጋር በተያያዘ ስማቸው ይነሳል።

ጋሽ ዘሚካኤል በጎንደር የተተከለችው የሙሉ ወንጌል ቤተ ክርስቲያን ከምስረታዋ ጀምረው ላለፉት አርባ ዓመታት ዘልቀዋል።

ጋሽ ዘሚካኤል በጎንደር ከተማ ከተሰደዱት ጋር ተሰደው፤ ስለ ወንጌል መከራውን መካፈል ብቻ ሳይሆን ልጆቻቸውን በዚያች ከተማ ሲያሳድጉ ለአቅም እውቀት ያልደረሱት ብላቴኖቻቸው ስለ እምነት መገንዘብ፣ ግራ እና ቀኝ መለየት በማይቻላቸው ጊዜ በሰፈራቸው ውስጥ "ጄንጤ" እየተባሉ መጠቆሚያ ፣ ውሉን ባለየት ነገር መገለፃ ታርጋ ተለጥፎባቸው ያደጉ ሲሆን፤ እነዚህ ብላቴኖች ለአቅም እውቀት ሲደርሱ፤ በወላጆቻቸው እምነት ምክንያት በተገለሉበት ከተማ፣ ከማነበራዊ ሕይወት የሚያስገልል እምነት እና አገልግሎት ነው ወላጆቻችን የሚከተሉት ከማለት ይልቅ፣ ወላጆቻቸው በከተማዋ የሚከፍሉት ዋጋ ለከበረ ሰማያዊ መንግሥትና ርስት እንደሆነ አውቀው በአፍላ የወጣትነት እድሜአቸው የወላጆቻቸውን ፈለግ ተከትለዋል። በከተማዋ ውስጥ በተለይም በአሥራ ዘጠኝ ሰማኒያዎቹ አጋማሽ ለተቀጣጠለው የወንጌል ሪቫይቫል ለጥቂት ጊዜ ወደ ዓለም ሄዶ በኋላም እንደ ጠፋው ልጅ ተጸጽቶ ወደ ጌታ የተመለሰው ልጃቸው ፓስተር መዝሙር ዘሚካኤል በዋነኝነት ይጠቀሳል።

የፓስተር መዝሙር ወደ ጌታ መመለስና አገልግሎት መጀመር ተከትሎ ከተማዋ ላይ ከፍተኛ የሆነ የወንጌል መቀጣጠል የነበር ሲሆን በአንጻሩም ደግሞ ይኼንን ከፍተኛ የሆነ የወንጌል እንቅስቃሴ በከተማዋ ባሉት ወንጌል አማኞች ላይ ስደትን እስከማስነሳት ጠላትን ያስቆጣም ነበር።

ጋሽ ዘሚካኤል ከባለቤታቸው የተወለዱት አራት ልጆችና ሁለት የሙት ልጆችን ያሳደጉ ሲሆን ፤ ሦስቱ ልጆቻቸው የወላጆቻቸውን ፈለግ ተከትለው የሙሉ ጊዜ አገልጋዮች ሆነዋል።

ፓስተር መዝሙር በነቢያዊ አገልግሎቱ የኢትዮጵያ ከተሞችንና ገጠሮችን በወንጌል የዘረና ያገለገለ ከመሆኑም ባለፈ Jewish Voice የተሰኘው የበጎ አድራጎት ድርጅትን

የአፍሪካ ዳይሬክተር በመሆን በኢትዮጵያና በአፍሪካ አገሮች ለሚገኙ ቤተ እስራኤላውያን በወንጌል እና በሁለተናዊ አገልግሎት ከፍተኛ አስተዋፅዖ ለበርካታ ዓመታት ያደረገና በአሁኑ ወቅት በአሜሪካን አገር ሜሪላንድ ውስጥ በአገልግሎት ውስጥ የሚገኝ ሲሆን፤ ሐዋርያው ሳሚ ዘሚካኤል በጎንደር፤ ፓስተር አሸናፊ ዘሚካኤል ደግሞ በአዲስ አበባ በሙሉ ወንጌል ቤተ ክርስቲያን በማገልገል ላይ ይገኛሉ::

ሌሎች ሦስት ልጆቻቸው በአውስትራሊያና በአሜሪካ አገር የሚኖሩና ጌታን ከልባቸው የሚወዱ፤ በየአሉበት አጥቢያ ቤተ ክርስቲያን በታማኝነት የሚያገግሉም ናቸው::

ስለ ወንጌል በጽድቅ ጨከነው ያገለገሉ ቤተሰብ ልጆችን እግዚአብሔር የወላጆቻቸውን ፈለግ ተከትለው በጎ ተጽእኖ ፈጣሪ እስኪሆኑ ድረስ እንደሚባርክ እና ለወንጌሉ ቀጣይ ሥራ ልጆቻቸውን እንደሚጠቀም የጋሽ ዘሚካኤል ልጆች አይነተኛ ማሳያ ናቸው::

ቄስ ደረጄ ጀምበሬ

የኢትዮጵያ ወንጌል አማኞች አብያተ ክርስቲያናት ካውንስል ምስረታ ዋዜማ ላይ የምክር አሰብ አቅራቢ ኮሚቴ ሆነው ከፈት ለፈት ይታዩ ከነበሩት ውስጥ አንዱ ቄስ ደረጄ ናቸው::

ቄስ ደረጄ በካውንስሉ ምስረታ ላይ በነበራቸው አስተዋፅዖ በርካታ ወንጌል አማኞች ያውቋቸዋል:: እኒህ የወንጌል አገልጋይ በሰሜን ኢትዮጵያ በወሎ ክፍለ ሀገር የወንጌል አገልጋይ ሁነው ከፍተኛ ዋጋ ከከፈሉት ውስጥ አንዱ ሲሆኑ በመካነ ኢየሱስ ቤተ ክርስቲያን ከአጥቢያ መጋቢነት እስከ ቤተ እምነት መሪነት በዘለቀው የኣርባ ዓመታት የወንጌል አገልግሎታቸው ለወንጌላዊው ክርስትና በጎ ተጽዕኖ ካሳደሩትና የቀደምት አባቶች የአገልግሎት ሌጋሲ ካስቀጠሉት የእምነት አባቶች አንዱ ናቸው::

ቄስ ደረጄ ወንጌላዊ ሆነው በተመደቡበት የወሎ ክፍለ ሀገር የቤተ ክርስቲያን ተከላንና የልማት ሥራን በመሥራት፤ በዚያ አካባቢ በውጭ አገር ሚሽነሪዎች ተጀምሮ የነበረና የእነሱን ከስፍራው መልቀቅ ተከትሎ የፈረሰውን የመካነ ኢየሱስ የሰሜን ሲኖዶስ መልሰው በማቋቋም፤ ሲኖዶሱ ደሴ ከተማ ቢሮውን አድርጎ ወሎ፤ አፋር፤ ባህር ዳርና ትግራይ አስተሳስሮ እንዲሠራ በማድረግ ወሳኝ ተግባር ከውነዋል::

በቤተ እምነታቻው የሀገር አቀፍ መካነ የኢየሱስ አፌሰር በመሆንም አራት ዓመታት፤ እዲሁም የቤተ እምነቱ ምክትል ፕሬዚደንት በመሆን ለስምንት ዓመታት የሀገር አቀፉን ቢሮ በመምራት ያገለገሉ አባት ሲሆኑ፤ ለአገር ባላቸው ሸክም በኢትዮጵያ ሐይማኖት

ተቋማት የቦርድ አባል በመሆን በሃይማኖቶች መካከል መቻቻልና ሰላም እንዲኖር ሚናቸውን እያበረከቱ ከመገኘታቸውም በላይ በመንግሥት እርቅ ኮሚሽን ውስጥም ተካተው መንግሥትንና ሕዝብን በማቀራረብ ሥራ ላይ በርካታ ተሳትፎዎችን በማድረግ ላይ ቢሆንም አቅጣጫ የክርስቶስን ሰላም ለመግለጽ እየተጉ የሚገኙ አባት ናቸው።

ቄስ ደረጄ በትዳራቸው በአራት ልጆች የተባረኩ ሲሆን አንድ የቤተሰባቸውን ልጅ ጨምረው አንደ እግዚአብሔር ቃል የመንፈሳዊነቱንም ሆነ የወላጅ አባትነት አደራቸውን በመወጣት አሳድገው ለቁም ነገር አብቅተዋቸዋል። ሁለቱ ልጆቻቸው በአሜሪካን ሀገር ሲኖሩ ፡ አንዲ ሴት ልጃቸው ኢትዮጵያ ውስጥ በግል ድርጅት ውስጥ ትሠራለች። ሌላኛው ልጃቸው በኢትዮጵያ የካናዳ ስደተኞች ድርጅት ውስጥ በኃላፊነት የሚሠራ ሲሆን ሌላኛው የኮምፒውተር ባለሙያ የሆነው ልጃቸው ደግሞ ከሙያው ጎን ለጎን የአባቱን ፈለግ በመከተል ወደ ወንጌል አገልግሎት እየገባ ነው።

ፓስተር ዮሐንስ ባሰና

በኢትዮጵያ ቃለ ሕይወት የቤተ ክርስቲያን ታሪክ ውስጥ ከእነ ወንዳዮ ዘመን በኋላ በደቡብ የወንጌል አገልግሎት ተጠቃሽ ከሚሆኑ መሪ ወንጌል ሰባኪ አገልጋዮች አንዱ ፓስተር ዮሐንስ ባሰና ናቸው።

"ከአምላኬ ቀጥሎ ለዚህ ቀን ያበቃኝ የእናቴ ጸሎት ነው" የሚሉት እናታቸው የእሳቸው ተከታይ አንደወለዱ ነበር ወደ ጌታ የሄዱት።

ግማሽ ክፍለ ዘመን በዘለቀው አገልግሎታቸው የኢትዮጵያን ገጠሮችና ከተሞች በወንጌል ደርሰዋል። በአሁን ወቅት የሰባ ሁለት ዓመት የእድሜ ባለ ጸጋ የሆኑት እኒህ የወንጌል አገልጋይ በዚህ ዕድሜአቸው እንኳ ዛሬም እንደ ካሌብ፤ "ሙሴም በላከኝ ጊዜ እንደ ነበርሁ፥ ዛሬ ጉልበታም ነኝ፤ ጉልበቴም በዚያን ጊዜ እንደ ነበረ፥ እንዲሁ ዛሬ ለመዋጋት ለመውጣትም ለመግባትም ጉልበቴ ያው ነው" ያሉ ተወዳጅ ሰባኪና የቤተ ክርስቲያን መሪ ናቸው።

በወላይታ ሶዶ ከሚገኙ የቃለ ሕይወት አጥቢያ ቤተ ክርስቲያን ውስጥ ፓስተር ዮሐንስ ባሰና በዋና መጋቢነት የሚመሩት አጥቢያ በሽዎች የሚቆጠሩ ምእመንን ያያዘው ሲሆን "የሶዶ ስታዲየም ቃለ ሕይወት ቤተ ክርስቲያን" በመባል ይጠራል።

ፓስተር ዮሐንስ በወላይታና አካባቢው አንታቂ በሆነው ስብከታቸውና በባህላዊ ዝማሬያቸው የሚታወቁ ሲሆን፤ ለበርካታ ዓመታት መቀመጫቸውን በደብረ ዘይት

ከተማ አድርገው በሀገሪቷ ያሉ አካባቢዎችና ውጭ ሀገራት አየዞሩ ወንጌልን በመስበክ ለብዙዎች የሕይወት ለውጥና መዳን ምክንያት ሆነዋል::

ፓስተር ዮሐንስ በትዳራቸው በአራት ሴትና በስድስት ወንዶች ልጆች የተባረኩ ሲሆን፣ ልጆቻቸውን ሁሉ እንደ እግዚአብሔር ቃል የመፉና ያሳደጉም ብቻ ሳይሆን ለቁም ነገር ያበቁ አባት ናቸው:: ከልጆቻቸውም ውስጥ አንዱ የሙሉ ጊዜ አገልጋይ በመሆን የአባቱ ተተኪ እና ወደ አራተኛው ትውልድ አሽጋጋሪ ለመሆን በመከሩ ሥራ አየተጋ ይገኛል::

ከልጆቻቸው መካከል አራቱ ሁለተኛ ድግሪ ያላቸው ሲሆን፣ በደብረ ዘይት የመከላከያ ኢንጂነሪንግ ኮሌጅ ዲን የሆነው ሌተናል ኮለኔል ገነቱ ዮሐንስና በአሜሪካን አሃዮ ግዛት የሚገኘው አንደኛው ልጃቸው የዶክትሬት ድግሪያቸውን በመማር ላይ ይገኛሉ:: ሌላኛው ልጃቸውም በአሜሪካን ሀገር የሚኖር ሲሆን፣ በአገር ውስጥ ያሉትም በጥሩ ሥራና ትዳር ተባርከው ራሳቸውንና ቤተሰባቸውን እያስተዳደሩ ይገኛሉ::

ፓስተር ዮሐንስና ባልተቤታቸው የአሥራ ዘጠኝ የልጅ ልጆች አያት በመሆን የመለኮት በረከት የከበባቸውም ጭምር ናቸው::

እነህ የእድሜ ባለጸጋ ወንጌል ሰባኪ አባት በአሁኑ ወቅት ከአጥቢያ መጋቢነት በተጨማሪ በተለያዩ የአገር ውስጥና የውጭ አገራት እየተዘዋወሩ ቅዱሳንን ከማገልገል፣ ጎን ለጎን የአገር ሽማግሌ በመሆን መንግሥታዊ ስብሰባዎች ላይም ውክልና ያላቸውና ጌታ ኢየሱስ በተራራው ትምህርት፣ "የሚያስተራርቁ ብፁዓን ናቸው"(ማቴ.5÷9) ያለውን ለመፈጸም የሚተጉ አባት ናቸው::

ፓስተር ዶ/ር ዘለቀ ዓለሙ

በወንጌል አገልግሎት በኢትዮጵያና በውጭው ዓለም በሚገኙት ዲያስፖራዎች በመዘዋወር የወንጌል አሻራ ከጣሉት ቀደምት የሁለተኛው ትውልድ አገልጋዮች መካከል ፓስተር ዶ/ር ዘለቀ አንደኛው ሲሆኑ፣ በሐረር ከተማ በነበረው የወንጌል እንቅስቃሴ ሕዳር 5 ቀን 1956 ዓ/ም ጌታን የተቀበሉና በዚያው ዓመት ውስጥ በመንፈስ ቅዱስ ኃይል አገልግሎት የጀመሩም ናቸው::

በአሥራ ዘጠኝ መቶ ሃምሳዎቹ መገባደጃ በሐረር መምህራን ማሠልጠኛ ተቋም የመንፈስ ቅዱስ ጥምቀትን ካገኙትና የጴንጤቆስጤን ልምምድ ወደ ሌሎች በማስተጋባት የመጀመሪያው እንደሆኑም የሚነገርላቸው ፓስተር ዶ/ር ዘለቀ ዓለሙ በ1959 ዓ/ም

የአንልግሎት ሌጋሲ

የሙሉ ወንጌል ቤተ ክርስቲያን ስትመሰረት ከሸማግሌዎቹና ከመጀመሪያዎቹ የሙሉ ጊዜ አገልጋዮች አንዴኛው ነበሩ።

ፓስተር ዶ/ር ዘለቀ ዓለሙ በተለያዩ የኢትዮጵያ ከተሞችና ገጠሮች ተዘዋውረው ወንጌል በመስበክ፤ ቅዱሳንን በቃለ እግዚአብሔር በማስታጠቅ ጉልህ አስተዋፅኦ አድርገዋል።

በአፍላ የወጣትነት እድሜያቸው በሐዋሳ ሕይወት ብርሃን ቤተ ክርስቲያን የመጀመሪያው መጋቢ ሆነው በመሾም እያገለገሉ በነበረበት ወቅት ከአገር ውጭ ሄደው መንፈሳዊ ትምህርት እንዲከታተሉና በዚያም እንዲያገለግሉ ባገኙት እድል ወደ ሲውዲን ሀገር በመሄድ በትምህርትና በአገልግሎት የተወሰኑ ዓመታትን ካሳለፉ በኋላ ፤ በእግዚአብሔር ምሪት ወደ አሜሪካን ሀገር በመሄድ ከትዳር አጋራቸው ከፓስተር ወይኗ አስፋው ጋር በተለያዩ የአሜሪካን ስቴቶች የዲያስፖራ ቤተ ክርስቲያን በመትከልና አጥቢያዎቹ ሲደራጁ ለሌሎች የመከሩ ሠራተኞች በመሥጠት፤ ከስቴት - ስቴት እየተዘዋወሩ የሐበሻውን ኮሚኒቲ በወንጌል በመድረሳቸው፤ ለብዙዎች የመዳን ምክንያት የሆኑ ሲሆን፤ በአገልግሎታቸው ከተከሉት አጥቢያ ቤተ ክርስቲያናት ውስጥ ዳላስ፤ ዴንቨር፤ ቨርጂኒያ፤ አስተንና ሂውስተን ውስጥ የሚገኙ የኢትዮጵያ ወንጌላዊ ቤተ ክርስቲያን ተጠቃሽ ናቸው።

በአገልግሎታቸው ከኢትዮጵያን ዲያስፖራዎች አልፎ የኤርትራዊያን ዲያስፖራ ቤተ ክርስቲያን በአሜሪካ እንዲተከሉ ሁኔታዎችን በማመቻቸትና በመምራት ቀደምት አባትም ናቸው።

ፓስተር ዶ/ር ዘለቀ ዓለሙ በሁለት ሴትና በአንድ ወንድ ልጅ የተባረኩ ሲሆን፤ ልጆቻቸውን እንደ እግዚአብሔር ቃል አሳድገው፤ በማስተማራቸው ምክንያት የበኩር ልጃቸው በአሜሪካን ሀገር በሕክምና ሙያ የተሰማራች ስትሆን፤ ሁለተኛዋ ደግሞ የሥነ-መለኮት ትምህርቷን አጥንታ እንደሲው በሥነ መለኮት ትምህርት ቤት ካሳለፉ አገልጋይ ጋር በትዳር ተጣምራ በአሜሪካ አገር የሚኖሩ የተለያዩ አገር ተወላጆችን ያቀፈ አጥቢያ ተከለው በመጋቢነት በማገልገል ላይ ሲሆኑ፤ ወንዱ ልጃቸው ደግሞ በዚያው በአሜሪካን አገር የመንግሥት ሠራተኛ እና ከሥራው ጎን ለጎን የወላጆቹን የአገልጋይነት ፈለግ በመከተል ቤተ ክርስቲያንን ለማገልገል ባለው ከፍተኛ መሻት የሥነ-መለኮት ትምህርቱን ተከታትሎ፤ በአንዲት አጥቢያ ቤተ ክርስቲያን ውስጥ ያገለግላል።

ፓስተር ዶ/ር ዘለቀ ዓለሙ ከመጀመሪያው የሐረር መምህራን ማሰልጠኛ ተቋም የመንፈስ ቅዱስ ልምምድ አንስቶ በነበረው ለጽድቅ እና ለመንፈስ ቅዱስ እንቅስቃሴ ንቁ በሆነው

አገልግሎቱ ከኢትዮጵያ አልፎ በአሜሪካን በአሁኑ ወቅት ሜጋ የሆኑትን የዲያስፖራ ቤተ ክርስቲያናት በመትከልና ሌሎች የመከሩ ሠራተኞችን በቦታው በመተካት ታላቅ አስተዋዕያ በማድረጋቸው በሕይወት እያሉ አገልግሎትን በታማኝነት ለተተኪ በማስረከብ የወንጌል ቅብብሎሹ ጤናማ ፍሰቱን ይዞ እንዲቀጥል ያደረጉ አባት ናቸው፡፡

ፓስተር ዶ/ር ዘለቀ እና የትዳር አጋራቸው ፓስተር ወይኗ አስፋው፣ ልጆቻቸው በእግዚአብሔር መንሥት ውስጥ ንቁ አገልጋይ እንዲሆኑ እግዚአብሔርን የማገለግል ፍቅር ያሳደሩባቸውና በራሳቸው ተነሳሽነትም የሥነ መለኮት ትምህርታቸውን እንዲከታተሉ በማድረግ የተሳካላቸውና ልጆቻቸውም አጥቢያ ቤተ ክርስቲያንን ሲመሩ በዓይናቸው የተመለከቱ ወላጆች ናቸው፡፡

ተተኪው ትውልድ እግዚአብሔርን ለማገልገል ይነሳሳ ዘንድም "ሕይወቴና ጌንጤቆስጤያዊ እንቅስቃሴ አጀማመር በኢትዮጵያ" የተሰኘ ሙሉ የሕይወት ታሪካቸውን ለንባብ አብቅተዋል፡፡

***

የመውጫ በር

አሁን ላለው ትውልድ ወንጌል እንዲሁ ከሰማይ ዱብ ያለ፤ የተከሰተ ሳይሆን ፤ ቀደምት አባቶች ከውጭ ሚሽነሪዎች የተቀበሉትን የሕይወት አደራ በብዙ መከራና በስደት ጸንተው እስከ ሞት ታምነው በነሱ ሥር ለተተካው ትውልድ ወንጌልን ከነ ሙሉ ክብሩ ያሻገሩ ሲሆን፤ በአገልግሎታቸውም ለጽድቅና ለእውነት ብለው ለከፈሉት ዋጋ ብድራትን የማይረሳው ሕያው እግዚአብሔር በልጆቻቸው የድካማቸውን ፍሬ አሳይቷቸዋል።

 "የእግዚአብሔርን ቃል የተናገሩአችሁን ዋኖቻችሁን አስቡ፤ የኑሮአቸውንም ፍሬ እየተመለከታችሁ በእምነታቸው ምሰሉአቸው"(ዕብ.13፥7)።

***

"እግዚአብሔርን የሚፈሩት ሁሉ፤ በመንገዶቹም የሚሄዱ ምስጉኖች ናቸው። የድካምህንም ፍሬ ትመገባለህ፤ ምስጉን ነህ መልካምም ይሆንልሃል። ሚስትህ በቤትህ እልፍኝ ውስጥ እንደሚያፈራ ወይን ናት፤ ልጆችህ በማዕድህ ዙሪያ እንደ ወይራ ቡቃያ ናቸው። እነሆ፤ እግዚአብሔርን የሚፈራ ሰው እንዲህ ይባረካል።እግዚአብሔር ከጽዮን ይባርክህ፤ በሕይወትህ ዘመን ሁሉ፤ የኢየሩሳሌምን መልካምነትዋን ታያለህ። የልጆችህንም ልጆች ታያለህ። በእስራኤል ላይ ሰላም ይሁን።" (መዝ.128፥1-6)።

ዋቢ መጻሕፍት

መጽሐፈ ሰዋሰው ወግስ ወመዝገበ ቃላት ሐዲስ አርቲስቲክ ማተሚያ ቤት 1948 ዓ/ም የታተመ
ሰለሞን ጥላሁን/ ሥምረት ገብረማሪያም - ደማቆቹ 2000 ዓ/ም
ሪክ ዋረን - ዓላማ መር ሕይወት ፤ ኢቫንጀሊካል ቲዎሎጂካል ኮሌጅ አዲስ አበባ 1997 ዓ/ም
ሪክ ዋረን - ዓላማ መር ቤተ ክርስቲያን ኤስ አይ ኤም ሶነ ጽሑፍ
ሬይሞንድ ዴቪስ - ጠረጋ(FIRE ON THE MOUNTAINS) ተርጓሚ በቀለ ገሙ 1986 ዓ/ም
ከበደ በከሬ - ሚዛን የጠበቀ ሕይወት እና አገልግሎት ራዕይ አሳታሚ 1998 ዓ/ም
አዲስ የመጽሐፍ ቅዱስ መዝገበ ቃላት - ግሎብ ሶነ ስሑፍ አገልግሎት 2003 ዓ/ም አዲስ አበባ
ዶ/ር መለሰ ወጉ - የዘመናችን ቤተ ክርስቲያንና አገልጋዮቹ ክፍል አንድ የመጀመሪያ እትም ግንቦት
1997 ዓ/ም
Gordon Fee, The Disease of the Health and Wealth Gospels. Luke 12:15
Larry Ballard – MULTIGENERATIONAL LEGACIES – THE STORY OF JONATHANED
WARDS - YWAM Family Ministries

መጽሐፍ ቅዱስ

አዲሱ መደበኛ ትርጉም ከማጥኛ ጽሑፍ ጋር
ዶናልድ ሲ.ስታምፕስ - ምሉእ ሕይወት መጽሐፍ ቅዱስ

ዝማሬ

ዘማሪ[ፓስተር] ተስፋዬ ጋቢሶ - የአደባባይ ሰው ሁነህ
ዘማሪ[ፓስተር] ታምራት ኃይሌ - ጠፉ ሲባል
ዘማሪ ዶ/ር ደረጀ ከበደ - ተራመድ በርታ

ድር አምባ

ዶ/ር ፓስተር ተስፋ ወርቅነህ - የቡድን ሥራ(አገልግሎት) http://www.ecfchouston.org
ጉራይ አድማሱ - እግዚአብሔርን የመፍራት በረከት https://hintset.org/articles/sermon/the-blessings-of-fearing-god
DR. BOB UTLEY - Bible Lessons International www.freebiblecommentary.org
https://www.christianpost.com/news/the-christian-faith-of-ronald-reagan.

የመጋቢው ቀደምት ሥራዎች፤

1) አባት እና እናታችሁን አክብሩ
   - በአማርኛ
2) አባት እና እናታችሁን አክብሩ
   - በትግርኛ
3) አባት እና እናታችሁን አክብሩ
   - በኦሮምኛ
4) አባት እና እናታችሁን አክብሩ
   - በእንግሊዘኛ
5) አባት እና እናታችሁን አክብሩ
   - በጀርመንኛ
6) አባት እና እናታችሁን አክብሩ
   - በሕንድ ታሚል
7) አስራት
   - በአማርኛ
8) ቅድመ ጋብቻ ጥበብ
   - በአማርኛ
9) ድኅረ ጋብቻ ጥበብ
   - በአማርኛ
10) የድሆች እና የችግረኞች ጨኸት ወጣ
   - በአማርኛ
11) ከብዙ ሞት አዳነኝ
   - በአማርኛ
12) የአገልግሎት ሌጋሲ
   - በአማርኛ

ለንትመት የተዘጋጁ፤

1) አስራት
   - በኦሮምኛ
2) አባት እና እናታችሁን አክብሩ
   - በዕብራይስጥ
3) ቅድመ ጋብቻ ጥበብ
   - በኦሮምኛ
4) ድኅረ ጋብቻ ጥበብ
   - በኦሮምኛ

んこめみくキらお！！